AF679584

TẠP CHÍ VIÊN GIÁC
SỐ 272 - THÁNG 4/2026

VIÊN GIÁC

TẠP CHÍ CỦA NGƯỜI VIỆT TỴ NẠN & PHẬT TỬ VIỆT NAM
TẠI CỘNG HÒA LIÊN BANG ĐỨC

Chủ nhiệm Sáng lập: H.T. Thích Như Điển
Chủ bút: Nguyên Đạo | Quản lý Tòa soạn: Thị Tâm
Tòa soạn: Chùa/Pagode Viên Giác
Karlsruher Str. 6 - 30519 Hannover - Germany
Tel. +49 511 87 96 30 | Fax : +49 511 87 941 200
Website: https://www.viengiac.info

VIÊN GIÁC

TẠP CHÍ CỦA NGƯỜI VIỆT TỴ NẠN VÀ PHẬT TỬ VIỆT NAM TẠI CỘNG HÒA LIÊN BANG ĐỨC
Zeitschrift der vietnamesischen Flüchtlinge und Buddhisten in der Bundesrepublik Deutschland

CHỦ TRƯƠNG (HERAUSGEBER)
Congregation d. Vereinigten Vietn. Buddh. Kirche (gem.) e. V.
Karlsruher Str.6 - 30519
Hannover - Deutschland

QUẢN LÝ TÒA SOẠN
Thị Tâm Ngô Văn Phát

CHỦ NHIỆM SÁNG LẬP
Hòa Thượng Thích Như Điển

CHỦ BÚT
Cư sĩ Nguyên Đạo

KỸ THUẬT
Nguyên Đạo – Quảng Hạnh Tuệ

CÙNG SỰ CỘNG TÁC CỦA (Mitwirkung von)
Hội Phật Tử VNTN tại Cộng Hòa Liên Bang Đức
Vereinigung der Buddhistische-Vietnamflüchtlinge i. d. BRD

TÒA SOẠN
Chùa/Pagode Viên Giác
Karlsruher Str. 6 - 30519 Hannover
Tel. 0511 - 87 96 30 - Fax: 0511 - 87 941 200
Website: https://www.viengiac.info
Email Chùa: todinh@viengiac.info
Email văn phòng: pagodevg2020@gmail.com
Email bài vở: chubut.viengiac@gmail.com

MỤC LỤC số 272

Bìa: Đình Khải | **Hình minh họa:** ViVi, Cát Đơn Sa, Lương Nguyên Hiền, U. Ostlaender
Ấn loát: Gutenberg Beuys Feindruckerei GmbH

* Viên Giác số 273 kỳ tới, chủ đề: "Phật Đản Pl. 2570" sẽ phát hành vào tháng 06/2026. Hạn chót nhận bài là ngày 10.05.2026.
* Vì số trang báo có giới hạn nên một số bài viết cũng như Phương danh Cúng dường... không thể đăng hết trong một kỳ. Chúng tôi sẽ lần lượt đăng trong các số báo tới. Xin quý vị thông cảm.

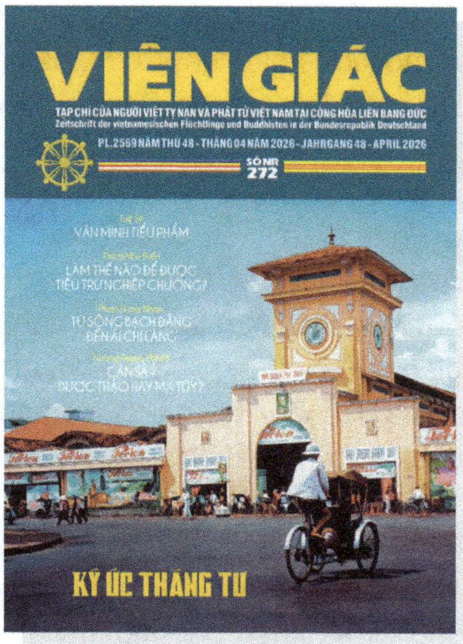

Thư Tòa Soạn

Báo Viên Giác số 272 - Tháng 4 năm 2026

Kinh điển Phật giáo thường nói đến ba đặc tính căn bản của mọi hiện hữu, gọi là Tam pháp ấn: Vô thường, Khổ và Vô ngã. Trong Kinh Pháp Hoa có câu: *"Tam giới vô an, du như hỏa trạch"* (三界無安，猶如火宅), nghĩa là ba cõi không an ổn, ví như một ngôi nhà đang cháy. Hình ảnh ấy gợi nhắc rằng thế giới luân hồi vốn luôn biến động và tiềm ẩn khổ đau.

Tuy giáo lý vô thường đã được kinh điển nhiều lần nhấn mạnh, con người vẫn thường mặc nhiên xem thế giới mình đang sống là một thực tại ổn định. Ta dễ tin rằng gia đình, tài sản và những điều đang nắm giữ có thể tồn tại lâu dài. Nhưng dưới ánh sáng của giáo lý duyên sinh, mọi hiện tượng đều do nhiều điều kiện hòa hợp mà thành, nên cũng không ngừng biến đổi và tan rã. Không chỉ riêng thế giới này, mà toàn bộ tam giới — dục giới, sắc giới và vô sắc giới — cho đến vô số thế giới trong tam thiên đại thiên thế giới cũng đều vận hành trong quy luật sinh thành và hoại diệt.

Thế giới vật chất do tứ đại: địa, thủy, hỏa và phong hòa hợp mà thành. Khi duyên hội đủ thì kết hợp, khi duyên tan rã thì phân tán. Quy luật ấy không chỉ chi phối vũ trụ mà còn hiện hữu nơi chính thân người. Nhận thức sâu sắc về vô thường vì thế không chỉ là một hiểu biết triết học, mà còn mở ra thái độ sống tỉnh thức trước cuộc đời luôn biến động.

Khi đã có cộng hưởng thì dù một chấn động nhỏ cũng gây dao động. Do quả đất quá lớn nên nhiều khi chúng ta không cảm nhận được hết những biến chuyển tinh vi ấy. Thế nhưng các loài động vật như chim, kiến, cá… lại nhạy cảm hơn chúng ta. Trước thiên tai như động đất, lũ lụt, bão tố, nhiều loài đã có thể linh cảm và tìm cách tránh né trước.

Còn chiến tranh, bom đạn, tên lửa… con người làm sao có thể tránh khỏi nếu nghiệp lực đã chín muồi? Tất cả đều do nghiệp và quả chi phối. Quá khứ liên hệ đến hiện tại, hiện tại lại dẫn đến tương lai.

Chiến tranh Việt Nam là một ví dụ. Ngày 30.4.1975 chỉ là dấu mốc chấm dứt một cuộc chiến về mặt quân sự, nhưng trong tâm thức nhiều người, hận thù chưa hẳn đã nguôi ngoai. Nợ nước, nợ nhà, nợ đồng bào… bên nào cũng mang nặng trong lòng. Đức Phật đã dạy rất rõ: "Hận thù không thể diệt hận thù, chỉ có từ bi mới diệt được hận thù." Nếu người Phật tử biết học và hành theo tinh thần bao dung ấy, thì thế giới mới có hy vọng về một nền hòa bình lâu dài.

Nhìn rộng ra thế giới hôm nay – từ Hoa Kỳ, Nga, Trung Quốc, Triều Tiên, Nhật Bản, Anh, Pháp, Đức, Canada v.v…– ở đâu rồi cũng có vấn đề: nghèo đói, mù chữ, buôn người, bóc lột lao động, đàn áp nhân quyền, xung đột tôn giáo. Con người muốn vượt qua khổ đau nhưng lại chọn bạo lực, chiến tranh và thôn tính lẫn nhau làm phương tiện. Kẻ mạnh tạm thời thắng, nhưng vết thương lòng vẫn còn đó.

Chiến sự giữa Nga và Ukraine đã kéo dài nhiều năm, gây tổn thất to lớn về sinh mạng và tinh thần, vật chất. Hàng trăm nghìn binh sĩ và thường dân thiệt mạng. Câu hỏi "để làm gì?" vẫn chưa có lời đáp trọn vẹn. Nếu hòa bình được tái lập, vật chất có thể tái thiết, nhưng sự mất mát tinh thần ai có thể bù đắp? Nếu con người không học được sự tha thứ và lòng từ bi, thì khổ đau sẽ tiếp tục tái diễn dưới hình thức khác.

Trong bối cảnh ấy, nhu cầu tâm linh lại trở nên cấp thiết hơn bao giờ hết. Năm nay, dù Tết và rằm tháng Giêng rơi vào ngày làm việc, số người về chùa lễ Phật đầu năm vẫn rất đông. Đó là minh chứng cho nhu cầu tìm về nội tâm. Đoàn bộ hành vì hòa bình của Sư Tuệ Nhân đi xuyên nhiều tiểu bang Hoa Kỳ suốt hơn ba tháng được dân chúng Mỹ hoan nghênh đón rước, tặng quà, dâng hoa… cũng là một biểu tượng cho khát vọng ấy.

Con người ngày nay mất niềm tin vào nhau nên muốn tìm về sự an ổn nội tâm. Điều này không phải các chính trị gia hay kinh tế gia có thể cung cấp được. Chỉ có sự tu tập, hành thiền, niệm từng câu Phật hiệu mới giúp chúng ta quay về với chính mình.

Dưới thời Hòa Thượng Thích Tuệ Sỹ làm Chánh Thư Ký xử lý Viện Tăng Thống Giáo Hội Phật Giáo Việt Nam Thống Nhất thì Trưởng lão Hòa Thượng Thích Thắng Hoan ở Hoa Kỳ được cung thỉnh vào ngôi vị Tăng Trưởng. Sau khi Hòa Thượng Thích Thắng Hoan viên tịch thì tại Quốc Nội cung thỉnh Trưởng lão Hòa Thượng Thích Phước An đảm trách ngôi vị này. Cách đây không lâu, vào ngày 09.02.2026, Hòa Thượng Thích Phước An cũng vừa viên tịch. Trong thời gian tới Giáo Hội ở trong nước chắc chắn sẽ tìm các bậc Long tượng của Thiền Môn để cung thỉnh vào ngôi vị này. Bởi lẽ Giáo Hội không thể thiếu ngôi vị này, vì là chỗ nương tựa tinh thần của tứ chúng cho cả trong lẫn ngoài nước.

Sắp tới, nhân Đại lễ Phật Đản 2650 – Phật lịch 2570, Tổ đình Viên Giác Hannover, Đức quốc sẽ tổ chức lễ đổ bê tông tầng trệt Học Viện Phật Giáo Viên Giác vào lúc 11 giờ ngày 30.5.2026 (thứ Bảy). Đây là dấu mốc lịch sử cho Phật giáo Việt Nam tại Đức nói riêng và tại Âu Châu nói chung, khi một cơ sở giáo dục cấp đại học đang thành hình. Học Viện Phật Giáo Viên Giác (Đức: Viên Giác Buddhistisches Institut; Hoa: 圓覺佛教大學, Viên Giác Phật Giáo Đại Học) sẽ là nơi đào tạo nhân tài Phật giáo cho cả hàng xuất gia và cư sĩ, nhằm phiên dịch và hoằng truyền kinh điển sang nhiều ngôn ngữ, giúp lời Phật dạy lan tỏa đến nhiều dân tộc.

Trong những ngày gần đây, căng thẳng và xung đột giữa Hoa Kỳ, Israel và Iran lại làm thế giới thêm bất an. Bạo lực nối tiếp bạo lực, trả đũa nối tiếp trả đũa. Rốt cuộc, người chịu khổ nhiều nhất vẫn là dân chúng – những con người không trực tiếp quyết định chiến tranh nhưng lại phải gánh chịu hậu quả nặng nề nhất.

Dưới cái nhìn Phật giáo, mọi xung đột đều bắt nguồn từ tham, sân, si. Khi lòng tham quyền lực, sân hận và sự cố chấp về ý thức hệ chưa được chuyển hóa, thì chiến tranh chỉ là biểu hiện bên ngoài của những phiền não bên trong. Nếu chỉ giải quyết bằng bom đạn và vũ lực mà không chuyển hóa gốc rễ tâm thức, thì hòa bình – nếu có cũng chỉ là tạm thời.

Người Phật tử không đứng về phe phái, cũng không nuôi dưỡng hận thù. Điều cần thiết là phát khởi tâm từ đến tất cả – cho cả người gây chiến lẫn người bị hại – bởi tất cả đều đang bị nghiệp lực và vô minh chi phối. Cầu nguyện cho hòa bình không phải là thái độ thụ động, mà là sự khởi đầu của chuyển hóa nội tâm. Khi mỗi cá nhân biết giảm bớt tham sân si trong chính mình, thì thế giới mới thật sự có nền tảng hòa bình bền vững.

Nguyện ánh sáng từ bi và trí tuệ của Chư Phật, chư Bồ Tát soi sáng thế gian, lắng nghe và thấu hiểu để hóa giải hận thù, đem lại hòa bình cho nhân loại.

Kính lạy Bồ tát Quán Thế Âm, chú lực ngăn trừ chiến tranh, tai họa nước lửa (Kinh Ngũ Bách Danh). ■

Ban Biên Tập Báo Viên Giác

Tuệ Sỹ

Văn minh tiểu phẩm

Đã có người hỏi tôi câu hỏi này mà tôi không trả lời được: *"Nói dân tộc Việt Nam có bốn nghìn năm văn hiến. Nhưng có thấy cái gì đâu!"*

Không phải vì tôi hoàn toàn không có gì mang ra làm bằng chứng để trả lời. Nhưng tôi biết rõ những cái tôi mang ra, người hỏi ấy chẳng đọc được, và do vậy, cũng chẳng hiểu được. Một thế hệ mất gốc. Đoạn tuyệt với quá khứ của cha ông.

Không phải chỉ một thế hệ, mà nhiều thế hệ.

Trước thời còn Tổng thống Ngô Đình Diệm, một giáo sư trường Đại học Văn khoa Sài Gòn khi giảng bài cho sinh viên về văn học Việt Nam, ông nói: *Việt Nam chỉ thực sự có văn học từ khi có chữ quốc ngữ.* Nghĩa là từ khi tiếng nói dân tộc được ký hiệu bằng mẫu tự La-tinh. Văn chương chữ Hán, không phải là văn học Việt Nam. Những sáng tác bằng chữ Hán không được kể vào văn học Việt Nam. Các bản văn nổi tiếng, một thời đã từng làm nức lòng dân Việt, quyết đem xương máu giữ gìn non sông; những bản văn ấy không được kể vào văn học Việt Nam: bài thơ *Nam Quốc* của Lý Thường Kiệt, *Hịch Tướng Sĩ* của Trần Hưng Đạo, *Bình Ngô Đại Cáo* của Nguyễn Trãi. Chúng không thuộc văn học Việt Nam. Tất nhiên cũng không thuộc văn học Trung Quốc.

Phê bình của vị Giáo sư này có cơ sở lý luận của nó, nên rất dễ dàng được các sinh viên lúc bấy giờ chấp nhận. Nhưng vì sau đó không có bao nhiêu người phụ họa quan điểm văn học này nên chúng ta cũng không cần phải phân tích.

Điều thú vị đáng nói ở đây là, sau ngày Tổng thống Diệm sụp đổ, ông Giáo sư đến thăm Hòa thượng Trí Quang. Lúc bấy giờ tôi đang là thị giả của Hòa thượng tại chùa Ấn Quang. Tôi ngạc nhiên vì sự viếng thăm này, nên tò mò hỏi Hòa thượng. Tôi cũng bạch Hòa thượng biết rằng đó là vị Giáo sư rất tích cực trong trường Đại học Văn khoa Sài Gòn, chủ trương bác bỏ sự tồn tại của nền văn học mệnh danh là Phật giáo Việt Nam. Hòa thượng cho tôi biết, ông Giáo sư đến thăm, và thừa nhận đã sai lầm khi không công nhận Phật giáo có vị trí trong lịch sử văn học Việt Nam, chỉ bởi lý do các Thiền sư toàn

Hình Thánh Đức Đạt Lai Lạt Ma thứ 14 cầm trên tay tác phẩm „Tri Ân HT Thích Tuệ Sỹ" do Hội Đồng Hoằng Pháp GHPGVNTN chủ biên

làm thơ bằng chữ Hán. Với tôi, đây là sự đính chính mang ý nghĩa chính trị, chứ không thuần túy văn học.

Ông Giáo sư văn chương Việt Nam này có bằng cấp Tiến sĩ văn chương của nước Đại Pháp; hoàn toàn không biết chữ Hán. Chữ Nôm do đó cũng không biết. Quan điểm của ông một phần do hạn chế của ngôn ngữ, một phần nữa do tác động chính trị bên ngoài. Chính hai yếu tố tác động này đã khiến cho nhiều trí thức Việt Nam bị bứt khỏi gốc rễ truyền thống.

Nhiều người trong số họ không hiểu gì về tâm tình yêu nước Nguyễn Trãi, Nguyễn Bỉnh Khiêm, hay Nguyễn Du; những ưu tư của kẻ sĩ mà chữ Hán nói "ưu thời mẫn thế" (lại cũng thành ngữ Hán!). Họ cũng không đủ tầm nhìn để đánh giá sự nghiệp của Lê Quý Đôn, Phan Huy Chú; cũng không thể hiểu được một phần nhỏ Ngô Thời Nhiệm đã mơ ước những gì cho đất nước, cho dân tộc, khi quyết định đi theo phò tá Nguyễn Huệ để bị Nho sĩ Bắc Hà bấy giờ chê trách là "lừa Thầy phản bạn". Đơn giản, vì họ không có khả năng đi thẳng vào thơ văn của tiền nhân mà không cần thông qua một trung gian nào. Những hiểu biết thông qua các bản dịch có những giới hạn của nó. Như một dịch giả Phạn-Hán nổi tiếng ở Trung Hoa nhận xét: *"Đọc tác phẩm qua bản dịch, chẳng khác nào ăn cơm do kẻ khác nhai hộ rồi nhả ra. Chẳng những vô vị, mà đôi khi còn kinh tởm".*

Nếu gạt bỏ một mảng lớn hay toàn bộ thơ văn các tiền nhân ra ngoài lịch sử văn học Việt Nam, mà đại bộ phận được sáng tác bằng Hán văn, quả thật dân tộc Việt Nam chỉ mới trưởng thành đây thôi, khi mà văn minh phương Tây được truyền sang thông qua ký tự La-tinh được gọi là chữ quốc ngữ, theo ý đồ xâm thực bằng văn hóa – tôn giáo – chính trị.

Cái gọi là chữ quốc ngữ, rất tiện lợi cho việc phổ cập đại chúng những tin tức cần biết tức thời. Chỉ trong giới hạn này mà thôi. Văn chương, triết học, và cả đến khoa học, ký tự La-tinh không nhất thiết là hữu hiệu hơn các loại ký tự khác. Nhất là về phương diện văn chương, nó là những ký hiệu hay những biểu tượng vô tri, chia cách con người ra khỏi thế giới tự nhiên mà nó đang sống; tạo thành những hố ngăn cách rất khó vượt qua giữa các thế hệ. Có rất nhiều người thuộc lòng truyện Kiều. Nhưng rất ít người có thể biết được xúc cảm khác nhau khi đọc truyện Kiều qua ký tự La-tinh và qua bản chữ Nôm. Hai loại biểu tượng của ngôn ngữ dẫn đến hai trạng thái và hai trình độ xúc cảm khác nhau. Tất nhiên, nó cũng cho những tâm thức văn học và ý thức mỹ cảm khác nhau. Đây là kinh nghiệm chủ quan của những người thưởng thức. Nó không phải là nhận thức khách quan để có thể dễ dàng chia xẻ với những người không cùng chung bình diện ngôn ngữ.

Về phương diện truyền đạt kiến thức khoa học, ký tự La-tinh có nhiều ưu điểm của nó. Điều này thì không ai chối cãi. Các ký hiệu Hy-Lạp, La-tinh, đã được tiêu chuẩn hóa trên tầm mức quốc tế; do đó những nước chọn ký tự La-tinh để chuyển tải ngôn ngữ dân tộc cảm thấy có nhiều lợi thế khi tiếp cận khoa học. Song, đây không phải là loại hình ký tự duy nhất để tiếp cận khoa học. Rất nhiều khái niệm cũng như nhiều định lý toán học được khám phá không phải do các tư duy và các thuật toán được thực hiện thông qua ký tự La-tinh. Vả lại, với sự phát triển của vi tính hiện đại, ký tự La-tinh không phải là duy nhất không thể thay thế để tiếp cận khoa học. Nước Việt Nam chấp nhận ký tự La-tinh như là công cụ chính thức để chuyển tải tư tưởng và kiến thức, và cũng thường rất tự hào về loại hình ký tự phổ thông và hữu hiệu này giúp người Việt nhanh chóng hội nhập nền văn minh khoa học kỹ thuật phương Tây, song lịch sử gần đây thôi đã chứng tỏ không phải vì vậy mà Việt Nam tiến bộ hơn Nhật Bản, Đài Loan, Hàn Quốc hay Thái Lan. Thế thì, sự tiện lợi hay không tiện lợi của loại hình ký tự không phải là yếu tố quyết định trong chức năng truyền đạt, và lại càng không phải là yếu tố quyết định cho tiến bộ văn minh. Ý nghĩa quyết định nằm trong tính thể của biểu tượng truyền đạt của ngôn ngữ.

Chữ viết, mà chức năng là ký hiệu truyền đạt, và là biểu tượng của tư duy, tự bản chất, phản ảnh phong thái sinh tồn của một dân tộc trong ý thức cá biệt của nó, đồng thời cũng phản ảnh mối quan hệ và ảnh hưởng hỗ tương giữa các dân tộc. Không thể nói loại hình nào ưu việt hay tiện lợi hơn loại hình nào. Người học chữ Hán cho đến một trình độ nào đó sẽ thấy rằng chữ "Uất" gồm 29 nét không phải là khó nhớ hơn chữ "Nhất" một nét. Nói rằng chữ Nôm phức tạp cho nên không tiện lợi để phổ biến cho bằng chữ La-tinh, điều này chỉ đúng cho những người mà não trạng đã quen với tập tính lười biếng. Có điều, hình như đại bộ phận trí thức của ta, từ mặc cảm tự ti, bị trị, của một dân tộc nhược tiểu, muốn nhanh chóng rút ngắn con đường giải phóng và cách mạng, để bắt kịp nền văn minh vật chất hào nhoáng từ phương Tây rọi sang. Từ đó phát sinh ngày càng lộ liễu tập tính lười biếng, chỉ cần bắt chước những gì được coi là chuẩn mực của văn minh, không cần đến tư duy sáng tạo, điều mà tiền nhân của chúng ta đã không ngừng trong suốt chiều dài lịch sử để tự tồn, bên cạnh một thiên triều luôn nghĩ cách thôn tính và đồng hóa. Do đó, người ta không nhìn thấy tính sáng tạo của dân tộc trong quá trình hình thành chữ Nôm, trong cách cấu tạo tự hình trong đó hàm tàng những cái nhìn về nhân sinh và thế giới. Chữ Nôm bị kết tội là làm chậm bước phát triển của dân tộc, cho nên cần phải thay thế bằng chữ viết khác.

Liên hệ mật thiết với quá trình hình thành chữ Nôm, là lịch sử phát triển của Phật giáo Việt Nam. Phật giáo ở đây cũng bị kết án tương tự như chữ Nôm. Dầu sao, chữ Nôm cũng chỉ là ký hiệu chuyển tải, truyền đạt, nên sự thay thế không gây thành công án gì đáng nói. Phật giáo là tín ngưỡng của đại bộ phận nhân dân, là tầng đáy cho mọi sinh hoạt mang ý nghĩa thiết cốt tồn vong của cả dân tộc. Cho nên, nếu cần loại bỏ Phật giáo như loại bỏ một thứ chướng ngại cho sự nghiệp cách mạng và giải phóng dân tộc theo chuẩn mực chính trị – xã hội – tôn giáo phương Tây, Mác-xít hay phi-Mác-xít, không thể không gây chấn động xã hội mà ở đây người ta có thể gọi là Liệu Pháp Sốc. Cái Liệu Pháp Sốc này đã gây những thương tổn đáng kể cho Phật giáo Việt Nam. Mười năm dưới chế độ Cộng hòa của Tổng thống Ngô Đình Diệm ở miền Nam, hai mươi năm dưới chế độ chuyên chính vô sản ở miền Bắc, rồi trên hai mươi lăm năm dưới chế độ toàn trị trên một đất nước thống nhất, văn hóa Phật giáo Việt Nam chỉ đang tồn tại như một bóng mờ thấp thoáng bên dòng sông không định hướng của lịch sử Việt Nam.

Phải thú nhận rằng, cho đến bây giờ mà nghĩ lại tôi vẫn tự thấy xấu hổ, một thời tuy đã học hết Trung học mà vẫn không biết Ngô Thời Nhiệm là ai trong dòng lịch sử tư tưởng của dân tộc, ngoại trừ chỉ biết rằng ông là nhà Nho thức thời, bỏ Lê chạy theo Nguyễn Huệ, để rồi bị Đặng Trần Thường đánh chết trước Văn Miếu. Lý do có thể đơn giản, vì con đường mang tên Ngô Thời Nhiệm không lịch sự và trang trọng như con đường mang tên Alexandre de Rhode. Còn nhiều thứ phải xấu hổ như thế nữa cho một học sinh thuộc thế hệ của tôi.

Phật giáo ở miền Nam, tuy bị khống chế và nhiều khi còn bị khinh miệt dưới triều Tổng thống Ngô Đình Diệm, dù sao cũng còn may mắn, cũng nên gọi là may mắn, có được mười năm để tự chấn hưng và phát triển sau khi chế độ Duy linh nhân vị của Tổng thống Diệm sụp đổ. Mười năm đó chỉ vừa mới đủ để Phật giáo Việt Nam tự xác định tầm vóc và vị trí của mình trong lịch sử văn hóa – chính trị – xã hội của dân tộc. Nó chưa đủ thời gian để cống hiến cho dân tộc những bông hoa rực rỡ như trong quá khứ. Trong khi đó, Phật giáo Việt Nam tại miền Bắc chỉ tồn tại trên hình thức như một tổ chức chính trị. Nói một cách tượng hình, nó chỉ hiện diện như một cái cúc áo cài trên bộ đại cán mỗi khi các lãnh tụ xuất hiện trước cộng đồng thế giới mà không bị "hở lưng". Để xác nhận cho miền Nam biết Phật giáo không còn tồn tại như một thực tại quần chúng, ngài Chủ tịch Hội Phật giáo Việt Nam xuất hiện trên lễ đài chiến thắng sau ngày 30 tháng Tư với chiếc áo sơ-mi cụt tay của một cán bộ Mặt trận, chứ không xuất hiện như một vị chân tu khả kính mà Phật tử Việt Nam trong cả hai miền Nam Bắc từ lâu đã ngưỡng mộ. Với trí thức miền Nam, người ta biết rằng chiến lược văn hóa xã hội chủ nghĩa thay thế văn hóa dân tộc được đề xướng bởi Trường Chinh đã thành công, ít nhất về mặt hình thức.

Năm 1945, khi vừa tiếp thu Hà Nội, Trường Chinh, lúc bấy giờ là Bí thư thứ nhất của đảng Lao Động Việt Nam mà Chủ tịch là Hồ Chí Minh, đã công bố cho giới trí thức Hà Nội một bản đề cương văn hóa, trong đó ông Bí thư nói rõ: *Phong trào chấn hưng Phật giáo Việt Nam hiện tại chỉ là sách lược ru ngủ nhân dân của thực dân Pháp*. Bằng tuyên bố này, số phận của Phật giáo Việt Nam đã được đưa ra trước tòa sơ thẩm của chủ nghĩa duy vật biện chứng. Nhưng khi được đưa ra chung thẩm trước tòa án nhân dân và lịch sử, tình tiết trở nên phức tạp.

Phức tạp trước hết là từ quan điểm của Các-Mác về đồng minh giữa giai cấp vô sản và nông dân. Sau khi phân tích những nguyên nhân khiến công xã Paris thất bại, Mác cảnh báo về những kẻ thù của giai cấp vô sản. Mác vạch rõ, trong đấu tranh vũ trang để giành chính quyền từ tay tư sản, nông dân là đồng minh thiết yếu của giai cấp vô sản. Nhưng khi đã giành được chính quyền, người vô sản vẫn phải giữ vững tay súng để tiến hành cách mạng. Vì kẻ thù của vô sản bấy giờ chính là nông dân.

Khi cách mạng vô sản Nga thành công, vì lực lượng vô sản ở đây chưa đủ để tiến hành cách mạng theo con đường Mác đã vạch, Lê-nin đề ra chính sách liên minh công nông, với ngọn cờ Búa Liềm như là biểu tượng trong giai đoạn quá độ. Qua các tác phẩm văn học trong thời kỳ cải tạo xã hội chủ nghĩa ở Nga, trong quá trình tập thể hóa nông nghiệp, các nhà văn Xô-viết đã cho thấy cái não trạng, tập tính phản động của tuyệt đại đa số nông dân.

Kinh nghiệm xây dựng chính quyền vô sản từ Liên-Xô đã cho Việt Nam những bài học thiết thực. Muốn tiến hành cách mạng xã hội chủ nghĩa, trước hết phải có con người xã hội chủ nghĩa như Chủ tịch Hồ Chí Minh luôn nhắc nhở. Điều này có nghĩa là phải thay đổi não trạng của nông dân Việt Nam, đang là chủ lực, không chỉ trên mặt trận vũ trang để giữ vững chính quyền vô sản non yếu và tiến hành chiến tranh giải phóng miền Nam; mà nông dân còn là lực lượng lao động chính để xây dựng hạ tầng cơ sở của chủ nghĩa xã hội.

Cần phải thay đổi não trạng của nông dân mới mong lấy đó làm chỗ dựa cho cách mạng vô sản. Trong khi đó, đại bộ nông dân Việt Nam đều mang tín ngưỡng Phật giáo. Tuy tín ngưỡng đó không sâu sắc, nhưng nó đã trở thành tập tính dân tộc không thể gột rửa dễ dàng bằng vài ba lý luận mập mờ của chủ nghĩa duy vật chống tôn giáo. Do đó Phật giáo là một trở lực đáng kể. Nói cách khác, muốn thay đổi não trạng của đông đảo nông dân, để nhanh chóng thành công trong bước đi lên của giai đoạn quá độ xã hội chủ nghĩa, trước hết phải triệt tiêu Phật giáo. Lịch sử cần phải viết lại dưới ánh sáng duy vật sử quan. Lập trường phê phán của các sử gia bấy giờ là vẽ lên bức tranh ảm đạm của quá khứ, trong đó bọn tăng lữ cấu kết với bọn quý tộc để bóc lột nhân dân.

Sau những năm tám mươi, sau khi hàng loạt biện pháp khống chế và triệt tiêu, với một cơ sở có tính chất gần như pháp chế xã hội chủ nghĩa là chế độ "Nhất tăng nhất tự" để cưỡng bức tăng ni trẻ hoàn tục, đã vấp phải phản ứng quyết liệt mà có khi lên đến cao điểm bằng những vụ tự thiêu, tự tử, và những bản án tử hình, đảng Cộng sản đã xét lại chính sách tôn giáo. Tổng Bí thư bấy giờ là Nguyễn Văn Linh tuyên bố: *"Phật giáo là chỗ dựa cho người cộng sản Việt Nam làm cách mạng"*. Đây không phải là sách lược mới mẻ. Nó chỉ áp dụng thủ đoạn mà Lê-nin đã vạch ra cho chính sách tôn giáo của Liên-Xô. Lê-nin nói: *"Đảng phải thông qua tôn giáo để tập hợp quần chúng"*.

Sự xuất hiện sau năm 1982 của một tổ chức được mệnh danh là Giáo hội, mà thực chất là một tổ chức chính trị nằm trong Mặt trận Tổ quốc Việt Nam do cán bộ Cộng sản lãnh đạo, cho thấy trước sau như một, đảng Cộng sản Việt Nam đã vận dụng các biện pháp kinh điển xã hội chủ nghĩa được thi hành tại Liên-Xô cũng như tại Trung Quốc và trong tất cả các nước xã hội chủ nghĩa khác. Không có cái gì xứng đáng để nói là các chính sách kinh điển ấy được áp dụng một cách sáng tạo tùy theo bối cảnh lịch sử của xã hội Việt Nam.

Sự sao chép một cách mù quáng các sách lược xã hội chủ nghĩa kinh điển không chỉ gây chấn thương trầm trọng cho Phật giáo Việt Nam, mà trên đại thể nó còn gây rất nhiều tổn hại khó khôi phục cho kho tàng truyền thống văn học và tư tưởng Việt Nam.

Cho đến hiện tại, gần ba mươi năm hòa bình, Phật giáo Việt Nam không có những sinh hoạt văn hóa giáo dục nào đáng kể. Những gì mà Phật giáo Việt Nam tại miền Nam đã làm được trong suốt thời kỳ chiến tranh và chia cắt, nay chỉ còn là những hoài niệm trong trí nhớ với nhiều tiếc nuối của thế hệ lớn tuổi. Tầng lớp trẻ hầu như không biết gì nhiều về quá khứ đó. Chỉ mới trong khoảng chưa đầy ba mươi năm thôi, mà một quá khứ đáng tự hào của Phật giáo Việt Nam trong lòng dân tộc đang bị quên lãng, và đang có nguy cơ biến mất. Với ý nghĩa biến mất, chúng ta muốn nói đến sự biến chất. Bởi vì, dưới phương châm "đạo pháp, dân tộc và chủ nghĩa xã hội", Phật giáo Việt Nam sẽ không tồn tại và trưởng thành như đã từng trong quá khứ. Ý thức hệ của chủ nghĩa xã hội là vô thần. Phật giáo Việt Nam muốn tồn tại phải biến chất để thích ứng; phải tiến lên thành một tôn giáo vô thần theo định nghĩa của chủ nghĩa duy vật biện chứng. Một thứ Phật giáo theo định hướng xã hội chủ nghĩa còn quái dị hơn một nền kinh tế thị trường theo định hướng xã hội chủ nghĩa mà nhiều phê bình gia kinh tế nhận xét.

Đây không phải là điều nói suông trên lý thuyết. Nhiều cuộc hội thảo với các chuyên đề Thiền Trúc Lâm với tư tưởng Hồ Chí Minh, hay Thiền Trúc Lâm với chính sách đổi mới của đảng CSVN, được tổ chức bởi các Viện nghiên cứu lịch sử, văn học, tư tưởng do các đảng viên công tác văn hóa chủ trì. Trong các hội nghị đó, mặc dù chuyên đề Phật giáo, nhưng không có tăng sĩ Phật giáo tham dự, hoặc chỉ tham dự như khách mời. Điều này có thể có hai lý do. Một, học thức của tăng sĩ Phật giáo Việt Nam hiện tại quá kém, không đủ trình độ tham dự. Hoặc, đây là hội nghị của cán bộ đảng làm công tác văn hóa, không liên quan gì đến Phật giáo. Ý đồ của đảng là sau khi cải tạo thành công Phật giáo Việt Nam; nó sẽ là một nhân tố trong các nhân tố mang tính dân tộc hình thành tư tưởng Hồ Chí Minh. Chừng đó, Việt Nam sẽ là mô hình xã hội chủ nghĩa thích hợp cho các nước nhược tiểu và chậm tiến. Không phải không có cơ sở khi người Anh Cả Trung Cộng chỉ trích Việt Nam xã hội chủ nghĩa có tham vọng tiểu bá. Mặc dù tham vọng đó thực chất chỉ nằm trong lý thuyết; là chuyên đề cho các cán bộ văn hóa nghiên cứu để có việc làm.

Một thời, khi hai tập sách *"Thơ Văn Lý Trần"* có tầm cỡ được công bố như là công trình nghiên cứu có thành tích đáng tuyên dương, chủ nghĩa xã hội và Phật giáo Việt Nam hình như đang có cơ sở để nhích lại gần nhau và hợp nhất trong lòng dân tộc, và dưới đài quang vinh của tư tưởng Hồ Chí Minh. Mặc dù cả hai ý thức hệ được xem là đang tiếp cận nhau, nhưng trong đối thoại giả thi thiết này, người nói và người nghe đều là Mác-xít cả.

Sự gán ghép đạo pháp vào chủ nghĩa xã hội chẳng khác nào buộc con chó nhà và chó sói vào một sợi dây, để khi có sự biến, một con tìm cách chui xuống gầm giường, một con cố gắng phóng mình trở lại rừng. Hai con thú giằng co nhau bởi một sợi dây oan nghiệt.

Chỉ trong vòng chưa đầy nửa thế kỷ mà những thành tựu quá khứ của một nền văn hóa dân tộc hầu như không được thế hệ thừa kế biết đến và trân trọng, thế thì chúng ta tìm dấu vết của hai nghìn năm lịch sử về trước bằng cách nào? Cho nên, khi nghe một tăng sĩ trẻ, hình như đã tốt nghiệp Đại học, hỏi tôi một cách chân tình: *"Thưa Thầy, Phật giáo Việt Nam là gì?"* tôi cảm giác đã có sự cách biệt giữa hai thế hệ, phân ly bằng một bức tường ý thức hệ.

Phải chăng, quả thật rằng, qua suốt trên dưới hai nghìn năm hiện diện, Phật giáo Việt Nam không có thành tựu gì đáng được nhắc đến?

Có đấy, vả lại, có rất nhiều nữa chứ không phải chỉ dăm ba trang sách nhặt lượm đâu đó.

Ở đây, một câu hỏi khác cũng cần được nêu lên: *"Tại sao, một đất nước như Campuchia, so với Việt Nam thì quả là nhỏ bé, lại có thể sở hữu một công trình vĩ đại như Angkor Wat; trong khi đó Việt Nam xem ra không có gì tương tự để so sánh và thẩm định? Chùa Một Cột được làm biểu tượng cho tinh thần Phật giáo Việt Nam, lại được nhiều người cho rằng nó chỉ lớn hơn chuồng chim bồ câu một chút?".*

Chúng ta đang nói đến sự cần thiết của một phương pháp luận chuyên biệt của sử học để thẩm định giá trị của những gì tiền nhân đã tựu thành; những thẩm định không mô phỏng một cách hời hợt theo bậc thang giá trị biểu kiến của nền văn minh vật chất, và khoa học kỹ thuật, của phương Tây hiện đại.

Phương pháp luận được nhiều nhà viết sử Phật giáo Việt Nam ở đây sử dụng đại để mang tính chủ quan. Sử gia không có nhiều dữ kiện lịch sử trong tay, nên phải dựa trên trí thông minh của mình suy luận. Dữ kiện đã ít, lại mối quan hệ giữa chúng cũng rất khó xác lập. Chẳng hạn, khi một sử gia muốn vẽ lại sinh hoạt Thiền môn thời Trần; ông hầu như hoàn toàn không có dữ kiện, hoặc có mà rất ít, và cũng không tìm ra đầu mối quan hệ để nối kết chúng lại với nhau. Cho nên, ông căn cứ vào sự quan sát sinh hoạt thường nhật của một ngôi chùa cổ nào đó ở Huế, rồi thay đổi niên đại và hoàn cảnh, tự nhiên ta có toàn cảnh sinh hoạt Thiền môn cách đây gần một nghìn năm. Trong trường hợp này, sử gia không chỉ cần bác lãm thư tịch, mà còn phải có thêm óc tưởng tượng của một nhà văn, một người viết tiểu thuyết.

Thế nhưng, cũng có trường hợp sử gia khi phát hiện cấu trúc bất thường của một vài từ ngữ từ một bản Hán dịch, đã có thể viết lại chi tiết đáng khâm phục về một giai đoạn lịch sử Phật giáo Việt Nam, tưởng chừng như vĩnh viễn là khu vực bỏ trống. Đó là giai đoạn trước và sau kỷ nguyên Cơ Đốc. Không chỉ là một giai đoạn của Phật giáo Việt Nam, mà từ đó còn có thể phác thảo ra những quan hệ, những trao đổi văn hóa, tư tưởng, tôn giáo, cũng như các hoạt động chính trị và kinh tế giữa các dân tộc trong một khu vực rộng lớn hơn.

Phương pháp sử học như vậy chỉ có thể thành công, trong một mức độ nào đó, bởi những sử gia có trí năng sắc bén, kho kiến thức thông bác, và cũng cần một tính năng nhạy cảm để dễ dàng xúc cảm với những thăng trầm của đất nước và dân tộc. Phương pháp sử học như vậy hoàn toàn mang tính chủ quan, mặc dù chưa có một sử gia Đông Tây kim cổ nào đáng được đánh giá là hoàn toàn khách quan.

Thực sự, qua danh sách các sáng tác của Phật giáo Việt Nam mà Thầy Lê Mạnh Thát đã sưu tập được trong khoảng mấy chục năm qua chúng ta thấy số lượng không phải ít. Từ những cái đang có, suy diễn về những cái đã mất, văn hiến Phật giáo Việt Nam không phải nghèo nàn như nhiều trí thức vong bản nhận xét.

Cũng bằng một phương pháp luận như vừa nêu, người ta tất phải thấy rõ ý đồ của Cao Biền, trong chính sách lâu dài tiêu diệt và đồng hóa được liên tiếp thi hành qua nhiều triều đại của Nhà nước Trung Hoa phong kiến. Rồi đối chiếu những gì Cao Biền đã làm như được ghi chép trong chính sử Việt Nam và Trung Quốc, với phản ứng của các Thiền sư cố khôi phục lại những mất mát cho dân tộc và đất nước mà Cao Biền đã thực hiện, như được ghi chép trong *Thiền Uyển Tập Anh*; qua đối chiếu này, chúng ta có thể thấy mức độ tàn phá các di sản tinh thần cũng như vật chất trong những cuộc chiến tranh xâm lược từ phương Bắc.

Còn một câu hỏi khác mà chúng ta chưa thể trả lời: *"Trong lịch sử quá khứ, trình độ phát triển của Cao-Miên, và của Nam Dương, không cao hơn Việt Nam, nhưng Angkor Wat và Baraboudur là những công trình quy mô, mà khi đối chiếu khiến cho Việt Nam trở thành nhược tiểu so với Trung Quốc, và tụt hậu so với các nước láng giềng".* Thực tế, phải trên một cơ sở nhân bản mới có thể thẩm định giá trị trình độ phát triển của Việt Nam hay các trường hợp tương tự. Không thể hoàn toàn chỉ dựa vào các tiêu chuẩn thành tựu vật chất.

Chúng ta nói giá trị nhân bản, là muốn nói đến mối quan hệ xã hội của con người. Trong đó, nhân phẩm của người khác được tôn trọng, và hạnh phúc hay an nguy của người khác được bảo đảm. Tất cả mối quan hệ này được nâng lên hàng văn hiến, nghĩa là được tất cả thành viên của cộng đồng thừa nhận như là khế ước xã hội mà mỗi thành viên có nghĩa vụ phải chấp hành. Đó là sự phát triển của khung hình lý tính phổ quát, luôn luôn yêu cầu sự tương thích với tình cảm cá biệt đặc thù.

Thành ngữ Việt Nam có câu, "phép vua thua lệ làng", nó không có nghĩa mỗi làng xã là một lãnh địa tự quản của dân xã. Ý nghĩa của nó là nêu lên sự điều hoà mâu thuẫn giữa lý tính phổ quát và tình cảm đặc thù, không vì quyền lợi của cộng đồng mà nhân phẩm của cá nhân bị tước đoạt; cũng không vì quyền lợi của cá nhân mà sự an nguy của cộng đồng bị đe dọa. Do đó, không phải ỷ mình là vua, là chủ nhân của đất nước, mà quân chủ có quyền sống xa hoa vượt trên khả năng mà thần dân có thể cống hiến.

Người Trung Hoa có thể tự hào bởi Vạn Lý Trường Thành đồ sộ, bởi những cung điện lộng lẫy của các triều đại xa hoa. Nhưng sử gia cũng biết rõ bao nhiêu xương máu của nhân dân đã đổ vào đó. Sự tồn tại của chúng là chứng tích cho sự tàn ác của con người. Vẻ huy hoàng của thành tựu vật chất, trong ý nghĩa đó, có tỷ lệ nghịch với các giá trị nhân bản.

Tuy nhiên, cho đến lịch sử hiện đại, các giá trị nhân bản chưa được nâng lên hàng phổ quát tính. Mỗi nền văn minh, mang bản chất thế tục hay tôn giáo, đều có nhận thức riêng về phẩm tính của con người. Chính từ những nhận thức cá biệt này khiến cho, khi thế giới được mở rộng, biên giới vật lý giữa các quốc gia càng lúc càng mờ nhạt, các dân tộc và chủng tộc khác nhau có nhiều cơ hội để giao tiếp hơn, thì những xung đột đẫm máu càng lúc càng khốc liệt, vẽ nên những thảm cảnh cực kỳ tàn bạo.

Chỉ khi nào lịch sử nhân loại được viết lại, trên cơ sở nhận thức về những giá trị nhân bản phổ quát, chừng ấy chúng ta mới hy vọng có trả lời xác đáng cho câu hỏi: *Rốt lại, cái gọi là "Bốn nghìn năm văn hiến của Việt Nam là những gì?"*

Đồng thời, câu trả lời đó cũng xác định luôn cả vị trí của đạo Phật trong lịch sử văn hiến của Việt Nam. ■

THƠ
Tuệ Nguyên-Thích Thái Hòa

XUÂN LẠ LẪM

Mùa xuân chú ngựa lại về
Bước đi lạ lẫm trên quê hương này;
Bao người tỉnh, bấy người say
Cũng không ít kẻ Đông Tây nửa mùa;

Ngựa đua lắm chuyện hơn thua
Ngựa đua đến tận cuối mùa lá reo;
"Lung linh nước chảy qua đèo
Ngựa đua dưới biển, thuyền chèo trên non"[1];

Xuân xưa "công án"[2] vẫn còn
Xuân nay nước nhớ tình non quay về;
Một lời hẹn, vạn lời thề
Thề non, hẹn biển trăng quê chung tình;

Một lời kệ, vạn lời kinh
Một lời "như thị"[3], chân tình hiện ra;
Lỗi lầm gửi gió bay xa
Cho xuân thơm nở một tòa Như lai.

Đêm qua sân trước cành mai[4]
Phương Đông đến tận phương Đoài[5] còn thơm;
Tâm xuân nào bận thua hơn
Như lai không để xuân non nước buồn.

Đông Tây khiếp vía kinh hồn
Ánh thiều quang giữa càn khôn diệu vời;
Một nụ cười, vạn tiếng cười
Bàn tay xuân vỗ nghe lời như nhiên. ■

---

1 Công Án giữa Tổ Minh Hoằng-Tử Dung và Tổ Thiệt Diệu-Liễu Quán, ở chùa Ấn Tôn vào đời Lê, tức là chùa Từ Đàm-Huế hiện nay.

2 Một đoán án của Thiền, treo ở công đường để Thiền sinh chiêm nghiệm, giải mã, ngộ và trình đáp, qua nhiều phương pháp khác nhau.

3 *Evaṃ*: Đúng như vậy. Không thêm, không bớt, không tăng, không giảm, không thể nào khác. Nên, gọi là *Evaṃ*, hay như thị.

4 Đình tiền tạc dạ nhất chi mai. Mãn Giác Thiền Sư, đời Lý.

5 Phương Đoài còn gọi là phương Tây; còn gọi là Dậu phương (Dịch học gọi phương Đông là Mão và phương Tây là Dậu, nên phương Đông gọi là Mão phương và phương Tây, gọi là Dậu phương).

Thích Như Điển

LÀM THẾ NÀO ĐỂ ĐƯỢC TIÊU TRỪ NGHIỆP CHƯỚNG?

Đầu tiên chúng ta nên tìm hiểu thế nào là nghiệp và thế nào là chướng? để từ đó chúng ta có một cái nhìn rộng rãi hơn về những gì chúng ta cần phải quan tâm và có thể làm sao để được tiêu trừ nghiệp và chướng.

Nghiệp được định nghĩa là sự sợ hãi như: căng căng nghiệp nghiệp (đau đáu sợ hãi); cái nhân như nghiệp chướng, nhân ác làm chướng ngại. Có ba loại nghiệp: khẩu nghiệp, nhân ác bởi miệng làm ra; thân nghiệp, nhân ác bởi thân làm ra và ý nghiệp; nhân ác bởi ý gây ra. Ba món của miệng, thân, ý gọi là tam nghiệp. Túc nghiệp là ác nghiệp kiếp trước đã làm và kiếp này phải chịu khổ; gọi là túc nghiệp v.v... làm việc thiện gọi là thiện nghiệp [1]

Chướng được định nghĩa là che, ngăn. Có vật gì nó làm ngăn cách gọi là chướng ngại. Cũng có nghĩa là che lấp. Bị vật dục nó che lấp bởi chân trí; gọi là trần chướng. Bị phần tri kiến nó che lấp mãi chân trí gọi là lý chướng, đều nói về sự làm mất cái sáng láng của bản thể chân tâm vậy [2]

Phật Giáo thì định nghĩa cũng tương tự như vậy; nhưng rộng hơn một chút về nghiệp của quá khứ, hiện tại và vị lai như sau:

Dục tri tiền thế nhân
Kim sanh thọ giả thị
Dục tri lai thế quả
Kim sanh tác giả thị.

Nghĩa:

Muốn biết nhân đời trước
Đời nay đang nhận gì
Muốn biết quả đời sau
Đời này đang làm gì.

Trên đây là những định nghĩa căn bản mà chúng ta vẫn thường hay nghe thấy; nhưng đi xa hơn chúng ta sẽ thấy những loại nghiệp chướng có thể làm khó khăn cho những người mới bắt đầu tu học Phật Pháp, có bốn loại bức bách như sau:

1) Hôn trầm; có nghĩa là hôn mê, chìm đắm. Ở đây ý nói khi ngồi thiền hay tụng kinh, tâm của hành giả không quy về một mối và không làm chủ được chính mình khi đếm hơi thở ra vào hay khi chú tâm vào câu kinh, tiếng kệ

2) Vọng niệm tán loạn. Có nghĩa là những suy nghĩ không đứng đắn, không chín chắn làm rối loạn nội tâm khi muốn tập trung vào lời kinh, tiếng kệ hay khi niệm Phật, ngồi thiền.

3) Ác cảnh bức bách. Có thể khi hành giả muốn yên tâm chú mục vào mục tiêu đã được đặt ra; nhưng ngoại cảnh lại không thuận như ý của hành giả mong muốn.

4) Thân thể đột nhiên sanh bệnh. Do có thân; nên có bệnh cũng là việc bình thường; nhưng bệnh này thường xảy ra khi chúng ta muốn dụng công tu tập.

Đây là một số lý do căn bản của hành giả; nhưng từ đâu đưa đến những lý do trên? Đó là do ba chướng căn bản làm chủ đạo. Đầu tiên là phiền não chướng hay còn gọi là sự chướng. Phiền não ấy lấy tham sân si làm cội gốc; nếu chúng ta không lấy giới định huệ để làm chuẩn mực tu trì thì khó mà vượt qua được. Kế đến là do nghiệp chướng. Nghiệp như bên trên chúng ta đã rõ. Vì lỡ „đã mang lấy nghiệp vào thân" rồi. Bây giờ chúng ta từ từ cởi trói ra. Bởi do ta tự tạo ra, tự trói buộc vào và bây giờ chúng ta tự cởi trói theo lời dạy của chư Phật và chư vị Bồ Tát thì chúng ta sẽ rảnh rang trong kiếp luân hồi. Thời gian mau chậm là tùy theo mỗi hành giả dụng công tu tập như thế nào. Đó mới là điều đáng nói.

Kế đến là báo chướng. Chướng này do bị nghiệp; nên mãi phải lưu chuyển trong 3 cõi [3] và trôi lăn trong 6 đường [4] . Điều quan trọng ở đây là chúng ta phải hành trì như thế nào để vượt ra khỏi những nghiệp chướng này, thì đây là một trong nhiều giải pháp. Chúng ta có thể sám hối, quy y Tam Bảo, làm phước thiện bố thí, cúng dường, giữ giới trường trai, thiền định, niệm Phật, trì chú v.v...

Bây giờ chúng ta đi vào phần thực hành qua lời dạy trong Kinh Kim Cang đoạn thứ 16 về „Năng

1 Theo tự điển của Thiều Chửu trang 307.
2 Theo tự điển của Thiều Chửu trang 741.

3 Dục giới, sắc giới và vô sắc giới.
4 Trời, Người, A-tu-la, Địa Ngục, Ngạ quỷ và Súc sanh

tịnh nghiệp chướng" như sau:

Hán Việt: Phục thứ Tu Bồ Đề (nhược) Thiện Nam tử Thiện Nữ nhơn thọ trì đọc tụng thử Kinh, nhược vi nhơn khinh tiện, thị nhơn tiên thế tội nghiệp, ưng đọa ác đạo, dĩ kim thế nhơn khinh tiện cố, tiên thế tội nghiệp tức vi tiêu diệt, đương đắc A Nậu Đa La Tam Miệu Tam Bồ Đề.

Nghĩa: "Hay làm sạch những nghiệp chướng"

Lại nữa, này Tu Bồ Đề! (Nếu) có người Thiện Nam, Thiện Nữ thọ trì đọc tụng kinh này, nếu bị người khinh chê, người này do tội nghiệp đời trước, lẽ ra phải đọa vào trong đường ác, và do đời này bị người khinh chê; nên tội nghiệp đời trước ắt là tiêu diệt, sẽ chứng được quả Vô Thượng Chánh Đẳng Chánh Giác[5].

Phân tích nghĩa Kinh: Như vậy tụng Kinh; nhất là kinh Kim Cang, đa phần nhiều người không hiểu sâu nghĩa lý của Kinh; nên đã bị người khác khinh chê, mà người này đời trước đã bị những nghiệp ở đời trước, đúng ra phải bị đọa vào trong những đường ác, mà bây giờ ở trong đời này bị người nghe Kinh khinh chê; nên nhờ sự kham nhẫn mà tội đời trước của người trì Kinh được tiêu diệt. Người trì kinh sẽ chứng được quả vị Vô Thượng Bồ Đề. Như vậy công đức của việc trì Kinh để giải trừ nghiệp chướng là một công đức không nhỏ, không thể nghĩ bàn được.

Hán Việt: Tu Bồ Đề! Ngã niệm quá khứ vô lượng A Tăng Kỳ kiếp, ư Nhiên Đăng Phật tiền đắc trị bát bách tứ thiên vạn ức na do tha chư Phật, tất giai cúng dường, thừa sự vô không quá giả. Nhược phục hữu nhơn ư hậu mạt thế, năng thọ trì đọc tụng thử Kinh, sở đắc công đức, ư ngã sở cúng dường chư Phật công đức, bách phần bất cập nhất, thiên vạn ức phần. Nãi chí toán số thí dụ sở bất năng cập.

Nghĩa: Này Tu Bồ Đề, ta nhớ thuở quá khứ vô lượng a tăng kỳ kiếp[6], ở trước Đức Phật Nhiên Đăng, ta được gặp tám trăm bốn ngàn vạn ức na do tha các đức Phật, ta đều cúng dường thờ phụng, không sót một vị nào. Lại nếu có người ở đời sau (mạt pháp) này hay thọ trì đọc tụng kinh này, được công đức. Đối với công đức cúng dường chư Phật của ta, trăm phần chẳng bằng một, ngàn vạn ức phần cho đến tính đếm thí dụ đều chẳng thể bằng.

Phân tích nghĩa Kinh: Như vậy việc cúng dường vô lượng chư Phật của Đức Thích Ca Mâu Ni thời Đức Phật Nhiên Đăng còn tại thế. Đó là thời chánh pháp, công đức thật khó nghĩ bàn rồi; nhưng nếu ở thời mạt pháp, nếu có ai đó trì Kinh Kim Cang này thì so với công đức của việc cúng dường ngàn muôn ức chư Phật đó, không bằng một phần trăm hay một phần ngàn, vạn, ức... cho đến việc tính đếm cũng không thể có được. Vì sao vậy? vì ở đời mạt pháp mà có người thọ trì đọc tụng Kinh Kim Cang này là một việc làm khó có; nên công đức của người trì kinh cao cả như vậy, chúng ta nên cố gắng hành trì, thì công đức thật là không nhỏ.

Hán Việt: Tu Bồ Đề! Nhược Thiện Nam Tử, Thiện Nữ nhơn, ư hậu mạt thế, hữu thọ trì đọc tụng thử Kinh, sở đắc công đức, ngã nhược cụ thuyết giả, hoặc hữu nhơn văn, tâm tắc cuồng loạn, hồ nghi bất tín. Tu Bồ Đề! Đương tri thị Kinh, nghĩa bất khả tư nghì, quả báo diệc bất khả tư nghì.

Nghĩa: Này Tu Bồ Đề! Nếu người Thiện Nam, Thiện Nữ ở đời mạt pháp sau này, có người thọ trì đọc tụng Kinh này, được công đức. Nếu ta nói cho đủ; hoặc có người nghe, tâm tất cuồng loạn, hồ nghi không tin. Này Tu Bồ Đề! nên biết nghĩa của Kinh này không thể nghĩ bàn; nên quả báo cũng không thể nghĩ bàn.

Phân tích nghĩa của Kinh: Công đức là một phước báu không nhỏ của người trì Kinh; nhất là ở vào thời kỳ mạt pháp. Nếu Đức Phật Thích Ca Mâu Ni nói cho hết những công đức đó thì tâm của người nghe sẽ cuồng loạn, nghi ngờ, không tin tưởng. Do vậy Kinh (Kim Cang) này là Kinh có ý nghĩa không thể nghĩ bàn; cho nên quả báo của Kinh cũng thật là to lớn, không thể nói hết được.

Chỉ một đoạn thứ 16 trong 32 đoạn của Kinh Kim Cang Bát Nhã Ba La Mật Đa, Đức Phật đã nói cho Ngài Tu Bồ Đề nghe về công đức của việc trì Kinh, thật là bất khả tư nghì. Vậy chúng ta là Phật Tử, bất kể là người xuất gia hay tại gia hãy nên trì tụng những bộ Kinh lớn như: Kinh Hoa Nghiêm, Kinh Pháp Hoa, Kinh Đại Bát Niết Bàn, Kinh Đại Bảo Tích, Kinh Đại Bát Nhã v.v... là những việc nên hành trì để chúng ta có thể vượt qua được những nghiệp chướng trên đường tu học, thực hành hạnh giải thoát, có thể vượt qua khỏi sanh tử luân hồi. Do vậy chư Tổ dạy rằng:

Lễ Phật giả, kỉnh Phật chi đức
Niệm Phật giả, cảm Phật chi ân
Khán Kinh giả, minh Phật chi lý
Tọa Thiền giả, đăng Phật chi cảnh
Chứng ngộ giả, đắc Phật chi đạo.

Nghĩa:

Lễ (lạy) Phật là cung kính cái Đức của Phật mà lễ
Niệm Phật là cảm cái Ân của Phật mà nhớ nghĩ đến

---

5 Chứng thành Phật quả.

6 Vô số, vô lượng kiếp

Xem (đọc, tụng) Kinh là làm cho nghĩa lý của Kinh Phật được rõ ra.

Ngồi Thiền là đạt đến cảnh giới của Phật.

Chứng ngộ là (đến) được con đường của Phật.

Như vậy, lạy Phật, niệm Phật, tụng Kinh, ngồi Thiền v.v... là những công năng để hành trì. Nếu ai hành trì miên mật trong đời này thì công đức không nhỏ như Đức Phật đã tán thán. Từ đó những nghiệp chướng dầu bị bủa vây trong nhiều đời nhiều kiếp đi chăng nữa, một ngày nào đó chúng ta sẽ được thoát ly ra khỏi cảnh khổ của tam giới, chứng được Phật trí. Từ đó chúng ta có cơ hội trở lại Ta Bà này để thuyết pháp độ sanh, nếu chúng ta muốn thực hành Bồ Tát Hạnh.

Xin nguyện cầu cho tất cả chúng ta, người xuất gia cũng như người tại gia luôn thành tựu những sở nguyện của mình, qua những việc hành trì trên, công đức thật không thể nghĩ bàn. ■

Viết xong vào lúc 12 giờ trưa ngày 4 tháng 4 năm 2023 tại Phương Trượng Đường Tổ Đình Viên Giác Hannover, Đức Quốc

THƠ - Tôn Nữ Mỹ Hạnh

HƯƠNG SEN DIỆU NGỘ

Từ trong cánh võng ca dao
Sen thơm tinh khiết nhiệm mầu trổ ra
*Bảy bước chân – bảy đóa hoa**
Tọa thiền lời Phật kiết già hằng sa.

Ngọt lành bao hạt phù sa
Đề kinh Diệu Pháp Liên Hoa cho đời
Tái sinh trong mỗi kiếp người
Thiện nhơn giữ mãi từng lời chí tôn.

Hoa nền nã – cánh trắng trong
Tuệ căn ngời sáng chân ngôn vun trồng
Tấm lòng đôn hậu thảo thơm
Tâm sen dìu dặt muôn phần thanh cao.

Trái tim nhân ái nhiệm mầu
Đóa hoa trí huệ biết đâu diệu huyền
Suối nguồn tắm mát ưu phiền
Nông sâu tĩnh lặng an yên lạ thường.

Nghe trong kinh kệ vô thường
Theo đường chánh niệm mười phương rạng ngời
Căn lành nào có xa xôi
Hương sen diệu ngộ hát lời Pháp Hoa. ■

**Truyền thuyết kể rằng khi Đức Thích Ca đản sanh, Ngài đi bảy bước có bảy hoa sen đỡ bàn chân.*

Bhikkhu Bodhi

Tổng hợp: Insight Myanmar Podcast & Tinh Tấn Magazine

TÔI KHÔNG MUỐN TẠO MỘT PHIÊN BẢN PHẬT GIÁO KIỂU DISNEYLAND

Hòa Thượng Bhikkhu Bodhi: **"Tôi không muốn tạo một phiên bản Phật Giáo kiểu Disneyland, nơi mà mọi thứ trông rất vui tươi và sáng lạn, để rồi khi bước ra khỏi nơi đó và trở về với thế giới thực tại thì mọi thứ đều khác, khác hẳn".**

Khi Hòa Thượng Bhikkhu Bodhi (Tỳ Kheo Bồ Đề) lên tiếng cảnh giác về điều mà Sư gọi là "Phiên bản Phật Giáo kiểu Disneyland", Sư nêu ra một xu hướng mà nhiều người trong chúng ta có thể mắc phải: *đó là biến sự tu hành thành một sự trốn tránh, một nơi trú ẩn rời khỏi thực tế, thay vì bước lên một con đường đối diện trực tiếp với thực tế.*

Ngài đặc biệt nhắc tới các sinh hoạt ở Tây Phương, nơi Phật Giáo đôi khi bị đóng gói thành những khóa tu cuối tuần, các ứng dụng điện thoại giúp tĩnh tâm, hoặc một món hàng tâm linh cho giới tiêu thụ đầy hứa hẹn lạc quan mà không yêu cầu chúng ta phải nhìn thẳng vào nỗi khổ đau.

Nhưng thế giới chúng ta đang sống không phải là Disneyland. Đó là một thế giới đầy rẫy những chiến tranh, áp bức, nghèo đói, môi trường suy thoái và chia rẽ trong xã hội.

Hòa Thượng Bhikkhu Bodhi cho rằng sự tu hành chân chính không thể có nghĩa là cứ nhắm mắt làm ngơ trước những thực tế khổ đau của thế gian. Sự tu hành phải có nghĩa là trải tâm từ bi lan tỏa vượt ra ngoài những chiếc gối bồ đoàn và các thiền đường, đi vào chính những cuộc khủng hoảng đang diễn ra trong thời đại của chúng ta. Đó là lý do tại sao Sư đã dành cả cuộc đời mình không chỉ cho việc nghiên cứu và dịch thuật sâu sắc, mà còn thành lập Buddhist Global Relief (Cứu Trợ Phật Giáo Toàn Cầu), một tổ chức nhắm mục tiêu giải quyết các vấn đề đói kém, nghèo túng, và bình quyền cho phụ nữ trên khắp thế giới.

Lời của Sư trong cuốn sách *"Awakenings and Uprisings" (Tỉnh Thức và Nổi Dậy)* không chỉ xuất phát từ lý thuyết. Chúng được khởi lên sau khi Sư đọc các bản tường trình về các thiền viện bị đói kém dưới chế độ quân phiệt tại Miến Điện, sau khi Sư suy ngẫm về sự tàn phá ở Gaza, và sau mấy thập niên chứng kiến cách giáo pháp được thực hành trong hai cách, một là giới hạn trong phạm vi khép kín, hai là dấn thân vào "hồng trần". *Xem tiếp tr.23.*

Tiểu Lục Thần Phong

BUÔNG HAY RỒI BỊ BỎ

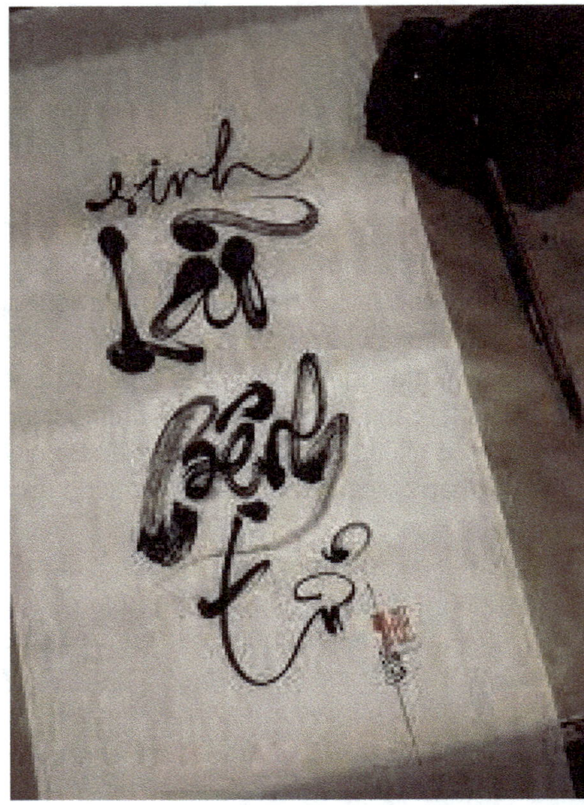

Có nhiều thuật ngữ Phật học rất hay, ý nghĩa sâu sắc. Người học Phật biết và hay nói đến. Nhiều người thuộc các tôn giáo khác cũng biết và cũng thường đề cập. Một trong những thuật ngữ ấy chính là buông, buông xả, buông bỏ… (let it go, let it down)

Nói thì hay vậy nhưng làm được hay không là một chuyện khác, làm được bao nhiêu tùy thuộc vào năng lực, bản lãnh và sự quyết tâm của mỗi cá nhân.

Buông cái gì? Thân xác này, của cải vật chất, danh vọng địa vị, dục lạc, ngũ dục lục trần, thất tình lục dục…? Trời ơi sao mà quá nhiều thứ ràng buộc, dính mắc, bám chấp thế này? Làm sao mà buông cho được đây?

Con người từ vô số kiếp đến nay bám chặt cái tri chướng của mình, chấp chặt vào thân xác của mình, của cải của mình, người thân mình, danh vọng địa vị mình… cái gì cũng của mình hết ráo! Thậm chí ngay cả bệnh cũng của mình, nỗi khổ đau của mình… Bởi vậy giờ nói buông thì đâu có dễ chút nào!

Về mặt lý thuyết thì ai cũng biết là thế giới này vốn vô thường, tất cả biến hoại thay đổi trong từng phút giây, mọi người cũng đều đi đến cái chết… nhưng chấp nhận điều đó quả thật khó khăn. Tuy cố giữ lấy, bấm víu không chịu buông nhưng rồi sẽ bị bỏ mà thôi! Sanh – già – bệnh -chết là lẽ đương nhiên, đời lên voi xuống chó là chuyện hàng ngày, của cải tụ tán vẫn diễn ra trước mắt, thế cuộc thịnh suy liên lỉ chưa từng dừng lại bao giờ. Buông bỏ của cải vật chất tuy khó nhưng còn tương đối dễ. Người ta có thể cho đi, bố thí, chia sẻ… Buông bỏ thân xác khó hơn một bậc nữa, ai cũng chấp cái thân này là ta, của ta. Cho nên nhiều người chết rồi, thân xác đã hoại mà vẫn còn chấp thân nên mới sanh ra những hiện tượng hồn ma bóng quế vất vưởng trong cái cảnh giới mơ hồ không sao siêu thoát. Buông bỏ tình cảm cực kỳ khó, tình chấp sâu nặng. Con người ta chấp vào cái tình, sống chết với tình dù là thương hay ghét. Bởi vậy mà "khối tình mang xuống tuyền đài chưa tan" (Mỵ Nương – Trương Chi). Trong các thứ tình cảm thì tình mẹ con là thiêng liêng nhất, sâu đậm nhất, gắn bó nhất, trân quý nhất, bền vững nhất. Con người dù Đông hay Tây, ta hay Tàu, xưa hay nay… cũng đều trân trọng tình mẹ con , tình cha con. Phật từng nói tình cảm là sợi dây ràng buộc chắc chắn nhất, nợ ân tình là mối nợ lớn nhất. Vậy thì trong các thứ tình ấy thì tình mẹ con càng ràng buộc chắc nhất, nợ lớn hơn hết.

Thế gian này, loài người dù giàu hay nghèo, sang hay hèn, trí hay ngu… cũng đều thương nhớ mẹ (cũng có một số ngoại lệ ít ỏi bất hiếu thì không đáng nói đến).

***

Khi hay tin má bị ung thư, tôi đã khóc, lòng tôi xót xa, tâm thần căng thẳng cực độ. Tôi cảm nhận cái chết đang từ từ đến với má mà mình bất lực. Tôi đã cầu nguyện suốt, nhiều đêm không sao ngủ được. Bao nhiêu lý thuyết, chữ nghĩa học mấy mươi năm giờ cũng chẳng có ý nghĩa gì. Buông ư? buông sao đây? Má đang bị ung thư, tôi sẽ mất má! Sống chia ly nhưng má vẫn ở yên đấy, một khi tử biệt thì vĩnh viễn xa nhau. Tôi biết không buông thì cũng sẽ bị bỏ nhưng buông làm sao đây má ơi? Con thương má, con nợ má tấm hình hài này, ơn nghĩa sinh thành, công lao dưỡng dục mấy chục năm ròng. Ơn trọng tình thâm như biển trời nào đâu chỉ một kiếp này!

Căn bệnh ung thư quái ác nó âm thầm diễn ra mà không có bất cứ một triệu chứng nào. Giờ phát hiện thì đã muộn, với tuổi tác và sức khỏe của má thì không thể xạ trị hay hóa trị. Chọn lựa chữa trị cũng là một khó khăn lớn. Bác sĩ cũng chỉ nêu gợi ý và để gia đình quyết định. Chữa trị hay không chữa trị có quá nhiều ý kiến trái ngược nhau. Duy có một điều là chữa trị hay không chữa trị thì cuối cùng cũng đi đến cái chết. Có khi chữa trị có thể kéo dài sự sống thêm một thời gian, cũng có khi lại chết nhanh hơn vì chịu không nổi hóa chất hay xạ trị. Tây y với thuốc men đặc trị, phương tiện kỹ thuật tân tiến nhất vốn cũng chỉ thành công phần nào thôi. Đông Y càng không phải nói nữa, những phương pháp dân gian như: Uống nước sắc lá đu đủ, trinh nữ hoàng cung, sả, nấm linh chi, thậm chí phương pháp rất phản khoa học là uống chanh muối và phơi nắng, nhịn ăn… chẳng qua là liệu pháp tâm lý, còn nước còn tát, phước chủ may thầy, sắp đuối thì vơ bám chứ những thứ ấy làm sao mà trị được ung thư! Tất cả những biện pháp ấy càng bám thì càng bị bỏ, không buông cũng bị bỏ!

Khoa học và y học cho ung thư là do các tế bào tăng trưởng bất thường, đột biến gene, do môi trường ô nhiễm, do thức ăn độc hại, nhiễm hóa chất, nhiễm phóng xạ… tất cả những điều ấy là duyên chứ không phải nhân. Bằng chứng là có hàng vạn trẻ em không nằm trong những điều trên vẫn ung thư. Hàng ngàn người giàu có sống trong môi trường tuyệt vời, thức ăn toàn loại thượng hảo hạng vẫn ung thư. Ôn Quảng Bửu (tu viện Nguyên Thiều), ôn Minh Hạnh (chùa Phước Điền) xuất gia từ nhỏ, sống thanh tịnh nơi lan nhã già lam, cả đời an lạc chẳng bị căng thẳng thần kinh, ăn uống rau dưa chay tịnh thế mà cũng bị ung thư. Thế mới biết những lý do mà y học nêu ra chẳng phải là nhân. Hai Ôn bị ung thư, vào giai đoạn cuối thể xác bị hành đau đớn lắm nhưng tinh thần vẫn lạc quan, tươi tỉnh. Phật tử gần xa thăm viếng hỏi han thì mấy Ôn cười: "Thầy có bịnh chi đâu, chẳng qua là ung thư thôi, kệ nó đi con". Hai thầy thật sự buông trước khi bị bỏ. Hai thầy buông sạch tài, sắc, danh, thực, thùy; buông hết ngũ dục lục trần; buông cả thất tình lục dục kể từ khi đầu Phật. Giờ bị ung thư thì coi thân xác cũng chỉ tạm bợ, buông luôn cả thân xác vì thế mà sống an lạc, tâm bình khí hòa mặc cho thân xác đang bị giày vò vì căn bệnh ung thư.

Quý thầy đã học và hành, đã làm tấm gương cho mọi người thấy, đây chính là ngôn giáo và thân giáo. Đây chính là lý thuyết và thực hành tương ưng.

Má bị ung thư, con đau khổ và căng thẳng vì thương má. Con nguyện gánh các nghiệp thay má nhưng làm sao thay được đây? Phật dạy rõ ràng rồi, nghiệp ai nấy chịu dù có thương yêu trân quý sâu đậm như má con cũng không làm sao thay được! Con biết má không dễ dàng chấp nhận và buông bỏ như quý thầy, đây chính là mấu chốt của vấn đề! vì không dễ chấp nhận và buông bỏ nên mới sợ và khổ tâm. Quý thầy chỉ đau thân xác chứ không có khổ tâm, không bám víu mà chấp nhận buông bỏ. Má tuy cũng là Phật tử nhưng cũng như đa số Phật tử khác, chưa thấm hiểu lẽ vô thường, không nắm được giáo lý Phật pháp nên đâu dễ dàng buông bỏ.

Con thương má, lo sợ cho cái sự chấp của má. Con cầu nguyện chư Phật, chư Bồ Tát, chư hiền thánh… gia hộ cho má, giúp má nhận ra vấn đề để chấp nhận buông. Má đang sống những ngày tháng tuổi già bóng xế, má đang sống chung với ung thư. Có một điều rất kỳ diệu mà con tin là nhờ phước báu của má, nhờ sự gia hộ của Phật đà nên má không bị đau đớn, mặc dù ung thư nhưng thân xác má không bị hành như những bệnh nhân ung thư khác.

Mọi thứ đang từ từ bỏ má, má cố gắng buông bỏ nha má! Má không buông thì mọi thứ cũng bỏ má. Ngay cả con cũng thế, con đang già đi từng ngày, điều ấy cũng có nghĩa là mọi thứ cũng đang từ từ từng bước bỏ con: Sức khỏe, trí tuệ, tình cảm, của cải, các mối quan hệ, hình hài thân xác… Thế giới vô thường, thân xác vô thường, tất cả đều vô thường! Đã làm người trong cõi vô thường này thì ai cũng vậy thôi chứ nào chỉ có má con mình, tuyệt đối không có sự cá biệt nào. Người đời thường bảo trên thế gian này chẳng có chi tuyệt đối nhưng cái việc này là tuyệt đối, không buông sẽ bị bỏ!

Má ơi! Phật dạy thân xác này là túi da bất tịnh, là tổ hợp của các tế bào, là sự tụ hội của sắc (thân vật chất) và danh (tâm thức, tinh thần). Nó đã hợp vì duyên thì ắt nó sẽ tan hoại vì duyên. Mình có chấp chặt, thủ giữ cũng không được. Khi duyên đã hết thì nó phải ra đi thôi. Vậy thì mình buông nghen má! Mình không buông thì nó cũng bỏ mình, vậy thì mình buông trước cho nhẹ. Mình sống được ngày nào vui ngày đó, tận dụng ngày giờ sống làm việc thiện để sắm tư lương cho quãng đường phía trước. Mình chưa có được bản lãnh như quý thầy cười cợt đùa với bệnh thì chí ít mình cũng lơ nó đi, biết nó đang hoại thân xác mình nhưng đừng làm quan trọng để khỏi phải khổ tâm mình nghen má!

Con thương má, cầu nguyện cho má, lo lắng cho má, tâm con bất an. Lý thuyết là thế nhưng đứng trước thực tế khó khăn này quả thật buông không dễ, dù có khó con cũng cố mà trấn tĩnh và chấp nhận sự thật. Con tập buông không có nghĩa là con trơ như gỗ đá, học Phật mà thành gỗ đá thì học để làm gì? Con chưa đủ bản lãnh an lạc vô sự như quý thầy nhưng chí ít con cũng biết được cái nhân, cái duyên, cái quả và quan trọng là phải biết tập buông từng tí một. Con chưa buông bỏ được như quý thầy nhưng ít ra con cũng không còn quá chấp chặt vào cái thân này, cái thất tình lục dục…

Má ơi! Con thương má, nghiệp đã chín muồi, quả đã thành thì không thể nào khác được! nói những điều này ra thật quá đau lòng nhưng sự thật không sao khác được. Đời người rồi ai cũng phải ra đi. Má cố gắng sống an lạc trong những ngày tháng tuổi già bóng xế nghen má! Cái thân này như cái xe, chạy đã tám mươi năm thì nó phải hỏng hóc, có bỏ nó để lấy cái xe mới cũng ngon lành hơn hén má (nếu mình chưa liễu sanh thoát tử)! Bỏ môi trường này để đến một môi trường khác sống và tu học tốt hơn như Tây Phương Tịnh Độ chẳng hạn. Nơi ấy chỉ toàn chư thượng thiện nhơn. Nơi ấy có chim nói pháp. Nơi ấy không có ngũ dục lục trần, không có ràng buộc hệ lụy. Nơi ấy không còn sanh già bệnh chết hay bất cứ khổ đau nào… con với má nếu về nơi ấy đều hóa sanh trong hoa sen. Mình phải buông thôi má ơi! Buông trước khi bị bỏ nghen má! Buông chỉ là một niệm tâm thôi nhưng lại là tất cả đó má ơi! ■

Ất Lăng thành, 10/25

THƠ
Nguyễn An Bình

BƯỚC CHÂN AN LẠC

Xin gió hãy mang đi
Nỗi buồn đau vô vọng
Hạt mầm của từ bi
Phủ xanh niềm vui sống

Lòng nhẹ tựa như bông
Uống giọt sương buổi sớm
Bước qua những thăng trầm
Ngày mai rồi sẽ khác.

Hoa cúc nở gọi mùa
Thị vàng thơm nỗi nhớ
Tiếng võng mẹ ngày xưa
Muôn đời còn nhắc nhở.

Ngủ dưới cội bồ đề
Nghe lời kinh sớm tối
Luân hồi khỏi sông mê
An nhiên niềm vui mới.

Sân thiền nở tâm khai
Chuông chùa ngân xa mãi
Mây trắng ngàn năm bay
Nhẹ bước chân an lạc. ■

THƠ
TUỆ NGA

CỔ MỘ AI CHỜ ĐÁ NỞ HOA

Một cõi trời riêng ta với ta
Hoa tiên vừa thảo mực chưa nhòa
Em ơi chớm gió mùa thu đấy
Có gợn trong lòng chút xót xa

Ta với ta riêng một mảnh trời
Vần thơ ướt lệ...tuyết sương rơi
Bốn mươi năm tưởng như vừa mới
Nhặt cánh hoa niên mộng nửa vời

Một cõi trời riêng mình với mình
Non sông dời đổi lắm điêu linh
Ngược dòng tâm tưởng gom hoa nắng
Chị viết bài thơ chuyện của mình

Duyên khởi trùng trùng thoáng sát na
Ai đi tìm lại bóng ngày qua
Để nghe tiếng hát ngàn xưa vọng
Cổ Mộ ai chờ đá nở hoa

Gió thoảng bồng bềnh Hương Tịnh Đế
Nắng vàng tươi ngát Cội Đa La
Bánh xe chuyển pháp thơm xuân mới
Một cõi trời riêng bút nở hoa... ■

Bác sĩ Đỗ Hồng Ngọc

Một ngày kia... đến bờ

Tùy bút gồm 26 tiểu mục "Một Ngày Kia... Đến Bờ" là những bài Pháp thoại giá trị dễ hiểu & lý luận khoa học (NXB Đà Nẵng, 2023). Tất cả được dịch sang tiếng Đức và lần lượt trích đăng song ngữ ở Báo Viên Giác, với sự đồng ý của tác giả - BBT VG

➢ **Cận tử nghiệp**

Một sự xúc chạm gần gũi với cái chết có thể đem lại một sự tỉnh thức thực sự, một sự chuyển hóa trong toàn bộ nhân sinh quan của ta. Có lẽ một trong những khải thị quan trọng nhất của nó đã chuyển hóa con người trải qua kinh nghiệm ấy như thế nào. Những nhà nghiên cứu đã lưu ý một số hậu quả và biến đổi đáng ngạc nhiên nơi những người ấy: Đó là họ bớt sợ hãi và biết chấp nhận sự chết; họ quan tâm đến việc giúp đỡ người khác nhiều hơn, họ càng thấy rõ tầm quan trọng của yêu thương, họ ít quan tâm đến những theo đuổi vật chất, họ càng tin tưởng vào chiều hướng tâm linh và ý nghĩa cuộc đời, và dĩ nhiên họ càng mở rộng niềm tin về đời sau.

Có người sau "cận tử" đã chuyển hóa từ một con người lạc lõng lang thang không mục đích, không thiết gì trong đời ngoài tài sản vật chất, đến một người có định hướng, có động cơ sâu xa, có một mục đích trong cuộc đời, và một niềm tin mãnh liệt rằng sẽ có một quả báo vào cuối cuộc đời.

Có người sau kinh nghiệm cận tử cảm thấy có một ý thức cao về tình yêu, khả năng cảm thông, khả năng tìm thấy niềm vui và lạc thú trong những việc nhỏ nhặt tầm thường nhất quanh mình... Có lòng thấu cảm đối với người bệnh và người sắp chết, và hết sức mong sao cho họ biết và ý thức được rằng tiến trình chết chỉ là một sự nối dài của đời sống.

Một khải thị có tính cách cá nhân, hoàn toàn không thể đặt tên, cho thấy ta là gì, tại sao ta ở đây, ta phải làm thế nào... Điều này cuối cùng, không khác gì một đời sống mới mẻ, một cuộc phục sinh. (The Tibetan Book of Living and Dying, Sogyal Rinpoche, 1992, Trí Hải dịch)

Các nghiên cứu cho thấy khi tim ngừng đập, não không chết cùng lúc mà trái lại bắt đầu hoạt động với tốc độ rất nhanh. Hormone *dopamine* tiết ra làm khả năng nhận thức tăng lên nhiều lần và có cảm giác bình yên... Hormone *serotonin* cũng tăng lên, kích hoạt các mối liên kết với ảo giác thị giác, nhớ lại toàn bộ các sự kiện trong đời. Các nghiên cứu cho rằng trải nghiệm cận tử có thể do não đang bị thiếu oxy.

Trong thời kỳ bệnh Covid-19, có những bệnh nhân bị Covid được gọi là "happy hypoxia" hay "silent hypoxia" vì lượng oxygen xuống rất thấp trong máu mà không bị mệt, không bị khó thở như đa số các bệnh nhân khác.

Bình thường lượng Oxy trong máu người khỏe là hơn 95%, trong khi những bệnh nhân này lượng Oxy có thể dưới 40% mà không có triệu chứng thiếu Oxy khiến bác sĩ kinh ngạc, họ như người bình thường, dù vẫn có ho, thở nhanh, tim nhanh hay chậm...Phải chăng những bệnh nhân này là những người quen thiền, quen với tình trạng thiếu Oxy kinh niên (chronic hypoxia)?

Ta thấy các thiền sư thường tìm lên núi cao để dễ tu tập vì không khí loãng, tỷ lệ Oxy thấp. Trong tứ thiền, giai đoạn gọi là "Xả niệm thanh tịnh" thiền giả gần như đã ngưng thở như ta biết.

➢ **Vài kinh nghiệm riêng**

Tứ Niệm Xứ, phương pháp căn bản của Thiền gồm "Thân thọ tâm pháp" thiệt ra theo tôi chỉ cần Một. Bởi có thân mới có thọ, có thọ mới có tâm và có tâm mới có pháp. Pháp thì từ tâm mà sanh ra. Vô tâm, vô niệm thì pháp không tồn tại. Ta khổ, ta phiền não là vì "pháp". Ta không thanh tịnh được là vì pháp. Vạn pháp đều do tâm sanh, tâm vẽ vời ra đó thôi. Không có thọ thì cũng không có tưởng. Tưởng là vua sanh sự. Gì cũng do tưởng mà sanh ra. Thọ thì từ xúc. Xúc mới có *thọ, ái, thủ, hữu,* đi vào vòng quay "sanh, lão tử". Các giác quan mà thanh tịnh được thì hết chuyện! Khi *Thức* chuyển thành *Trí* thì mọi thứ yên ắng, lặng lẽ, thanh tịnh ngay. Tám thức mà chuyển thành 4 Trí thì hết chuyện! Tứ niệm xứ Thân thọ tâm pháp thì Thân chính là cửa ngõ, giúp ta được "thanh tịnh", không còn phiền não khổ ưu gì nữa và "chứng đắc Niết-bàn". Có một vị Phật tên gọi "Bất Không thành tựu Như Lai" - chẳng gì chẳng thành tựu - chỉ nhờ đã tu tập chuyển hóa được các giác quan từ *Tiền ngũ thức* thành Trí. (Tiền ngũ thức: Nhãn, Nhĩ, Tỷ, Thiệt, Thân đã chuyển thành Diệu quan sát *Trí*).

Ta khổ sở quẩn quanh vì bị ràng buộc, vì tham, vì sân… chẳng qua vì ta "tưởng thiệt" mà "trụ" vào đó, nào bằng cấp, nào danh vọng, tiền bạc, khen chê, hơn thua… các thứ. Thiền dạy buông xả. Mục tiêu của Thiền Định là Xả. Chánh niệm hơi thở để dần dần xả… hơi thở, để đạt đến chánh Định. À mà hơi thở nó tự buông xả, chớ không phải do ta cố gắng, ráng sức.

«Thả lỏng toàn thân thả lỏng chưa?» là một câu "chú", một "đà-la-ni" của riêng tôi mỗi buổi sáng sớm khi ngồi xuống… "diện bích"! Tôi nói diện bích vì chỗ tôi ngồi… thiền cách vách tường chưa tới một mét. Dĩ nhiên thiền không cứ phải ngồi. Đi đứng nằm ngồi gì cũng thiền được. Nhưng ngồi thì… vui hơn, có lý hơn! Tôi không ngồi được kiết già, bán già như truyền thống thì ngồi kiểu của… tôi, cũng như có kiểu ngồi của Tây Tạng, kiểu ngồi của Nhật Bản và kiểu ngồi của người Tây phương… Kiểu nào cũng tốt cả! Từ hai mươi lăm năm nay, sáng nào tôi cũng ngồi "cái gọi là thiền" của mình – vì không theo một trường phái nào cả, không theo một vị thầy nào cả, mà chỉ nắm nguyên tắc thiền Anapanasati mà Phật đã dạy từ thuở ban đầu chừng 30-40 phút, sau đó kết hợp với các động tác thể dục nhẹ chừng 30 phút nữa mà tôi coi là một thứ thiền «động», một cách «xả thiền». Mỗi động tác thể dục đều tác động trên từng «cơ, xương, khớp» của thân. Tôi thấy sức khỏe mình có tốt hơn lên, sức làm việc bền bĩ hơn, trí nhớ có phần tốt hơn… Hôm nào không ngồi thiền và tập thể dục như vậy thì thấy uể oải. Lâu ngày tôi thấy mình như «ghiền» vậy. Tôi viết một bài vè để giúp trí nhớ cho riêng mình:

Thả lòng toàn thân/ như treo móc áo/ ngồi xếp bằng tròn/ vai ngang lưng sổ/ dõi theo hơi thở/ như mượn từ xa/ khi vào khi ra/ khi sâu khi cạn/ chú tâm quãng lặng/ pranasati/ hơi thở xẹp xì/ thân tâm an tịnh/ không còn ý tưởng/ chẳng có thời gian/ hạt bụi lang thang/ dính vào hơi thở/ duyên sinh vô ngã/ ngũ uẩn giai không/ từ đó thong dong/ thõng tay vào chợ….

Động tác thả lỏng toàn thân rất quyết định trước khi vào thiền. Vào thiền mà còn căng cứng thì hỏng bét. Cho nên phải nhắc mình "thả lỏng toàn thân thả lỏng chưa?" là vậy. Khi thả lỏng toàn thân như vậy, ta đã bềnh bồng trôi đi, không còn có ta có người có chúng sanh có thọ giả gì nữa… Nếu thực sự thả lỏng được thì tức khắc ta đã giảm thiểu tiêu hao năng lượng một cách đáng kể.

Ngay hơi thở đầu tiên đã có thể vào Định. Thiệt ư? Thiệt. Ngồi xuống nhẹ nhàng, giữ lưng thẳng đứng, hít nhẹ một hơi vào rồi buông lỏng toàn thân, từ từ buông luôn hơi thở, không cần đếm, không cần quán sát, dõi theo gì nữa. Ta rơi vào một khoảng trống, lặng, khi hơi nhẹ nhàng thoát ra ở mũi, và kéo dài cho đến hết, trước khi có một hơi thở vào nhẹ nhàng tiếp theo. Nó tự biết, không cần ta quan tâm! Khi áp suất dương (+) thì hơi trong phổi "xì ra", khi áp suất âm (-) thì hơi được hút vào. Quãng lặng là khi áp suất bằng Zero (0), hơi không vào không ra gì nữa. Người quen rồi thì cứ thả hơi tự động, không hề có một sự cố gắng, gắng sức ở đây. Nếu có cố gắng, ráng sức thì… sẽ thất bại. Tôi viết mấy câu thơ để tự nhắc mình:

Chắt ra cho hết/ Giọt hơi cuối cùng/ Thả mình như lá/ Rơi vào hư không/ Tràn vào khắp nẻo/ Đất trời mênh mông/ Nhẹ như không có/ Có mà như không… (Có Không).

Không nhẫn nhục thì dễ bỏ cuộc. Ai cười mặc, cứ "lì" là xong! Ngồi xếp bằng còn giống cái tháp. Tháp báu. Ở trong tháp báu đó có Như Lai Đa Bảo của mình đang tủm tỉm cười chờ đón mình. Như Lai Đa Bảo là một cái xác khô, gồm toàn đất, nước, gió, lửa (Carbon, Hydrogen, Oxygen, Nitrogen) và các nguyên tố đồng, chì, sắt, kẽm, mangan, ma-nhê, phospho, vôi vữa các thứ… Tháp (Stupa), nguyên nghĩa là nấm mồ. Trong kinh Pháp Hoa, Phật gõ cửa chui vào Tháp báu cùng Như Lai Đa Bảo tay bắt mặt mừng, trò chuyện thiệt vui.

Anapanasati (Quán niệm hơi thở, An-ban thủ ý; Nhập tức xuất tức niệm) là phương pháp Thiền định rất khoa học, dễ thực hành, ai cũng học được, không sợ "tẩu hỏa nhập ma", gồm cả Thiền chỉ (Samatha) và Thiền quán (Vipassana), từ đó dẫn tới Định mà không cần phải qua các tầng cấp phức tạp của thiền sắc và vô sắc v.v…

Khi hiểu rõ hơn về cơ thể học, sinh lý học, tâm lý học… của thiền Anapanasati, tôi nghĩ Phật còn để dành cho ta "tự phát hiện" một điều "bí nhiệm" khác để có thể nhanh chóng vào tam muội Phổ Hiền: Đó là đặt niệm vào khoảng trống giữa hai hơi thở. Có thể coi đó một *bardo*, trung gian giữa 2 hơi thở vào và hơi thở ra. Ở đó, ta có quãng lặng, không thở, ngưng thở, một "quãng chết" ngắn. Đó là cách "tập chết" hiệu quả mỗi ngày mà có lẽ các hành giả Mật thừa trải nghiệm quá trình sự chết, học tập sự chết, làm quen với "Tử ma", thân thiết với *tử ma*. Prana cũng được người xưa coi là "Nguồn sống" ấy là cõi không thở, cõi trước khi thở... Đây cũng chính là giai đoạn người ta đã sống trong bào thai mẹ, hay trở về bào thai Như Lai, Như Lai tạng.

Khi còn ý, khi còn tưởng thì tức khắc còn sanh sự. Và tức khắc có sự nhộn nhạo. Nhưng coi vậy mà rất khó để dứt ý tưởng lăng xăng. Phật mà còn bị Ma vương quấy nhiễu, bao nhiêu hình bóng chập chờn, xua đi không dễ! Cho nên khi thấy những ý tưởng nọ kia xuất hiện cũng là chuyện bình thường thôi. Cứ để tự nhiên. Nó đến rồi nó đi. Đừng có xua đuổi. Càng xua đuổi càng dính mắc, "phan duyên" (dây mơ rễ má, sinh sự sự sinh).

Khi thân tâm an tịnh, có thể cảm nhận một sự nhẹ nhàng, sảng khoái (thiền duyệt) ... như đã biết.■

(còn tiếp số tới)

Eines Tages... das andere Ufer erreichen

Übersetzt ins Deutsche von Nguyên Đạo & Prof. Beuchling

Diese 26 Essays in „Eines Tages... das andere Ufer erreichen" *sind wertvolle, leicht verständliche und wissenschaftlich fundierte Dharma-Vorträge. Sie werden mit Zustimmung des Autors alle ins Deutsche übersetzt und zweisprachig in der Zeitschrift Viên Giác veröffentlicht – Die Redaktion.*

➤ **Sterbensnahe Handlungen**

Eine nahe Begegnung mit dem Tod kann zu einem echten Erwachen führen, einer Transformation der gesamten Lebensanschauung.

Vielleicht ist eine der wichtigsten Offenbarungen, wie sie den Menschen verändert hat, die diese Erfahrung gemacht haben. Forscher haben einige überraschende Folgen und Veränderungen bei diesen Menschen festgestellt: Sie haben weniger Angst vor dem Tod und akzeptieren ihn; sie sind mehr daran interessiert, anderen zu helfen; sie erkennen die Bedeutung von Liebe deutlicher; sie interessieren sich weniger für materielle Bestrebungen; sie vertrauen mehr auf spirituelle Richtungen und den Sinn des Lebens; und natürlich erweitern sie ihren Glauben an ein Leben nach dem Tod.

Manche Menschen haben nach einer „Nahtoderfahrung" eine Transformation von einem ziellosen, richtungslosen Individuum, das im Leben nichts außer materiellem Besitz wertgeschätzt hat, zu einer Person mit Richtung, tiefgründigen Motiven, einem Lebensziel und einem starken Glauben daran, dass es am Ende des Lebens eine Belohnung geben wird, durchgemacht.

Manche Menschen fühlen nach einer Nahtoderfahrung ein höheres Bewusstsein für Liebe, die Fähigkeit zur Empathie, die Fähigkeit, Freude und Vergnügen in den alltäglichsten Kleinigkeiten um sich herum zu finden... Sie empfinden Mitgefühl für Kranke und Sterbende und wünschen sich zutiefst, dass diese erkennen und sich bewusst werden, dass der Sterbeprozess lediglich eine Verlängerung des Lebens ist.

Eine persönliche Offenbarung, die völlig unbenennbar ist, zeigt, was wir sind, warum wir hier sind, was wir tun müssen... Dies führt letztlich zu einem neuen Leben, einer Auferstehung. (Das tibetische Buch vom Leben und vom Sterben, Sogyal Rinpoche, 1992, übersetzt von Trí Hải).

Studien zeigen, dass, wenn das Herz aufhört zu schlagen, das Gehirn nicht sofort stirbt, sondern im Gegenteil beginnt, sehr schnell zu arbeiten. Das Hormon *Dopamin* wird freigesetzt, was die Wahrnehmungsfähigkeit um ein Vielfaches erhöht und ein Gefühl von Frieden erzeugt... Das Hormon *Serotonin* steigt ebenfalls an, aktiviert Verbindungen zu visuellen Halluzinationen und erinnert an alle Ereignisse im Leben. Es wird angenommen, dass Nahtoderfahrungen möglicherweise durch Sauerstoffmangel im Gehirn verursacht werden.

Während der Covid-19-Pandemie gab es Covid-Patienten, die als „happy hypoxia" oder „silent hypoxia" bezeichnet wurden, weil der Sauerstoffgehalt im Blut sehr niedrig war, ohne dass sie müde wurden oder Atemnot wie die meisten anderen Patienten hatten.

Normalerweise liegt der Sauerstoffgehalt im Blut gesunder Menschen über 95%, während dieser Patienten der Sauerstoffgehalt unter 40% fallen kann, ohne Symptome eines Sauerstoffmangels zu zeigen, was die Ärzte erstaunt. Sie verhalten sich wie normale Menschen, obwohl sie immer noch husten, schneller atmen, einen schnellen oder langsamen Herzschlag haben... Könnte es sein, dass diese Patienten Personen sind, die an Meditation gewöhnt sind, an einen chronischen Sauerstoffmangel (chronische Hypoxie)?

Wir sehen, dass Meditationsmeister oft hohe Berge aufsuchen, um leichter zu praktizieren, weil die Luft dünn und der Sauerstoffgehalt niedrig ist. In der vierten Dhyana, in der Phase genannt „Loslassen der Gedanken in Reinheit", haben die Meditierenden fast aufgehört zu atmen, wie wir es kennen.

24. Einige persönliche Erfahrungen

Die Vier Grundlagen der Achtsamkeit, die grundlegende Methode der Meditation, bestehend aus „Körper, Empfindung, Geist, Lehren", benötigen meiner Meinung nach eigentlich nur Eine. Denn mit dem Körper gibt es Empfindungen, mit Empfindungen gibt es den Geist und mit dem Geist gibt es die Lehren. Lehren entstehen aus dem Geist. Ohne Geist, ohne Gedanken existieren die Lehren nicht. Wir leiden, wir sind beunruhigt wegen der „Lehren". Wir können nicht rein sein wegen der Lehren. Alle Phänomene entstehen aus dem Geist, der Geist malt sie nur. Ohne Empfindung gibt es auch keine Vorstellung. Die Vorstellung ist der König, der Dinge erschafft. Alles entsteht aus der Vorstellung. Empfindung kommt von Kontakt. Nur mit Kontakt gibt es Empfindung, Begehren, Festhalten, Existenz, was in den Kreislauf von „Geburt, Alter, Tod" führt. Wenn die Sinne gereinigt werden können, gibt es kein Problem mehr! Wenn Bewusstsein zu Weisheit wird, dann wird alles still, ruhig und rein. Wenn die acht Bewusstseinsformen zu den vier Weisheiten werden, dann gibt es kein Problem mehr! Bei den Vier Grundlagen der Achtsamkeit von Körper, Empfindung, Geist, Lehren ist der Körper das Tor, das uns zur „Reinheit" führt, keine Sorgen und Leiden mehr verursacht und die „Erleuchtung" erlangt. Es gibt einen Buddha namens „Tathagata der Vollendung des Nicht-Erreichens" - nichts wird erreicht - nur durch die Praxis der Transformation der Sinne von den fünf Sinnesbewusstseinen zu Weisheit. (Die fünf

Sinnesbewusstseine: Auge, Ohr, Nase, Zunge, Körper haben sich in die wunderbare beobachtende Weisheit verwandelt).

Wir leiden und kreisen herum, weil wir gefesselt sind, wegen Gier, wegen Zorn... einfach weil wir „wirklich glauben" und daran „festhalten", sei es an Titeln, Ruhm, Geld, Lob und Tadel, Überlegenheit und Unterlegenheit... alles Mögliche. Meditation lehrt das Loslassen. Das Ziel der Meditation ist das Loslassen. Achtsamkeit auf den Atem, um schrittweise den Atem... loszulassen, um wahre Meditation zu erreichen. Und der Atem, er lässt von selbst los, nicht weil wir uns anstrengen oder bemühen.

„Ist der ganze Körper entspannt? Ist er wirklich entspannt?" ist mein eigener „Zauberwort", meine „Dharani" jeden frühen Morgen, wenn ich mich zum Sitzen niederlasse... vor einer „Wand"! Ich sage Wand, weil der Platz, an dem ich sitze... weniger als einen Meter von einer Wand entfernt ist für die Meditation.

Natürlich muss man für die Meditation nicht nur sitzen. Gehen, stehen, liegen, sitzen – man kann in jeder Haltung meditieren. Aber Sitzen macht... mehr Spaß, ergibt mehr Sinn! Wenn ich nicht im Voll- oder Halblotussitz wie traditionell sitzen kann, dann sitze ich auf meine eigene Weise, genauso wie es tibetische, japanische und westliche Sitzstile gibt... Jeder Stil ist gut! Seit fünfundzwanzig Jahren sitze ich jeden Morgen in meiner „sogenannten Meditation" – da ich keiner Schule folge, keinem Meister, sondern nur den Prinzipien der Anapanasati-Meditation, die Buddha von Anfang an gelehrt hat, etwa 30-40 Minuten lang, danach kombiniere ich es mit etwa 30 Minuten leichten Übungen, die ich als eine Art „aktive Meditation", eine Art „Loslass-Meditation" betrachte. Jede Übung wirkt auf jedes „Muskel, Knochen, Gelenk" des Körpers. Ich merke, dass meine Gesundheit sich verbessert, meine Ausdauer stärker wird, mein Gedächtnis etwas besser... An Tagen, an denen ich nicht meditiere und solche Übungen mache, fühle ich mich träge. Mit der Zeit fühlte ich mich wie „süchtig" danach. Ich schrieb ein Gedicht, um mir selbst zu helfen, es zu merken:

Den ganzen Körper entspannen/ wie auf einen Kleiderhaken hängen/ im Schneidersitz sitzen/ Schultern gerade, Rücken offen/ dem Atem folgen/ als wäre er von weit her geliehen/ beim Ein- beim Ausatmen/ tief und flach/ auf die Stille achten/ pranasati/ der Atem flacht ab/ Körper und Geist in Ruhe/ keine Gedanken mehr/ keine Zeit/ Staubkörner wandern/ kleben am Atem/ bedingungslose Nicht-Selbstheit/ die fünf Skandhas sind leer/ von da an gelassen/ locker zum Markt gehen...

Die Entspannung des gesamten Körpers ist entscheidend, bevor man mit der Meditation beginnt. Wenn man noch angespannt in die Meditation geht, ist es komplett verfehlt. Deshalb muss man sich selbst erinnern: „Ist der ganze Körper entspannt?" So ist es. Wenn man den Körper so entspannt, hat man sich bereits treiben lassen, es gibt kein Ich, keine Person, keine Lebewesen, keine Empfindungen mehr... Wenn man wirklich entspannen kann, dann hat man den Energieverbrauch sofort signifikant reduziert.

Schon beim ersten Atemzug kann man in die Meditation (Samadhi) eintreten. Wirklich? Ja. Setz dich sanft hin, halte den Rücken gerade, atme leicht ein und dann entspanne den ganzen Körper, lass den Atem frei, ohne zu zählen, ohne zu beobachten, nichts mehr zu verfolgen. Man fällt in eine Leere, Stille, wenn der Atem sanft aus der Nase entweicht und sich bis zum Ende ausdehnt, bevor ein nächster sanfter Atemzug folgt. Es weiß von selbst, ohne dass wir darauf achten müssen! Bei positivem Druck (+) „entweicht" die Luft aus der Lunge, bei negativem Druck (-) wird die Luft eingesaugt. Die Stille tritt ein, wenn der Druck bei Null (0) ist, kein Ein- oder Ausatmen mehr. Wer daran gewöhnt ist, lässt den Atem automatisch los, ohne jegliches Bemühen, keine Anstrengung hier. Wenn man sich anstrengt oder bemüht, dann... wird es scheitern. Ich habe einige Zeilen geschrieben, um mich selbst zu erinnern:

Lass es völlig frei / Den letzten Atemzug / Lass dich fallen wie ein Blatt / In die Leere / Fülle jeden Winkel aus / Der unermessliche Himmel und die Erde / Leicht, als ob es nichts gäbe / Es gibt, und doch ist es, als ob es nicht gäbe... (Sein und Nichtsein).

Ohne Geduld ist es leicht, aufzugeben. Wer auch immer lacht, einfach „durchhalten", dann ist es geschafft! Im Schneidersitz zu sitzen, ähnelt einem Turm. Ein kostbarer Turm. In diesem kostbaren Turm wartet mein eigener Tathagata Ratnasambhava lächelnd auf mich. Tathagata Ratnasambhava ist ein ausgetrockneter Körper, bestehend aus Erde, Wasser, Wind, Feuer (Kohlenstoff, Wasserstoff, Sauerstoff, Stickstoff) und Elementen wie Kupfer, Blei, Eisen, Zink, Mangan, Magnesium, Phosphor, Kalk usw... Ein Stupa (Pagode), ursprünglich ein Grabmal. Im Lotus-Sutra öffnet Buddha die Tür und tritt zusammen mit Tathagata Ratnasambhava ein, sie begrüßen sich freudig und führen ein wirklich vergnügliches Gespräch.

Anapanasati (Achtsamkeit auf den Atem, bewusste Aufmerksamkeit beim Ein- und Ausatmen) ist eine sehr wissenschaftliche Meditationsmethode, leicht zu praktizieren, von jedem erlernbar, ohne die Gefahr, in „irrationale Zustände" zu verfallen, einschließlich Samatha (Ruhe-Meditation) und Vipassana (Einsichts-Meditation), die zur Samadhi führen, ohne die komplexen Ebenen der Form- und Formlos-Meditation usw. durchlaufen zu müssen...

Wenn ich mehr über die Körperlehre, Physiologie, Psychologie... der Anapanasati-Meditation verstehe, denke ich, dass Buddha uns ein weiteres „Geheimnis" zur eigenen Entdeckung hinterlassen hat, um schnell in die Samadhi der Universalen Tugend einzutreten: Das ist, die Aufmerksamkeit auf den leeren Raum zwischen zwei Atemzügen zu legen. Dies kann als ein Bardo betrachtet werden, ein Zwischenraum zwischen Ein- und Ausatmen. Dort haben wir eine Stille, keine Atmung, eine kurze „Todespause". Das ist eine effektive Art, täglich den „Tod zu üben", vielleicht eine Erfahrung, die Praktizierende des Vajrayana durchmachen, den Tod studieren, sich mit dem „Tod" vertraut machen, sich mit dem Tod anfreunden. Prana wurde auch von den Alten als die „Lebensquelle" angesehen, die Welt, bevor man atmet... Das ist auch die Phase, in der man im Mutterleib lebte oder zurück zum Mutterleib des Tathagata, Tathagatagarbha, kehrt.

Wenn Gedanken und Vorstellungen vorhanden sind, entstehen sofort Ereignisse. Und sofort gibt es Unruhe. Aber es ist sehr schwer, die rastlosen Gedanken zu beenden. Selbst Buddha wurde von Mara belästigt, so viele flüchtige Schatten, nicht leicht zu vertreiben! Daher ist es normal, wenn diese oder jene Gedanken auftauchen. Lass sie natürlich sein. Sie kommen und gehen. Versuche nicht, sie zu vertreiben. Je mehr du versuchst, desto mehr verfängst du dich, „verstrickt" (in Verwicklungen verfangen, Ereignisse erzeugen Ereignisse).

Wenn Körper und Geist in Ruhe sind, kann man ein Gefühl der Leichtigkeit, der Freude (meditative Versenkung) spüren... wie bekannt.

(fortsetzen in der nächsten Ausgabe)

Tịnh Ý Giới thiệu

TRUYỆN CỔ PHẬT GIÁO
SONG NGỮ VIỆT – ĐỨC

NANDIYA SANH VỀ CÕI TRỜI!

(phỏng theo "Tích truyện Pháp cú - TV Thường Chiếu)

Tại Ba-la-nại[1], có một thanh niên tên Nandiya, con của một gia đình Phật tử thuần thành. Nandiya có nhiều đức tính tốt nên cha mẹ chàng để chàng làm Thị giả trung tín của chư Tăng. Đến tuổi trưởng thành, cha mẹ chàng muốn chàng kết hôn với Revatì, nhưng vì cô ấy không tin Phật nên Nandiya không muốn.

Mẹ Nandiya bảo Revatì:

- Này con, hãy quét dọn nhà, lau chùi sạch sẽ chỗ các Sa-môn sẽ ngồi, chuẩn bị chỗ ngồi... cho các ngài. Khi các ngài đến, đỡ lấy bát, mời ngồi, dâng nước lọc sạch. Khi các ngài thọ trai xong, hãy rửa bát. Nếu làm được như vậy con sẽ chiếm được tình cảm của nó.

Revatì làm y lời, và mẹ của Nandiya bảo chàng:

- Bây giờ Revatì đã thuần hậu. Nandiya đồng ý, họ làm lễ thành hôn. Nandiya bảo vợ:

- Nếu em chăm sóc các vị Tỳ-kheo chu đáo, và chăm sóc cha mẹ cũng thế, em có đặc quyền ở trong nhà này, em nên lưu ý.

Revatì hứa làm theo lời chồng. Trong vài hôm, nàng học cách đối xử như một Phật tử thuần thành. Nàng luôn vâng lời chồng, và sau đó sanh hai con trai. Khi cha mẹ chồng mất nàng trở thành nữ chủ và Nandiya được hưởng gia sản trở nên giàu có. Chàng cúng dường Tăng chúng thường xuyên, và cho để vật thực ở cửa, đều đặn cung cấp cho người nghèo và khách lữ hành. Ít lâu sau, nghe Phật thuyết pháp, chàng bèn khởi công cất một tinh xá tứ giác có bốn phòng, tại đại tinh xá ở Lộc Uyển. Sau khi sắm đủ giường ghế, chàng dâng cúng cho chư Tăng, thiết lễ ngọ trai và xối nước cúng dâng vào tay mặt Thế Tôn. Dòng nước vừa xối vào tay đức Phật, trên tầng trời Ba mươi ba mọc lên một tòa lâu đài lộng lẫy rộng mười hai dặm, cao một trăm dặm, làm bằng thất bảo với vô số thiên nữ trong ấy.

Khi Tôn giả Mục-Kiền-Liên du hành lên cõi trời, Ngài dừng lại trước cung điện này và hỏi:

- Ai là chủ nhân đầy phước đức của cung điện với vô số thiên nữ này?

- Thưa Tôn giả, ngài Nandiya, con trai của một gia chủ đã xây cất tinh xá cúng dường đức Phật. Do công đức ấy, cung điện này hiện ra.

Các thiên nữ bạch với Tôn giả:

- Thưa Tôn giả, chúng tôi là nô lệ của Nandiya. Mặc dù được sinh ở đây, chúng tôi rất buồn vì không gặp chủ nhân. Xin Ngài nói với Nandiya lên đây, cởi bỏ thân người làm thân trời, giống như đập vỡ bình gốm để lấy bình vàng.

Lúc trở về thế gian, Tôn giả bạch Phật:

- Bạch Thế Tôn, có đúng là người nào hiện tại tạo nhiều phước lành ở cõi người sẽ gặt nhiều vinh dự ở cõi trời.

- Này Mục-kiền-liên, chính mắt ông thấy những thành quả trên cõi trời Ba mươi ba[2] mà Nandiya đạt được, sao ông lại hỏi Ta câu ấy?

- Như vậy là đúng sự thật, bạch Thế Tôn.

- Này Mục-kiền-liên, sao ông nói vậy? Nếu có người con hay anh em đi vắng lâu nay trở về, những người đứng ở cổng làng trông thấy vội vã về báo tin cho thân quyến. Họ sẽ vui mừng hân hoan, mau mau đi đón nói: "Con thân yêu, thế là con đã về". Cũng thế, khi thiện nam hay thiện nữ đã tạo nhiều công đức ở đây, rời bỏ cõi đời này sang cõi khác, chư thiên mang nhiều phẩm vật tranh nhau đi đón và nói: "Hãy để tôi đến trước! Tôi đến trước".

Và Phật nói kệ:

Khách lâu ngày ly hương,
An toàn từ xa về,
Bà con cùng thân hữu
Hân hoan đón chào mừng.
Cũng vậy các phước nghiệp,
Đón chào người làm lành,
Đời này đến đời kia,
Như thân nhân đón chào.

Lời Bàn:

Mỗi một hành động, thậm chí, một lời nói hay một suy nghĩ đều tạo nên một năng lượng lành hay dữ (thiện nghiệp hay ác nghiệp). Thiện nghiệp tạo nên phước đức. Nếu nhỏ thì lan toả trong vòng bà con, anh em. Lớn hơn lan ra cộng đồng làng xã, đồng bào, nhân loại và có thể tồn tại qua đời này đến đời khác. Bất thiện nghiệp cũng tác động tương tự, theo chiều ngược lại. Bên Trung

1 Thành Ba-la-nại: Baranasi (skt) - Tên khác của thành Ba La Nại Tư (Varanasi), một thành phố nằm về phía Bắc Ấn Độ.

2 Cõi trời Ba mươi ba, cũng gọi là cõi trời Đao-lợi, thuộc Dục giới.

Quốc ngày xưa có nhân vật Mạnh Thường Quân nổi tiếng thường giúp người nghèo, kẻ khó. Mạnh Thường Quân có nhiều người ở vùng đất xa vay nợ, sai quản gia đi đòi.

Lại dặn quản gia thu nợ xong, thấy trong nhà thiếu gì thì mua. Người ấy đến nơi cho những người thiếu nợ, ai trả được thì trả, ai không trả được thì cho đốt hết giấy nợ. Về đến nhà bị Mạnh thường Quân hỏi? Ông ta bảo, nhà mình cái gì cũng đã đủ, chỉ thiếu nhân nghĩa, phước đức.

Thời gian sau, Mạnh Thường Quân gặp nạn chưa biết chạy về đâu, ông quản gia bảo cứ đi về đất đã tha nợ mà lánh nạn.

Xe của ông chưa đến, dân cả vùng đã đi xa hằng mấy ngày đường vui cười, mừng rỡ đón ông như đón người thân trong nhà, đúng như lời dạy của Đức Phật:

"Cũng vậy các phước nghiệp,
Đón chào người làm lành,
Đời này đến đời kia,
Như thân nhân đón chào." ■

Alte buddhistische Geschichten

Tịnh Ý stellt vor – Mỹ Đình überträgt ins Deutsche

NANDIYA WIRD IM HIMMEL WIEDERGEBOREN!

(nach „Geschichten zum Dhammapada" – Thường Chiếu Kloster)

In Baranasi gab es einen jungen Mann namens Nandiya, den Sohn einer streng buddhistischen Familie. Nandiya besaß viele gute Eigenschaften, daher ließen seine Eltern ihn als treuen Diener (oder Gehilfen) der Mönche tätig sein. Als er das Erwachsenenalter erreichte, wollten seine Eltern, dass er Revatì heiratet. Doch weil sie nicht an den Buddha glaubte, wollte Nandiya dies nicht.

Nandiyas Mutter sagte zu Revatì:

„Mein Kind, fege das Haus, reinige sorgfältig den Platz, an dem die Asketen (Sa-môn) sitzen werden, und bereite Sitzplätze für sie vor. Wenn sie kommen, nimm ihre Almosenschalen entgegen, bitte sie, Platz zu nehmen, und biete ihnen sauberes Trinkwasser an. Wenn sie mit dem Essen fertig sind, wasche ihre Schalen. Wenn du das so machst, wirst du seine Zuneigung gewinnen."

Revatì tat genau, was ihr gesagt wurde. Danach sagte Nandiyas Mutter zu ihm: „Jetzt ist Revatì sanft und tugendhaft geworden."

Nandiya stimmte zu, und sie feierten ihre Hochzeit. Nandiya sagte zu seiner Frau: „Wenn du dich gut um die Bhikkhus (buddhistische Mönche) kümmerst und dich ebenso um meine Eltern sorgst, dann hast du das Recht, in diesem Haus zu leben. Daran solltest du immer denken."

Revatì versprach, den Worten ihres Mannes zu folgen. Innerhalb weniger Tage lernte sie, sich wie eine fromme Buddhistin zu verhalten. Sie gehorchte ihrem Mann stets und brachte später zwei Söhne zur Welt.

Als ihre Schwiegereltern starben, wurde sie die Herrin des Hauses, und Nandiya erhielt das Erbe und wurde wohlhabend. Er brachte der Mönchsgemeinschaft (Sangha) regelmäßig Opfergaben dar, ließ Speisen am Tor bereitstellen und versorgte regelmäßig Arme und Reisende.

Nicht lange danach hörte er den Buddha eine Lehrrede halten. Daraufhin begann er, im großen Kloster im Lộc Uyển (Hirschpark) eine quadratische Klosterhalle mit vier Räumen zu errichten. Nachdem er sie mit Betten und Sitzen ausgestattet hatte, übergab er sie den Mönchen als Spende, veranstaltete ein Mittagsmahl und goss zum Zeichen der Darbringung Wasser in die rechte Hand des Erhabenen (des Buddha).

In dem Moment, als das Wasser die Hand des Buddha berührte, entstand im Himmel der Dreiunddreißig (Tr□yastri□□a) ein prächtiger Palast – zwölf Meilen breit und hundert Meilen hoch, aus den sieben kostbaren Materialien erbaut und von unzähligen Himmelsnymphen bewohnt.

Als der Ehrwürdige Moggall□na (Mục-Kiền-Liên) in die Himmelswelt reiste, hielt er vor diesem Palast an und fragte:

„Wem gehört dieser Palast voller Verdienst, mit den unzähligen Himmelsnymphen?"

Man antwortete: „Ehrwürdiger, er gehört Nandiya, dem Sohn eines Hausvaters. Er hat ein Kloster gebaut und es dem Buddha als Gabe dargebracht. Aufgrund dieses Verdienstes ist dieser Palast entstanden."

Die Himmelsnymphen sagten zum Ehrwürdigen: „Ehrwürdiger, wir sind die Dienerinnen Nandiyas. Obwohl wir hier wiedergeboren wurden, sind wir traurig, weil wir unseren Herrn noch nicht gesehen haben. Bitte sagt Nandiya, er möge hierher kommen und den menschlichen Körper ablegen, um einen Himmelskörper anzunehmen – so wie man einen Tontopf zerbricht, um einen goldenen Krug zu erhalten."

Als der Ehrwürdige Moggallāna in die Menschenwelt zurückkehrte, berichtete er dem Buddha: „Ehrwürdiger Herr, stimmt es, dass jemand, der in der Menschenwelt viele gute Verdienste schafft, im Himmel große Ehren erntet?"

Der Buddha antwortete: „Moggall□na, du hast doch mit eigenen Augen die Früchte gesehen, die Nandiya im Himmel der Dreiunddreißig erlangt hat. Warum stellst du mir dann diese Frage?"

Moggall□na sagte: „Dann ist es also wahr, Ehrwürdiger Herr."

Der Buddha sprach: „Moggall□na, warum sagst du das? Wenn ein Sohn oder ein Bruder, der lange fort war, zurückkehrt, sehen ihn die Menschen am Dorftor zuerst und eilen schnell zu seinen Verwandten, um die Nachricht zu überbringen. Diese freuen sich voller Glück und gehen ihm rasch entgegen und sagen: Geliebter Sohn, nun bist du endlich zurückgekehrt!

Genauso ist es, wenn ein guter Mann oder eine gute Frau, die hier viele Verdienste angesammelt haben, diese Welt verlassen und in eine andere Welt übergehen. Dann kommen die Götter (Devas) mit vielen Gaben herbei, um sie zu empfangen, und wetteifern miteinander, indem sie sagen: Lasst mich zuerst gehen! Ich werde zuerst gehen!"

Und der Buddha sprach in Versen:

Ein Reisender, lange von der Heimat fern,
kehrt sicher aus der Ferne zurück.
Verwandte und Freunde
heißen ihn freudig willkommen.
Ebenso empfangen die guten Taten
den Menschen, der Gutes getan hat,
wenn er von dieser Welt in die nächste geht –
so wie Angehörige ihn begrüßen.

Kommentar:

Jede Handlung – sogar ein Wort oder ein Gedanke – erzeugt eine Energie, entweder heilsam oder unheilsam (gutes oder schlechtes Karma).

Gutes Karma schafft Verdienst und Segen. Wenn es klein ist, wirkt es im Kreis von Familie und Verwandten. Wenn es größer ist, breitet es sich auf die Gemeinschaft, das Volk und sogar auf die ganze Menschheit aus und kann von einem Leben zum nächsten fortbestehen.

Unheilsames Karma wirkt auf ähnliche Weise, jedoch in die entgegengesetzte Richtung.

Im alten China gab es eine berühmte Persönlichkeit namens Mengchang Jun, der dafür bekannt war, häufig Armen und Bedürftigen zu helfen. Viele Menschen aus entfernten Gegenden hatten bei ihm Schulden, deshalb schickte er seinen Verwalter, um sie einzutreiben.

Er wies den Verwalter außerdem an: Nachdem du die Schulden eingetrieben hast, sieh nach, was in den Haushalten fehlt, und kaufe es für sie.

Als der Verwalter dort ankam, sagte er zu den Schuldnern: Wer zahlen kann, soll zahlen; wer nicht zahlen kann, dessen Schuldscheine werden verbrannt.

Als er zurückkehrte, fragte Mengchang Jun ihn danach. Der Verwalter antwortete: „In unserem Haus fehlt es an nichts – nur an Menschlichkeit und Verdiensten (Tugend und Wohltätigkeit)."

Einige Zeit später geriet Mengchang Jun in eine schwierige Lage und wusste nicht, wohin er fliehen sollte. Sein Verwalter sagte zu ihm, er solle in das Gebiet gehen, in dem er den Menschen ihre Schulden erlassen hatte, und dort Zuflucht suchen.

Noch bevor sein Wagen ankam, waren die Menschen der ganzen Gegend ihm bereits mehrere Tagesreisen entgegengegangen, lachend und voller Freude. Sie begrüßten ihn wie ein Familienmitglied, genau so, wie es in der Lehre des Buddha gesagt wird:

Ebenso empfangen die guten Taten
den Menschen, der Gutes getan hat;
von diesem Leben zum nächsten
begrüßen sie ihn wie Verwandte. ■

Tiếp theo trang 13.

Thông điệp của Sư rất rõ ràng: Phật giáo mà từ chối nhìn vào nỗi đau của thế giới thì không phải là Phật giáo chút nào – đó chỉ là một ảo ảnh của một công viên giải trí. Việc tu hành thực sự rất phức tạp, đau lòng và đòi hỏi nhiều nỗ lực. Và chính ở đó, trong sự thật trần trụi của thế gian của chúng ta, giáo pháp mới tìm thấy sự thể hiện trọn vẹn nhất của nó. ■

Tranh: Cát Đơn Sa

Chuyện Ngắn Thiếu Nhi

Thi Thi Hồng Ngọc

GIA ĐÌNH MÌNH LÀ CON PHẬT

TRE GIÀ MĂNG MỌC

Các cô cậu bé trong gia đình Phật tử chùa Viên Pháp rất thích bụi tre trúc sau chùa. Ở đó có những sinh hoạt ngoài trời thú vị, thậm chí những bữa trưa mọi người cũng vui vẻ thọ trai bên bóng mát của khóm trúc xanh tươi vào những ngày nắng đẹp. Thỉnh thoảng, thầy trụ trì cũng thuyết pháp cạnh khóm trúc cho các em nghe thay vì ở Chánh điện. Hôm nay cũng vậy, thầy chỉ bụi trúc hỏi:

-Các con có thích mấy cây trúc này không? Thầy định sang năm đốn bỏ hết để lấy đất trồng hoa.

Lập tức cả nhóm xôn xao phản đối bằng cả tiếng Đức lẫn Việt, Thảo An lên tiếng thưa:

-Chúng con rất thích "mấy cây tre này", ở đây mát, cảnh giống mấy chùa Việt Nam, thầy đừng "cắt chúng nó" đi!

Thiện Tín đồng tình:

-Bụi trúc này có ở đây từ hồi con còn rất nhỏ đến chùa, trong khi ba mẹ vào lễ Phật, "các trẻ con" ra đây chơi rất vui, nếu chỗ này bị mất đi, con thấy thật là buồn!

Thảo Mai rụt rè tiếp lời:

-Mình đã trồng hoa ở bên cạnh chùa, trước cổng chùa rồi còn đằng kia nữa. Mình có nhiều hoa rồi mà! Hoa sẽ "hư" vào mùa đông nhưng mấy cây tre này thì không.

Thầy mỉm cười hiền hoà, nhẹ nhàng nói:

-Thầy chỉ hỏi ý các con thôi. Các con biết đấy, hoa sẽ tàn vào mùa đông, tre trúc xanh tươi bốn mùa, đúng vậy! Nhưng con người thì sao? Dù rất yêu quý những cây trúc này, liệu các con giữ được bao lâu? Rồi thầy sẽ già đi, ngôi chùa cùng hoa và trúc chẳng còn ai chăm sóc ngó ngàng, các con nghĩ thế nào? Các con nghĩ trúc sống mãi ư? Nhìn xem, tre sẽ già đi, dưới đất măng mọc và lại lớn lên thành tre. Nếu măng không mọc, tre sẽ già và mất đi, làm gì còn bụi tre xanh tốt khác tiếp tục cống hiến cho đời.

Ngừng một lát cho bọn trẻ kịp suy nghĩ, thầy ôn tồn tiếp:

-Các con là măng của bụi trúc tương lai của chùa. Thầy hy vọng các con sẽ vì lý tưởng cao đẹp học giáo pháp của Phật để giúp đỡ mọi người về đời sống tâm linh để họ có hạnh phúc, làm tiếp những gì thầy đang làm để bụi tre trúc của chùa mình mãi mãi xanh tươi.

Về nhà Thiện Tín hào hứng kể lại cho cha mẹ nghe câu chuyện sinh hoạt ngày hôm nay, ba cậu trầm ngâm một lát rồi khẽ nói:

-Con biết không? Người Việt mình có câu "Tre già măng mọc" là như vậy đó!

SỰ KỲ DIỆU CỦA HOA SEN

Trở lại chùa sinh hoạt Gia Đình Phật tử sau kỳ nghỉ hè, bọn trẻ con hớn hở kể cho nhau nghe mình đã được cha mẹ cho đi đâu chơi và có những điều gì hay. Thấy chị em nhà Thảo An vẫn ngồi yên chỉ mỉm cười lắng nghe mà không lên tiếng, các bạn liền thúc giục ba cô bé kể về kỳ nghỉ hè của mình. Thảo An đưa tay chỉ hoa sen bằng đá trên là tôn tượng Đức Quán Thế Âm Bồ Tát, hỏi:

-Các bạn có nhìn thấy hoa sen thật sự bao giờ chưa?

Mọi người im lặng nhìn nhau, Thảo An tươi cười nói:

-Hè này gia đình mình về Việt Nam thăm ông bà rồi được dẫn đi chơi ở một thành phố, nơi đây có một hồ toàn hoa sen, hương sen thơm ơi là thơm, lá sen xanh hoa sen trắng và hồng nở to rất đẹp.

Thảo Mai tiếp lời chị:

-Bọn mình được ông bà đãi ăn trong nhà hàng ngay bên hồ sen. Thật là lạ! Hoa sen đẹp và thơm như thế mà lại mọc trên bùn chứ không phải đất. Lạ hơn nữa là tất cả mọi thành phần của hoa sen đều "ăn" được hết!

Chờ cho các bạn bớt nhao nhao lên hỏi vì tò mò, Thảo An khoan thai giải thích:

-Trước hết, người ta đem ra trà được làm từ cánh

hoa, trà thơm lắm. Sau đó là món salat làm từ ngó sen tức là thân của hoa, sau nữa là món súp củ sen là phần rễ của cây hoa sen. Chưa hết, nhà mình được ăn cơm hấp trong lá sen, cơm này "ngon nhất thế giới" vì chưa bao giờ mình ăn được loại cơm nào ngon như thế. Cuối cùng là chè hạt sen, hạt này màu trắng vỏ màu xanh. Chè hạt sen cũng thơm ngon lắm. Khi nấu chè, người ta bỏ vỏ ngoài và cái nhụy bên trong vì nó đắng, nhưng lại đem nhụy này phơi khô làm trà uống chữa bệnh không ngủ được. Còn nữa nhé! Các loài hoa khác thì phải qua quá trình khai hoa nở nhụy rồi mới kết quả, nhưng hoa sen thì lúc vừa mở đã có trái (hạt) ở trong rồi.

Thảo Hiền nói với vẻ nghiêm túc:

-Ông nội dạy rằng: Các cháu hãy học bài học hoa sen, sống có ích cho mọi người thì lúc nào mình cũng có hương thơm của lòng tốt.

Thảo Mai gật đầu vui vẻ tiếp lời:

-Ông nội còn nói: Hoa sen mọc từ bùn nhưng vẫn vươn lên tỏa hương cũng như con người dù có gặp khó khăn cũng cố gắng sống tử tế thì nhất định sẽ thành công được mọi người yêu mến.

Cả nhóm vỗ tay tán thưởng rồi hào hứng xúm vào nhìn Thảo An mở lại Video về hồ sen và những đoá sen kỳ diệu trong dịp đi nghỉ hè vừa qua. ■

Thi Thi Hồng Ngọc

UNSERE FAMILIE SIND BUDDHISTEN
Kinderkurzgeschichten
Mỹ Đình überträgt ins Deutsche

WENN DER ALTE BAMBUS STIRBT, WACHSEN NEUE SPROSSEN NACH.

(Sprichwort; sinngemäß: Die ältere Generation geht, die jüngere wächst nach.)

Die Jungen und Mädchen der buddhistischen Jugendgruppe im Tempel Viên Pháp mögen den Bambushain hinter dem Tempel sehr. Dort gibt es viele interessante Aktivitäten im Freien, und an schönen Sonnentagen nehmen alle sogar fröhlich ihr Mittagessen im Schatten der frischen, grünen Bambusbüsche ein.

Manchmal hält der Abt seine Dharma-Lehre für die Kinder auch neben dem Bambushain statt in der Haupthalle.

Heute war es ebenso. Der Meister zeigte auf den Bambushain und fragte:

– Mögt ihr diese Bambusbäume? Ich habe vor, sie nächstes Jahr alle abzuholzen, um auf dem Platz Blumen zu pflanzen.

Sofort protestierte die ganze Gruppe laut durcheinander – sowohl auf Deutsch als auch auf Vietnamesisch. Thảo An meldete sich zu Wort und sagte:

– Wir mögen „diese Bambusbäume“ sehr. Hier ist es kühl, und die Landschaft erinnert an die Tempel in Vietnam. Bitte „schneiden Sie sie nicht ab“, Meister!

Thiện Tín stimmte zu:

– Dieser Bambushain steht hier schon seit der Zeit, als ich noch ganz klein war und mit meinen Eltern in den Tempel kam. Während meine Eltern hineingingen, um vor dem Buddha zu beten, sind „die Kinder“ hierhergekommen und haben fröhlich gespielt. Wenn dieser Ort verschwinden würde, wäre ich wirklich sehr traurig!

Thảo Mai fügte schüchtern hinzu:

– Wir haben doch schon Blumen neben dem Tempel gepflanzt, vor dem Eingang und auch dort drüben. Wir haben schon viele Blumen! Die Blumen werden im Winter „verderben“, aber diese Bambusbäume nicht.

Der Meister lächelte gütig und sagte sanft:

– Ich frage euch nur nach eurer Meinung. Ihr wisst ja: Blumen verwelken im Winter, aber Bambus bleibt das ganze Jahr über grün – das stimmt. Doch wie ist es mit uns Menschen? Auch wenn ihr diese Bambusbüsche sehr liebt – wie lange könnt ihr sie bewahren? Eines Tages werde ich alt sein. Wenn dann niemand mehr da ist, der sich um den Tempel, um die Blumen und den Bambus kümmert – was meint ihr dazu? Glaubt ihr, der Bambus lebt ewig? Schaut genau hin: Der Bambus wird alt, und aus der Erde wachsen junge Sprossen, die wiederum zu neuem Bambus heranwachsen. Wenn keine Sprossen sprießen, wird der Bambus alt und verschwindet. Dann gäbe es keinen grünen Bambushain mehr, der weiter dem Leben dienen und seinen Beitrag leisten kann.

Nach einer kurzen Pause, damit die Kinder nachdenken konnten, fuhr der Meister ruhig fort:

– Ihr seid die Bambussprossen – die Zukunft des Tempels. Ich hoffe, dass ihr aus einem edlen Ideal heraus die Lehre des Buddha studiert, um den Menschen in ihrem geistigen Leben zu helfen, damit sie Glück finden. Führt weiter, was ich heute tue, damit unser Bambushain im Tempel für immer grün und lebendig bleibt.

Zu Hause erzählte Thiện Tín seinen Eltern begeistert von den heutigen Aktivitäten. Sein Vater dachte einen Moment nach und sagte dann leise:

– Weißt du, wir Vietnamesen haben ein Sprichwort: „Wenn der alte Bambus stirbt, wachsen neue Sprossen nach.“ Genau das bedeutet es.

DAS WUNDER DER LOTUSBLUME

Nach den Sommerferien kamen die Kinder wieder in den Tempel zurück, um an den Aktivitäten der buddhistischen Jugendgruppe teilzunehmen. Aufgeregt erzählten sie einander, wohin ihre Eltern sie in den Ferien mitgenommen hatten und was sie alles Spannendes erlebt hatten.

Als sie bemerkten, dass die Schwestern von Thảo An still dasaßen, nur lächelten und zuhörten, ohne etwas zu sagen, drängten die anderen sie, von ihren Sommerferien zu berichten.

Thảo An zeigte auf die steinerne Lotusblume unter der Statue des Bodhisattva Avalokite□vara und fragte:

– Habt ihr schon einmal eine echte Lotusblume gesehen?

Alle schauten sich schweigend an. Thảo An lächelte strahlend und sagte:

– In diesem Sommer ist meine Familie nach Vietnam gereist, um unsere Großeltern zu besuchen. Dort wurden wir in eine Stadt mitgenommen, in der es einen ganzen See voller Lotusblumen gibt. Der Duft der Lotusblüten war so wunderbar! Die Lotusblätter waren grün, und die weißen und rosafarbenen Blüten waren groß und wunderschön aufgeblüht.

Thảo Mai ergänzte die Erzählung ihrer Schwester:

– Unsere Großeltern haben uns in ein Restaurant direkt am Lotussee eingeladen. Es war wirklich erstaunlich! Die Lotusblume ist so schön und duftet so herrlich, und trotzdem wächst sie im Schlamm und nicht auf normaler Erde.

Noch erstaunlicher ist, dass man alle Teile der Lotusblume „essen“ kann!

Als die Freunde vor Neugier immer lauter durcheinanderfragten, wartete Thảo An einen Moment, bis es ruhiger wurde, und erklärte dann gelassen:

– Zuerst brachte man uns Tee, der aus den Blütenblättern der Lotusblume gemacht wird – er duftet wunderbar. Danach gab es einen Salat aus Lotusstängeln, also aus dem Stiel der Blume. Anschließend bekamen wir eine Suppe aus Lotuswurzel, das ist der unterirdische Teil der Pflanze.

Und das war noch nicht alles! Wir durften auch

Reis essen, der in Lotusblättern gedämpft wurde. Dieser Reis war der „leckerste der Welt“, weil ich noch nie zuvor so guten Reis gegessen habe.

Zum Schluss gab es eine Süßspeise aus Lotussamen. Die Samen sind innen weiß und haben eine grüne Schale. Auch diese Süßspeise war sehr aromatisch und köstlich. Beim Kochen entfernt man die äußere Schale und den Keim im Inneren, weil er bitter ist. Doch dieser Keim wird getrocknet und als Tee verwendet – er hilft gegen Schlaflosigkeit.

Und noch etwas Besonderes! Bei anderen Blumen müssen sie erst blühen und bestäubt werden, bevor sich eine Frucht bildet. Doch bei der Lotusblume ist es so, dass sie, sobald sie sich öffnet, bereits die Frucht – also die Samen – in sich trägt.

Thảo Hiền sagte mit ernster Miene:

– Unser Großvater hat uns gelehrt: Lernt von der Lotusblume. Wenn ihr so lebt, dass ihr für andere nützlich seid, dann werdet ihr immer den Duft der Güte in euch tragen.

Thảo Mai nickte fröhlich und ergänzte:

– Opa hat auch gesagt: Die Lotusblume wächst aus dem Schlamm und erhebt sich dennoch, um ihren Duft zu verbreiten. Genauso ist es mit dem Menschen – selbst wenn man Schwierigkeiten begegnet, soll man sich bemühen, gut und rechtschaffen zu leben. Dann wird man ganz bestimmt Erfolg haben und von allen geschätzt werden.

Die ganze Gruppe klatschte begeistert Beifall und versammelte sich gespannt um Thảo An, um noch einmal das Video vom Lotussee und den wunderbaren Lotusblüten aus den vergangenen Sommerferien anzuschauen. ■

Lâm Minh Anh

SỬ VÀ SỬ GIA

Đến thăm ông Lý vào cữ trà buổi sáng sớm, ông Tư rất ngạc nhiên khi thấy trên mặt bàn có một tờ báo vì ông biết bạn mình từ lâu đã không còn bận tâm đến tình hình thế sự nữa. Ông Lý hiểu ngay vẻ thắc mắc trên nét mặt của bạn vội nói:

- Chả giấu gì bác, ông em họ của tôi mới có một bài thơ được đăng nên gửi cả tờ báo để tôi xem ấy mà. Nhưng giá như tôi chỉ có đọc mỗi bài thơ ấy thì đỡ biết mấy!

Ông Lý ngừng lại thở dài, ông Tư hỏi ngay:

- Có chuyện gì xảy ra thế bác?

Ông Lý được dịp thổ lộ, nói một hơi:

- Lâu lắm rồi tôi không đọc báo vì cảm thấy tuổi mình cần sự yên tĩnh của tâm hồn, muốn vậy thì không nên quá chú tâm đến thời sự. Hôm nay tình cờ mở ra đọc thử vài trang báo, tôi mới hỡi ôi! Trời đất! Xã hội bây giờ đại loạn rồi. Những quan điểm đạo đức đều đảo ngược ngay cả những điều cơ bản nhỏ nhặt như tôn ti trật tự trong gia đình, truyền thống bị phá vỡ, bị chế giễu. Nền giáo dục suy vi đến mức thấp nhất. Điều đau lòng nhất là cả lịch sử vẻ vang của dân tộc cũng bị xuyên tạc, bóp méo sự thật thì chẳng trách sao thế hệ sau bị suy đồi, sai lạc. Nói đến trí tuệ sáng suốt và giáo dưỡng đạo đức thì chính sử và sử gia chân chính cần ý thức góp phần làm ngọn hải đăng soi sáng, kim chỉ nam dẫn đường, giúp con người giữ trọn nhân phẩm, đạo hành. Những bài học lịch sử là những nấc thang để nhân loại tiến bộ theo hướng tích cực. Lão Tử nói: Phẩm Đức đạt đến cao tột, siêu xuất giống như nước làm lợi nhuận cho muôn vật mà không tranh giành (Thượng thiện nhược thủy, thủy thiện vạn vật nhi bất tranh).

Ông Tư gật đầu đồng tình:

-Điều bác nói xem ra gần nghĩa với câu trong sách Thái Căn Đàm: "Hậu đức tải vật, nhã lượng dung nhân". Nghĩa là lấy đức trạch sâu dày để dưỡng nhân lợi vật, khoan dung nhẫn nại đối với người, thì đạo đức mới có thể thăng tiến cao thượng.

Ông Lý tiếp lời:

-Hậu đức tải vật, nguyên là quẻ Khôn trong kinh Dịch: Địa thế khôn, quân tử dĩ hậu đức tải vật. 地勢坤、君子以厚德載物。 Nhã lượng dung nhân là câu viết gọn theo lời của Châu Thành Vương nói với Quân Trần trong Thượng Thư: Tất hữu nhẫn, kỳ nãi hữu tế; hữu dung, đức nãi đại. 必有忍、其乃有濟; 有容, 德乃大. Đây là lời khuyên dụ của cổ đức: Làm người cần cân nhắc, suy ngẫm để thể hiện đức hành trên, từ đó theo dòng thời gian đã trở thành di ngôn sâu sắc, chuẩn mực đi vào sử sách.

Nghe đến đây, ông Tư phấn khởi góp lời:

-"Bách khoa tứ khố toàn thư" nhằm xiển dương bản sắc văn hoá, nét tinh hoa, tính học thuật, nhân tâm đạo lý thế gian, được chia ra làm bốn khoa mục: Kinh, Sử, Tử, Tập.

*Kinh 經 , như Dịch, Thi, Thư, Lễ… truyền tải luận thuyết, khuôn phép cách ngôn, nghĩa lý sâu xa của các thánh nhân tiên hiền.

*Sử 史 , như Chính sử, Thông sử, Dã sử, Biệt sử… ghi chép văn hoá tư tưởng, sự kiện, sự tình liên quan thể chế, xã hội qua từng thời đại.

*Tử 子, như Nho gia, Đạo gia, Pháp gia… ngôn từ lập thuyết của Bách gia chư tử thời Tiên Tần.

*Tập 集 , như Sở từ, Thi văn, Truyện ký, Nghệ thuật (nhạc, kịch, họa, kiến trúc…).

Nhưng cho dù phân loại như thế nào đi nữa, thì tất cả cũng đều thuộc về Sử nếu hiểu theo nghĩa những gì thuộc về quá khứ. Nói đến sử là gợi lên hình ảnh, dòng sông sử chảy xuyên suốt, người viết sử vì năng lực có hạn không thể bơi theo kịp để bóc trần mọi ngọn ngành tư tưởng, sự kiện thật hư, phải trái tốt xấu trong sự khuất lấp cát bụi của thời gian.

Hai ông dừng lại từ tốn dùng trà, trầm ngâm suy ngẫm cùng theo đuổi chung một ý tưởng: Thực ra, luôn có sự giới hạn trong lĩnh vực nghiên cứu sử, không thể phô bày mọi góc cạnh sự kiện cho dù có thể thu thập được rất nhiều dữ liệu. Do đó dù muốn dù không bài học mà các sử gia cần có, đáng có là thái độ khiêm hạ, không thể tự đại quá mức trước dãy núi sử trùng trùng điệp điệp đang chờ đợi khai quật. Ông Tư liền nhờ ông Lý chiết tự chữ Sử để hiểu thêm ý nghĩa của người xưa gửi gắm trong đó. Ông Lý gật đầu:

-Giáp cốt văn đời Ân Thương tự dạng xưa của chữ Sử 史 được minh họa như sau: Chữ Sử theo nghĩa hội ý, phần trên là "cây bút" 筆 (xưa kia viết "duật"聿), hoặc "giản sách" 簡冊 (chữ viết hoặc khắc trên thẻ tre); phần dưới là "thủ" 手 (bàn tay), xưa kia viết " hựu" 又 hoặc "thốn" 寸. Hình tượng cho thấy bàn tay cầm lấy bút hoặc sách, biểu thị người đảm trách công việc ghi chép sự kiện, tư tưởng con người, hoạt cảnh xã hội, sắc thái thiên nhiên, ngoài ra còn trông coi, bảo tồn kinh điển, thư tịch…

Tuy nhiên, những ghi chép đầu tiên của người cổ đại thường được khắc họa bằng hình ảnh hoặc tự dạng còn phôi thai chưa rõ nét khi chưa có văn tự chuẩn mực. Do đó, trong giới học thuật sau này theo cách nhìn riêng của mỗi cá nhân, trưng dẫn những tự dạng Sử có khác nhau, do vậy, mà họ phải đưa ra những giải thích với cách thức khác nhau để nhấn mạnh ý nghĩa đích thực.

1.Sử, trên là chữ "võng" 網 (xưa kia viết 目 nằm ngang, 罔) mạng lưới hoặc bẫy giăng; dưới là "thủ" 手… Nghĩa chữ Sử ở đây, chỉ công việc chài lưới bắt cá hoặc giăng bẫy chim, thú.

2.Sử, trên là chữ "toán" 算 tức bàn toán (xưa kia viết 筭) hoặc chữ "trù" 籌 là cái thẻ đếm; dưới là "thủ". Nghĩa chữ Sử này là dùng vật cụ để tính toán, hoặc đề ra kế hoạch để hoàn thành.

3.Sử có hình dạng bàn tay cầm lấy "mũi khoan" 弓鉆 dùi thủng xương thú hoặc mai rùa, rồi dùng lửa đốt trên bề mặt tạo vết rạn nứt để đoán điều hung kiết, định ngày tế tự lễ bái, khấn cầu khánh chúc… biểu thị công việc bốc phệ (bói toán) làm lịch, hoặc xem thiên văn ảnh hưởng đến sinh hoạt của con người (bởi quan niệm Thiên nhân cảm ứng).

Đó là nội dung biểu đạt, phản ảnh ngữ nguyên chữ Sử, trước kia đặc biệt dùng để ghi chép mọi sự kiện, tổ chức chính sự… diễn biến theo mỗi thời kỳ. Trong giới học thuật còn chỉ rằng: Thời Ân Thương, Sử 史, Lại 吏, Sứ 使, Sự 事, bốn văn tự này liên quan mật thiết, hàm nghĩa kết hợp và sử dụng lẫn nhau.

-Sử: Thái sử phụ trách công việc ghi chép mọi sự kiện để có kinh sách lưu truyền.

-Lại: Quan lại chuyên việc cai trị dân chúng.

-Sứ: Sứ thần, sứ giả đảm nhiệm công việc bang giao.

-Sự: Sự nghiệp của các chức quan trên đảm nhiệm và thi hành.

Như thế, Sử, Lại, Sứ là ba chức quan của triều đình thời xã hội phong kiến và Sự là chỉ sự kiện, sự tình nước nhà. Riêng chữ Sự còn liên quan đến chữ Sĩ, gián tiếp chỉ công việc của kẻ Sĩ hay sĩ phu (không hẳn là người khoa bảng nhưng có tri thức và khí phách) cũng có trách nhiệm lên tiếng kiến nghị, góp phần xây dựng nước nhà nếu không muốn ra làm quan, điển hình như danh nhân Nguyễn Đình Chiểu. Do đó Mao Thị truyện nói: Sự, sĩ dã 事，士也. Nghĩa là "Kẻ sĩ" phải có trách nhiệm với chính sự của nước nhà.

Thuyết văn giải tự: Sử với tự dạng 史, cũng theo nghĩa hội ý. Trên là chữ "trung" 中; dưới là "hữu thủ" 右手 tức bàn tay phải. Biểu thị bàn tay phải cầm chặt lấy chữ "trung", chỉ ý nghĩa đức hành, trung chính. Ý của Hứa Thận muốn nói: Sử là sự việc xảy ra không gián đoạn mà người ghi chép lại phải kiên trì và trung chính, công bằng (Sử, ký sự giả dã. Tùng hựu trì trung. Trung, chính dã 史，記事者也，從又持中. 中，正也). Điều này khiến cho một số người nghĩ rằng ông chịu ảnh hưởng từ hai sử quan nổi tiếng thời Xuân Thu Chiến Quốc, có dũng khí, tôn trọng sự thật tuyệt đối. Cho nên, tự dạng Sử phần trên từ chữ Sách 冊 ông đổi thành chữ "trung" 中 mang nghĩa trung thực. Chuyện hai Sử quan được kể như sau:

* Sử quan Thái Bá nước Tề, vào thời Chiến quốc:

Tề Trang Công bị quan đại phu Thôi Trữ giết chết nhưng Thôi Trữ lại ra lệnh cho Thái Bá chép rằng: Tề Trang Công bị bệnh mà chết". Thái Bá không sợ uy quyền vẫn cứ ghi: "Thôi Trữ giết vua". Vì thế mà bị Thôi Trữ nổi giận đem chém.

* Thái sử Đổng Hồ nước Tấn:

Vua Tấn Linh Công bị sát hại bởi Triệu Xuyên vốn là thủ hạ thân tín của quan tể tướng Triệu Thuẫn, sự việc này xảy ra không hề liên quan đến ông nhưng Thái sử Đổng Hồ vẫn chép lại: "Triệu Thuẫn giết vua". Triệu Thuẫn kinh ngạc phân bua rằng mình không hề là chủ mưu, nhưng Thái sử Đổng Hồ vẫn nhất quyết kết án ông ta, bởi làm quan đầu triều lại dung dưỡng cho thủ hạ của mình làm sai, mà không trị tội thì chẳng khác nào cùng tham gia với kẻ ấy. Sau này Khổng Tử cũng khen ngợi : Đổng Hồ là quan Thái sử tốt thời cổ, chép việc không giấu giếm gì cả (Thư pháp bất ẩn, cổ chi lương sử 書法不隱，古之良史). Tả Truyện, Tuyên Công nhị niên cũng ghi: Đổng Hồ cổ chi lương sử dã. Thành ngữ "Đổng Hồ chi bút" 董狐之筆 cũng từ đó mà có. Riêng nước ta, đời Lý Trần có bài Đổng Hồ Bút Phú (khuyết danh) rất hay.

Ông Tư vui vẻ tiếp lời:

-Sự diễn giải của bác về chữ Sử, gợi tôi nhớ đến chữ Sử thời cổ đại còn mang nhiều nghĩa khác nữa.

1.Sử, thời nhà Ân còn chỉ cho một chức quan Võ đặc trách trấn thủ ở biên cương.

2.Sử, thời Tây Châu, chỉ cho một chức quan Nữ gọi là Nữ sử 女史, chuyên đặc cách đảm nhận công việc trông coi lễ nghi phép tắc ở hậu cung.

3.Sử, sách Lễ Ký, thiên Ngọc Tảo nói: Xưa kia, triều đình có chức quan tả hữu sử phụ trách ghi chép về hành động và lời nói của vua. Tả, ghi chép về hành vi; Hữu, ghi chép về ngôn từ (Động tắc tả sử thư chi; ngôn tắc hữu sử thư chi 動則左史書之；言則右史書之). Sự ghi chép này, chỉ để hậu thế biết thịnh suy của một triều đại, chứ không phải để Vua đọc hay được đọc.

4.Sử, Luận Ngữ, thiên Ung Dã nói: Văn chương

mà diễn đạt quá hoa mỹ vượt trội hẳn thực chất, thì có thể trở nên phù phiếm, và đôi khi trở thành hư ngụy (Văn thắng chất tắc sử 文勝質則史).

5.Sử, kinh Thư, thiên Nghi Lễ, Sính Lễ nói: Xưa kia, bao hàm những lời chúc từ về chân, thiện, mỹ, tín ngưỡng tôn giáo… gọi là Sử (…chúc từ đa tắc sử 祝辭多則史) và thiên Kim Đằng cũng nói: Sử là sách ghi chép những chúc từ trong sinh hoạt xã hội (Sử, nãi sách chúc, thị dã 史，乃冊祝是也).

6.Sử, thiên Điền Tử Phương, Trang Tử nói: Vua Nguyên nước Tống muốn vẽ tranh, nhiều thợ vẽ (tức chúng sử) đều tới thi thố sở năng… (Nguyên văn: Tống Nguyên quân tưởng họa đồ, chúng sử giai chí,… 宋元君將畫圖，眾史皆至…). Ngụ ngôn thiên này, ca ngợi duy nhất một người có tài nghệ vẽ tranh với phong cách tự tại vô ngại, thể hiện tư tưởng Tiêu Dao Du của Nam Hoa Kinh.

7.Sử, theo quan niệm người xưa, cũng nhằm cổ võ người viết sử, rằng: Sử mà lột tả tính cách sự kiện chân thật đáng tin cậy thì gọi là “thanh sử”青史, còn chưa đạt tiêu chuẩn trên thì gọi là “ngụy sử“. Truyện Kiều có câu:

“Cảo thơm lần giở trước đèn,
Phong tình cổ lục còn truyền sử xanh
(tức thanh sử)”.

Ông Tư ngừng lại rót trà mời bạn, cả hai cùng chậm rãi thưởng thức mùi thơm nhẹ nhàng loại trà Long Tĩnh nổi danh phố Hàng Châu, tỉnh Chiết Giang. Ông Lý điềm đạm góp lời:

-Thế sự biến động thương hải tang điền, dòng chảy lịch sử đã kết tinh những từ ngữ bóng bẩy tạo nên những thành ngữ quen thuộc mang nghĩa chữ Sử rất ý vị đáng để kẻ hậu học noi gương:

1.Sử bất tuyệt thư 史不絕書, xuất xứ từ Tả Truyện, Nhượng Công nhị thập bát niên. Nghĩa là những câu chuyện xưa nay không mất đi là nhờ những Thái sử không ngừng ghi chép những sự kiện, biến cố thường phát sinh lặp lại nhiều lần giống nhau qua các thời kỳ. Than ôi! Vậy mà con người vẫn chưa học được kinh nghiệm từ những sự kiện trên.

2.Sử sách đan tâm 史策丹心, xuất phát từ Tống Sử, Văn Thiên Tường Truyện. Đề cao khí tiết bất khuất những người tận trung báo quốc, thà chịu chết chứ không chịu khuất phục hàng giặc nếu lỡ sa cơ thất thế. Nước ta có Trần Bình Trọng khẳng khái để lại câu: “Thà làm quỷ nước Nam chứ không làm vương đất Bắc” khi ông bị giặc Nguyên bắt sống và chiêu dụ đầu hàng.

3.Sử Ngư chi trù 史魚之儔, xuất xứ từ Tam Quốc Chí, Ngụy Chí, Thôi Lâm Truyện: Tán dương những sĩ phu chính trực dám can gián những sai lầm của vua chúa để dẫn dắt về đường ngay lối thẳng. Sử Ngư là quan đại phu nước Vệ thời Xuân Thu, nổi danh qua câu: “Dĩ trực gián trứ thời” 以直諫著時 (Lấy lời ngay thẳng can gián). Nước ta có Phan Đình Phùng với tính cách cương trực, gan dạ từng được phong làm Ngự sử, một chức vụ cho phép ông chỉ trích các quan lại đồng liêu và thậm chí can gián cả hoàng đế.

4.Đời nhà Đường, Vu Hộc, trong “Khấp Vương Đô Hộ” nói: “Sử quan như bất lạm, độc truyền thuyết anh hùng” 史官如不濫，獨傳説英雄 (Thái sử mà không nghiên cứu chính xác sự kiện để viết lên những trang sử trung thực, thì xem như sao truyền lại những mẩu chuyện anh hùng mà thôi), hàm nghĩa không có giá trị chỉ để mua vui.

Nghe ông Lý diễn nghĩa chữ Sử đến đây, ông Tư nhận thấy tạm đủ, bèn nhẹ nhàng chuyển hướng:

-Thế giới Sử mênh mông, đầy biến chuyển thay đổi từng khoảnh khắc, hay theo cách nói triết học (cũng gọi là quan điểm văn hoá) lịch sử luôn luôn biến động theo quy luật tự nhiên. Vậy sử gia làm thế nào để theo kịp đà biến động mà ghi chép khả dĩ đầy đủ sự kiện chính xác, nhân vật lịch sử minh bạch, biết dùng cái nhìn (tức nhận thức) quán triệt về quá khứ làm đèn soi vào hiện tại để tìm ra bài học nhân sinh quan cho thế hệ hiện tại và tương lai có cơ may tham khảo?

Ông Lý hiểu ý của ông Tư muốn đặt vấn đề về nhân cách, tinh thần trách nhiệm của người nghiên cứu sử. Ông nghiêm túc nói:

-Theo tôi, lịch sử vốn không chỉ đơn thuần là việc dùng văn tự ghi chép những sự kiện đã và đang xảy ra, mà cũng chính là ghi lại con người với toàn bộ kinh nghiệm nhân sinh. Triết gia Pascal có câu: “Con người là cây sậy biết suy nghĩ”, ở đây đề cập phần tinh thần bao gồm ý tưởng, tình cảm, ý chí, nguyện vọng, lý tưởng, tín ngưỡng… đó là những yếu tố quan trọng, cho nên mới có sự học hỏi, phấn đấu, xảy ra trong cuộc sống. Xin trưng dẫn một số điểm chính và đức tính của các sử gia chân chính:

1.Văn tự: Khi nghiên cứu sử, người viết hầu như đều dựa trên dữ liệu văn tự (cổ vật nếu có) mà văn tự thì biến thiên qua mỗi thời kỳ, thay đổi ý nghĩa theo quan điểm của con người và xã hội qua các triều đại khác nhau. Chưa kể là những văn bản khác nhau của sử bị ghi chép lầm lẫn, sai lạc của người viết trước, ngôn từ địa phương hay do sự không hiểu thấu đáo nghĩa gốc của tự vựng. Bởi vậy việc sử dụng văn tự để chép sử khá quan trọng không chỉ đòi hỏi kiến thức về ngôn từ mà còn cả cách diễn đạt sao cho rành mạch, súc tích để tránh dài dòng rườm rà… Ngày xưa, sách vở là tre, gỗ, lụa, vách núi, cột đá… tất cả đều hiếm quý, việc viết hay khắc chữ cần nhiều công phu phải rất tiết kiệm nên chỉ những gì thật sự có giá trị mới nên lưu trữ lại.

2.Dữ liệu: Thời gian càng dài, lịch sử càng dày thì dữ liệu càng đồ sộ, người viết sử dễ dàng bị lạc vào rừng dữ liệu trùng điệp thật khó khăn mới định hướng được. Dù có trong tay nhiều sử liệu nhưng có dám chắc rằng tư liệu ấy chính xác để tái hiện diện mạo lịch sử một cách trung thực, và ngay trong hiện tại những sự kiện có sẵn thu thập được hiện thời cũng không thể khẳng định là tuyệt đối không nhầm lẫn huống chi là những sự kiện được ghi chép lại trong quá khứ. Vì thế bậc sử gia có lương tri sẽ học hỏi không ngừng, tìm hiểu quy chiếu rất nhiều sử liệu, nghiêm ngặt chọn ra những tư liệu khả dĩ trung thực nhất có thể tin tưởng, sau đó, cần khả năng phán đoán, nhận xét khách quan, lý luận phù hợp, lập luận cẩn trọng để xác định là luôn luôn đúng.

3.Công việc: Chép sử và nghiên cứu sử thuộc sự nghiệp vĩ đại. Một sử gia với tâm huyết đúng nghĩa không bao giờ xem việc mình làm vì danh văn lợi dưỡng mà đây là một công trình tối quan trọng, tuy biết trước sự gian lao thử thách, đôi khi còn đích thân đi tìm chứng tích, bám sát vào sự vật, khám phá những gì còn khuất lấp trong lớp tro bụi thời gian nhưng chẳng hề từ nan. Sử gia có ý thức luôn luôn cân nhắc, lựa chọn, chắt lọc, đánh giá lại sự kiện, tỉ mỉ xem xét chu đáo thật sự thận trọng để đưa ra kết luận, vì chỉ sai đi một ly là đi một dặm, chưa kể là khiến cho những đời sau hiểu lầm, hiểu sai lịch sử, bởi nên công việc này đòi hỏi độ chính xác cao, tài năng, học thức, nhận thức, nhẫn nại… không thể chỉ dựa vào trí thông minh sắc sảo là đủ.

4.Đức tính: Những sử gia được cổ kim ca ngợi trước tiên là đức hạnh và tiết tháo của họ. Các sử gia này không những hiểu sâu rộng, đọc và học nhiều, biết cách lắng nghe sâu sắc, sách sử phải nắm vững trong lòng bàn tay mà còn có dũng khí nói và viết đúng sự thật, có khi còn chấp nhận hy sinh cả tính mạng để bảo vệ chân lý. Quan trọng nữa là họ chẳng bao giờ có sẵn định kiến, thành kiến, tự phụ cao ngạo cho mình là thông thái. Lại thêm điểm đáng thán phục nơi các vị ấy là thái độ bất khuất trước cường quyền nhưng lại rất khiêm hạ trong cách đối nhân xử thế. Nói tóm, sử gia có thời gian nhìn vào biến cố lịch sử trôi qua, lại tham cứu những sách có trình độ cao và kiến giải rộng, và nhờ đó cũng có trình độ cao và khiến giải rộng hơn người, nhưng chẳng nên có ý tưởng cuồng vọng, lệch sang con đường tà kiến. Sau đây tôi xin kể một câu chuyện đáng suy ngẫm về một khía cạnh khác của sử gia mà tôi được đọc trong "Dung Trai Tuỳ Bút" 容齋隨筆 của sử gia Hồng Chu 洪邁 (1722- 1797): Âu Dương Tu vốn là quan Tể tướng trải qua ba đời vua nhà Bắc Tống, ông thật sự tài đức vẹn toàn nên rất được hoàng đế trọng vọng nhưng cũng vì thế mà bị một số đồng liêu đem lòng đố kỵ. Ông bị vu cáo hai lần tội tư thông với cháu họ vào năm 1045, với con dâu vào năm 1067, hai vị quan tấu số ông đều là Ngự sử nhưng không hề điều tra kiểm chứng rõ ràng. Mặc dù hoàng đế một mực tin tưởng nhưng Âu Dương Tu vẫn khẩn thiết xin làm minh bạch để bảo toàn danh dự. Kết quả là ông vô tội bởi chỉ vì không đề cử người nhà ra làm quan nên bị tức giận mà vu cáo, còn hai vị đồng liêu kia cũng thú nhận vì ganh ghét nên mới tâu cáo như vậy. Qua câu chuyện này, bài học của Sử gia còn là thái độ, hành xử tư vô tà.

Nhấp ngụm trà thấm giọng, ông Lý cảm thán nói:

-Bác thấy đó! Thời gian vẫn cứ trôi đi, bao biến cố thăng trầm trong lịch sử cũng giống như suối nguồn chảy không ngừng hết lên thác lại xuống ghềnh, thậm chí dòng nước ấy chảy qua những hang động bí ẩn chưa ai khám phá ra. Một sử gia chân chính có rất nhiều ưu điểm đã đành nhưng đòi hỏi góc nhìn phân biệt chân hay ngụy (cũng tùy theo quan niệm mỗi thời đại) của sự cố. Hơn nữa, người ngày nay làm sao hiểu được diễn biến tâm tư và mục đích của người xưa khi viết những câu chuyện sử. Thí dụ Khổng Tử là người viết biên niên sử sớm nhất kinh Xuân Thu, (Lân Kinh 麟經), đặt nặng trọng tâm là phê phán kẻ bạo quyền, cảnh tỉnh vua chúa biết kính sợ trời đất mà làm điều nhân nghĩa từ những câu chuyện về thiên tai được báo trước qua các hiện tượng xuất hiện nhật, nguyệt thực, sao chổi…

Ông Tư gật gù, thêm ý:

Những gì mà bác đã trình bày, tôi nhận thấy có hai điểm cốt yếu:

+Về phương diện văn hoá, lý tưởng đạo đức, sử gia tôn trọng chân lý để nói lên sự thật.

+Về phạm vi triết học, cách thế tâm lý, sử gia ý thức khả năng giới hạn của mình để có thái độ hành xử thích hợp. Nhân đây, tôi cũng có tìm hiểu chút ít về từ ngữ "lịch sử" theo phương Tây, xin nói ra đây để bác nghe cho vui: Chữ History từ chữ "his story" có nghĩa là câu chuyện của hắn. Thời Trung cổ, trong Anh ngữ chữ này chỉ có nghĩa là "câu chuyện". In Middle English it meant story. Thực ra, History vốn phát xuất từ La Tinh ngữ, nghĩa gốc từ Hy Lạp là Histor, mang nghĩa: "kiến thức có được từ sự quan sát hoặc nghệ thuật tìm tòi kiến thức. Thí dụ: Một sử gia là người rất hiểu biết thông suốt về đề tài nghiên cứu của mình. Histor that means "knowledge acquired by investigation, or the act of seeking knowledge. For example, a histor was one who knew a subject well".[1] Sử tức Lịch sử thực và Sử gia tức Lịch sử nhận thức.

Ông Lý cười tươi tiếp lời:

-À ra vậy! Nội một chữ Sử thôi mà đã làm thành câu chuyện lịch sử rồi.

Ông đứng dậy pha một bình trà mới mời bạn, ông Tư nhâm nhi tách trà nóng cao hứng ngâm:

-*"Bất tri tam bách dư niên hậu. Thiên hạ hà nhân khấp Tố Như."*[1]

Bác thấy đó! Cụ Thanh Hiên còn than thở không biết ba trăm năm nữa có còn ai nhớ đến mình không, thì làm sao người đời hiểu thấu được các nhân vật lẫy lừng trong lịch sử của những ngàn năm xưa?

Ông Lý cảm thán tiếp lời:

-"Lối xưa xe ngựa hồn thu thảo. Nền cũ lâu đài bóng tịch dương"[2]. Rồi thì cuối cùng thành quách điện đài cũng tan thành mây khói nói gì đến những anh hùng hào kiệt từng chọc trời khuấy nước, vá trời lấp biển, vua chúa, quan quyền, hay giai nhân tuyệt sắc mà chỉ nụ cười, cái liếc mắt cũng đủ làm khuynh đảo cả giang sơn. Dù họ có danh thơm hay ố trong lịch sử, thì người đời sau cũng không thể thấu đáo ngọn ngành được huống chi là chỉ nghe hay biết qua những truyền thuyết, giai thoại.

Ông Tư nhìn ra ngoài trời lung linh ánh nắng thu chiếu qua khung cửa sổ, xa xa là dãy núi xanh mờ mờ, theo sử liệu ghi chép lại trên một tảng đá lớn, thì vùng núi ấy xưa kia rất trù phú, có nhiều dân cư sinh sống, thế mà mới chỉ hơn trăm năm thôi đã trở nên hoang vắng điêu tàn. Nghĩ đến đó, ông bùi ngùi thương cảm nói với bạn:

-Lịch sử là vô tận, cũng không thể xác định rõ rệt, Tôi chợt nhớ đến một Điệu từ rất có ý nghĩa của Dương Thận (1488-1559) đời nhà Minh, ông đã có những lời khoáng đạt đầy cảm xúc như sau:

---

1 Trích từ Encyclopedia, bách khoa từ điển của trường đại học Oxford.

2 Hai câu thơ trích trong " Độc Tiểu Thanh Ký" của Nguyễn Du.

Lâm giang tiên 臨江仙 [3]

Cổn cổn Trường Giang đông thệ thuỷ,
Lãng hoa đào tận anh hùng.
Thị phi thành bại chuyển đầu không.
Thanh sơn y cựu tại,
Kỷ độ tịch dương hồng.
Bạch phát ngư tiều giang chử thượng,
Quán khan thu nguyệt xuân phong.
Nhất hồ trọc tửu hỉ tương phùng.
Cổ kim đa thiểu sự,
Đô phó tiếu đàm trung.

Tạm hiểu:

Trường giang nước xiết chảy về đông,
Bọt sóng trào dâng lấp anh hùng.
Đúng sai, thành bại đều tan biến.
Núi cao xanh cũ vẫn chập chùng,
Ráng đỏ lại về mỗi hoàng hôn.
Ngư phủ, tiều phu tóc bạc sương,
Gió xuân, trăng thu bao lần trải.
Rượu ngon vui họp mặt bên đường.
Thế gian tích cũ nay nhắc lại,
Câu đùa, chuyện tiếu của vô thường.

---

3 La Quán Trung đã mượn điệu từ này để mở đầu cho tác phẩm Tam Quốc Diễn Nghĩa của ông.

THƠ
Trần Mộng Tú

TẾT TÀN

Lời chúc nào đã cạn
Hương hoa nào đã bay
Chỉ còn vốc tuổi hạc
Vẫn đầy hai bàn tay
Áo khăn đem xếp lại
Vào ngăn kéo thời gian
Thơ Xuân chưa khô mực
Báo đã vội sang trang
Soi gương đếm tuổi hạc
Nghe tiếng vỗ cánh bay
Luồn tay vào trong tóc
Sợi tóc chao ôi gầy!
Mùa xuân rơi trên giấy
Tháng Giêng lật từng trang
Khép hai cánh cửa lại
Giữ mùi hương nhang tàn. ■

(Mồng 7 Tết Bính Ngọ)

Phan Hưng Nhơn

TỪ SÔNG BẠCH ĐẰNG ĐẾN ẢI CHI LĂNG

Trải qua bao thế hệ chống xâm lăng, chống bạo quyền bành trướng phương Bắc, dân tộc Việt Nam đã tự hào cho mình một truyền thống chiến đấu bền bỉ kiên cường. Do đó rất nhiều địa danh đất nước nổi danh lẫy lừng nhưng được nhắc nhở nhiều chắc phải là Sông Bạch Đằng và Ải Chi Lăng.

Bạch Đằng giang là dòng sông rộng trong dân gian còn được gọi là sông Rừng (có lẽ ngày xưa hai bên có nhiều rừng) chỉ dài khoảng 20 km. Bắt nguồn từ sông Lục Đầu được các sông Đá Bạc, sông Giá và nhiều nhánh sông khác đổ vào. Dòng sông rộng mênh mông, bên phải có dãy núi đá vôi Tràng Kênh ăn sát bờ, bên trái rừng cây um tùm che lấp bờ bến. Nơi đây tiền nhân ta đã ba lần lập nên những võ công hiển hách bằng cách đóng cọc ngăn sông: Trận Ngô Quyền đánh quân Nam Hán, trận năm 981 Lê Hoàn chống quân Tống và oanh liệt nhất là trận Trần Hưng Đạo chống quân Nguyên năm 1283.

Trần Hưng Đạo huy động các lực lượng dân quân đẵn gỗ, đẽo cọc, đầu bịt sắt nhọn, cắm đầy lòng sông Bạch Đằng tại những nơi hiểm yếu. Ghềnh Cốc là một dãy đá ngầm chạy ngang qua sông Bạch Đằng phía dưới cửa sông Chanh đã được lợi dụng như một chướng ngại vật tự nhiên để phối hợp với bãi cọc, ngăn chặn chiến thuyền địch khi nước triều xuống. Thủy quân Nam mai phục sẵn trong các nhánh sông, trừ sông Đá Bạc được thả trống cho quân thù tiến vào đất chết. Bộ binh tận dụng địa hình giấu quân trong núi đá Tràng Kênh và rừng rậm bên tả ngạn.

Ngày 8 tháng 4 năm 1288 một đội thuyền tiền phong địch tiến trước dò đường tiến theo sông Giá. Đến Trúc Động, đội thuyền này bị quân Nam chặn đánh phải quay lui. Nhiệm vụ của trận Trúc Động là bịt đường sông Giá để bảo đảm bí mật cho trận địa mai phục và buộc toàn bộ binh thuyền của Ô Mã Nhi phải theo dòng sông Đá Bạc mà vào sông Bạch Đằng dấn thân vào đúng trận địa mà quân Nam đã mai phục. Sáng ngày 9 tháng 4, đoàn thuyền của Ô Mã Nhi bắt đầu tiến vào sông Bạch Đằng. Một đội chiến thuyền quân Nam được lệnh tiến lên khiêu chiến rồi giả thua rút lui. Ô Mã Nhi ra lệnh đuổi theo. Lúc bây giờ nước triều đang xuống. Khi đoàn thuyền địch vừa lọt vào trận địa mai phục thì quân Nam bất ngờ tấn công vào đội hình địch

Hình: Ngô Quyền đại phá quân Nam Hán trên sông Bạch Đằng. Nguồn hình: Wikipedia.

dồn chúng về phía bãi cọc. Chiến thuyền của địch vừa to vừa nặng lại đang lao mau theo dòng nước nên vấp phải cọc gỗ, một số bị tan vỡ rồi chìm đắm. Ngay lúc quân địch đang rối loạn thì thủy bộ Nam quân từ hai bên bờ đổ ra tấn công quyết liệt cùng dùng những bè lửa đã chuẩn bị sẵn đốt cháy thuyền địch. Cuộc chiến đấu ác liệt xảy ra từ mờ sáng đến chiều tối quân Nam đã tiêu diệt toàn bộ đạo quân địch, bắt sống được Ô Mã Nhi, Phàn Tiếp cùng thu được 400 chiến thuyền.

Như thế tại dòng sông Bạch Đằng này Tiền Nhân dân Nam đã 3 lần lập nên những võ công hiển hách mà hậu thế ngày nay không khỏi xúc động tự hào.

Cũng như sông Bạch Đằng, Ải Chi Lăng cũng từng vang dội nhiều chiến công của Tổ Tiên dân Nam đã nhiều lần chiến thắng quân xâm lược phương Bắc. Tại nơi này năm 981, Lê Hoàn phá Tống đã giết được tướng địch là Hầu Nhân Bảo và Tôn Hoàn Hưng.

Năm 1076 Thân Cảnh Phúc đã chặn đánh ba mươi vạn quân Tống do Quách Quỳ thống lĩnh. Nhưng chiến thắng Ải Chi Lăng lừng lẫy nhất là chiến thắng năm 1427 của nghĩa quân Lam Sơn từng chém được Liễu Thăng, diệt được 10 vạn quân, dẹp tan ý đồ xâm lược của nhà Minh.

Chi Lăng là một cửa ải hiểm yếu trên đường từ Lạng Sơn đến Đông Đô. Đây là con đường độc đạo và ngắn nhất từ Trung Quốc sang Đông Đô (Hà Nội ngày nay). Đây là một thung lũng nhỏ hình bầu dục, chiều dài Nam-Bắc khoảng 4 Km, chỗ rộng nhất khoảng 1 Km. Phía Tây là dãy núi đá vôi Cai Kinh lởm chởm, với vách núi dựng đứng. Ở phía Đông là các dãy núi đất Phượng Hoàng, Quỷ Môn, Chi Lăng, Thái Hòa. Trong lòng ải, hai bên sông Thương cắt đôi thung lũng nổi lên 5 hòn núi đá Hàm Quỹ, Nà Nông, Ma Săn, Kỳ Lân và Mã Yên. Cửa ải phía Bắc nằm giữa hai vách núi Hàm Quỹ và Cai Kinh, cửa phía Nam nằm giữa núi Chi Lăng và Cai Kinh. Do vị trí và địa hình của nó, Chi Lăng là một trận đồ hiểm kín, hạn chế quân địch hành quân theo đội hình lớn, thi thố lối đánh sở trường. Nhưng địa thế này rất lợi cho quân phục kích, bí mật ào ra áp đảo tại chỗ, chia cắt, vây địch, tiêu diệt địch, từ đường độc đạo tiến vào.

Cánh quân của Liễu Thăng vừa vượt qua Mục Nam Quan thì gặp ngay tướng Trần Lựu chận đánh. Suốt 60 Km đường rừng độc đạo dẫn đến Ải Chi Lăng, tướng Trần Lựu cứ chợt đánh chợt rút làm Liễu Thăng phẫn nộ xua quân đuổi theo. Đến cửa ải, thấy địa thế hiểm trở, các phụ tá tỏ vẻ thận trọng.

Với 10 vạn quân dưới quyền, Liễu Thăng tỏ ra rất kiêu căng chủ quan. Đến gần cửa ải, Liễu Thăng tự chỉ huy một đội kỵ binh tiến trước mở đường. Ngày 10 tháng 10, toàn đội quân tiền phong này lọt vào trận địa mai phục và bị tiêu diệt hết. Liễu Thăng bị chém chết bên sườn núi Mã Yên. Quân địch bị đòn bất ngờ hoảng hốt, đội hình rối loạn. Quân Nam thừa thắng tiến công liên tục tiêu diệt hơn hàng vạn quân địch.

Nghe tin đạo quân của Liễu Thăng bị tiêu diệt, đạo quân của Mộc Thanh hoảng hốt tháo chạy vẫn bị quân Nam truy kích tiêu diệt, tướng nhà Minh là Vương Thông đóng quân ở Đông Đô hoàn toàn tuyệt vọng phải xin đầu hàng.

Trận chiến Chi Lăng là lối đánh cực kỳ mưu trí, sáng tạo của nghệ thuật quân sự **lấy ít đánh nhiều, lấy yếu chống mạnh.**

Việt Nam là một nước nhỏ sát cạnh với một Trung Quốc đất rộng dân đông thời nào như là truyền thống có những tập đoàn ôm mộng bành trướng xuống miền Nam. Nhưng qua bao đời nước Việt Nam vẫn hùng dũng tồn tại vì dân tộc Việt Nam trải qua bao thế hệ chống xâm lăng đã tạo cho mình một truyền thống chiến đấu bền bỉ kiên cường. Đã thế dưới những thời đó, dân tộc Việt Nam lại có giới lãnh đạo yêu nước thông minh sáng suốt một lòng vì nước vì dân. Biết địch hùng hổ ỷ mạnh thì ta dùng **TRÍ** để thắng địch: như Lý Thường Kiệt ở sông Như Nguyệt, như Ngô Quyền (năm 938), Lê Hoàn (năm 981), Trần Hưng Đạo (năm 1288) ở sông Bạch Đằng hoặc Nguyễn Huệ ở Đống Đa; Tiền Nhân của dân Việt Nam đã nhiều lần chiến thắng quân xâm lược phương Bắc. ■

THƠ
Nguyễn Sĩ Long

HUẾ BÂY CHỪ

Dạ thưa xứ Huế bây giờ
Vẫn còn núi Ngự bên bờ sông Hương
(Bùi Giáng)

Huế bây chừ nhiều nắng hơn mưa
Kín ngõ thu sang buổi giao mùa
Đường qua Lê Lợi xưa Tôn nữ
Thấp thoáng em về ai đón đưa?

Chưa nghe ai hỏi sao ta buồn
Vì răng đi biệt cứ vấn vương
Vẫn mang xứ Huế theo khắp chốn
Mang cả giai nhân với giảng đường

Huế bây chừ nhiều phố lắm xe
Ta đứng trông theo áo lụa về
Bụi trần che khuất khung trời cũ
Ai nhớ cho mình những hàng me?

Chẳng có ai ngờ cánh phượng rơi
Là Huế trong ta đẹp tuyệt vời
Nếu như cơn gió còn quay lại
Mang cả mùa thu nhuộm đất trời

Chẳng nghe ai nói Huế đổi thay
Dòng Hương vẫn ngủ giữa ban ngày
Ta về nghe lại chi mô rứa
Như mới hôm nào tay trong tay

Huế bây chừ mưa nắng buồn vui
Áo tím ngày xưa mấy phương trời
Một mai sương khói không về nữa
Còn thiết tha chi những chuyện đời. ■

Nguyên Giác Phan Tấn Hải

NHỚ VỀ IRAN: MỘT THỜI TỪ BI, THƠ MỘNG

Tình hình chiến tranh bây giờ khó làm chúng ta hình dung về một Iran cổ đại nơi được nghe kể về những cổ tích thơ mộng, nơi các nhân vật mang tâm hồn Bồ Tát bước ra từ sương khói của truyện *Ngàn Lẻ Một Đêm.* Chúng ta cũng sẽ kinh ngạc khi nhớ rằng lịch sử đã từng có các nhà thơ sáng tác trong ngôn ngữ Ba Tư cổ đại (Persian: Farsi), tiền thân của tiếng Iran hiện nay, hay và thâm sâu tới mức không dễ có bao nhiêu thi sĩ hiện nay bước tới mép bờ giấy mực của họ. Và bạn sẽ thấy truyện võ hiệp Kim Dung cũng đã từng lấy một mảng Minh Giáo của Iran cổ đại rất mực từ bi và khắt khe – nơi tu sĩ phải sống độc thân, khổ hạnh, bất bạo động, ăn chay, không rượu thịt -- để chế biến thành cảm hứng văn học, nơi các truyền nhân đều lãng mạn và võ học phi thường như Trương Vô Kỵ, Dương Tiêu...

PHOTO 1: Ngàn Lẻ Một Đêm - Tranh của Họa sĩ Sani' Ol-Molk (1814-1866)
Photo: Boston University Libraries

Một thời xa xưa, thời trước khi Hồi giáo tới Iran, Phật giáo đã truyền sang Iran và nhiều quốc gia lân bang, làm người dân sống rất mực từ bi và thơ mộng, nơi họ kể cho nhau nghe các truyện Bản Sanh trong Tiểu Bộ Kinh của nhà Phật, nơi những người đạo đức có thể nghe được các con voi, nai, chim và các thú rừng nói chuyện với nhau. Nhiều thế kỷ sau, một số truyện này ghi dấu trong kho truyện cổ tích Ba Tư, rải rác trong Ngàn Lẻ Một Đêm, bộ sưu tập các truyện dân gian Trung Đông và Nam Á được biên soạn bằng tiếng Ả Rập trong thời đại hoàng kim Hồi giáo. Điểm chung của các lần xuất bản bộ truyện là truyện nền ban đầu kể về vị vua Shahryār và vợ của vua là nàng Scheherazade. Truyện nền đã giúp kết hợp chặt chẽ xuyên suốt cho chính các truyện kể khác. Nếu bạn đã từng đọc truyện Bản Sanh của Phật giáo trong Tiểu Bộ Kinh, bạn sẽ kinh ngạc thấy nhiều yếu tố rất gần nhau, khi đối chiếu vài truyện với nhau.

Kho tàng truyện cổ Ngàn Lẻ Một Đêm được kết nối xoay quanh một sợi chỉ xuyên suốt, theo Wikipedia: Xưa kia ở miền Đông Ả-rập, thời Sassanid có một vị vua Ba Tư tên là Shahriyar. Vị vua ngự trị trên một hòn đảo không rõ tên ở giữa Ấn Độ và Trung Quốc. Ban đầu, ông vốn là một vị hoàng đế anh minh, hiền hậu nhưng do hoàng hậu và phi tần ngoại tình nên vua đâm ra chán ghét tất cả đàn bà, tính nết trở nên hung bạo. Để thỏa cơn thịnh nộ, cứ mỗi ngày vua cưới một cô gái và sau một đêm mặn nồng lại sai lính đem giết. Nhằm thoát khỏi thảm kịch, các gia đình có con gái lần lượt bỏ xứ di cư. Thấy đất nước lâm nguy, cô Sheherazade xin cha cho mình được một đêm hưởng ân sủng của hoàng thượng. Viên tể tướng rất đau lòng khi thấy con mình nói như vậy vì ông biết sau đêm đó nàng sẽ chết. Nhưng trước sự quyết tâm của con, ông đành phải đem con dâng cho vua Shahriyar. Là cô gái thông minh, nàng đã tìm được cách để thoát khỏi cái chết. Nàng cùng với sự giúp đỡ của em gái nàng là Dinarzade, nàng nhờ em đánh thức mình dậy khi trời sắp sáng và yêu cầu nàng kể chuyện. Những câu chuyện được sắp xếp khéo léo để đúng khi mặt trời mọc là lúc hấp dẫn nhất, nàng kín đáo dừng lại khi chuyện chưa chấm dứt khiến vua còn nóng lòng muốn nghe tiếp "hồi sau thì sẽ rõ", không thể ra lệnh xử tử nàng.

Trong suốt một nghìn lẻ một đêm, nàng

Sheherazade đã liên tục kể những chuyện về tình yêu, chiến tranh và pháp thuật, về những vị vua cũng như dân thường, người thương buôn, kẻ ăn mày, về những xứ sở mà kim cương nhiều hơn đá sỏi, về những cô gái đẹp, về cả những mưu toan diễn ra trong các ngõ hẻm hay các khu chợ tại các thành phố phương Đông. Hai nàng cũng kể về những thị trấn, sa mạc, hải đảo xa xôi, nơi các vị phù thủy sử dụng pháp thuật, về các loài ngựa biết bay, chó biết nói, người hóa cá, cá lớn hơn cá voi, chim khổng lồ. Nàng kể về những cặp tình nhân trong các túp lều tồi tàn, họ có thể là người gan dạ hoặc hèn nhát, nhưng tất cả đều đa tình và biết hy sinh vì người yêu. Bối cảnh của các chuyện của nàng ở phương Đông, phần lớn xoay quanh các thành phố huyền thoại Bagdad, Cairo và Damascus. Hàng ngàn đêm trôi qua, cuối cùng nhà vua từ bi trở lại, tình yêu cuộc sống và con người trỗi dậy khiến vua đã quên tâm sát nhân. Cảm phục từ các truyện kể rất nhân đạo và và rồi chân thực yêu thương nàng Sheherazade, vua đã bỏ lệnh bắt thiếu nữ làm sủng phi một đêm để giết một cách tàn nhẫn và lập nàng làm hoàng hậu bằng một đám cưới linh đình, sau đó cùng nhau sống hạnh phúc đến bạc đầu, rồi họ có với nhau ba người con trai.

Bạn thấy gì? Tất cả các hình ảnh đó đều có trong Truyện Bản Sanh. Khi vua độc ác, nghe lời khuyên từ các ẩn sĩ, từ các tể tướng, từ các chàng trai và thiếu nữ thông tuệ, rồi trở thành từ bi... Kinh Bản Sanh (Jataka) của Phật Giáo thường bắt đầu bằng "*Ngày xửa ngày xưa, tại Benares...*" Trong khi đó, truyện Ngàn Lẻ Một Đêm thường bắt đầu bằng "*Người ta kể rằng, ở một vùng núi xa xôi...*"

Về xây dựng nhân vật cũng có yếu tố tương tự. Truyện Bản Sanh thường có các con vật là tiền thân Đức Phật hay các bậc thánh tăng, và nói ra ngôn ngữ rất đạo đức. Ngàn Lẻ Một Đêm cũng có nhiều thú vật biết nói, thường trích dẫn triết lý và thơ ca. Các đoạn kết thì y hệt nhau, nhưng dị biệt là: Truyện Bản Sanh rút ra bài học về luân hồi hoặc đức hạnh. Còn Ngàn Lẻ Một Đêm đưa ra bài học về sự khôn ngoan và sự quan phòng của Thượng đế (đã được Hồi giáo hóa). Nếu chúng ta thay chữ Thượng Đế bằng chữ Nguyên Lý Tối Cao, Luật Nhân Quả, Pháp Duyên Khởi... thì dị biệt không nhiều. Nếu chuyển hóa từ ngôn ngữ "Đức Phật trong tiền kiếp" thành "Vị ẩn sĩ Hồi giáo" thì sẽ là những tương tự tuyệt vời.

Như truyện *The Tale of King Jali'ad of Hind and his Vizier Shimas* (Truyện về vua Jali'ad của xứ Hind [Ấn Độ] và tể tướng Shimas) trong Ngàn Lẻ Một Đêm, kể về Vua Jali'ad, người cai trị Ấn Độ (Hind), và vị tể tướng thông thái Shimas. Truyện cấu trúc như một chuỗi truyện ngụ ngôn được các nhân vật sử dụng để đưa ra lời khuyên về đạo đức và chính trị. Thường bắt đầu với việc Vua Jali'ad có một giấc mơ kinh hoàng (chẳng hạn như đổ nước lên cây và thấy chúng bốc cháy), và vua yêu cầu tể tướng Shimas giải thích giấc mơ đó.

Vua Jali'ad là một vị vua nhân từ nhưng ban đầu chưa có con nối dõi. Sau khi cầu nguyện và có được hoàng tử Wird Khan, vua đã nhờ tể tướng Shimas dạy dỗ con mình. Phần lớn truyện là các bài giảng của Shimas dành cho nhà vua và hoàng tử thông qua các câu chuyện ngụ ngôn về loài vật và thiên nhiên để dạy về cách kiềm chế dục vọng, lòng từ bi, và sự nguy hiểm của tâm tham và sân. Khi Hoàng tử Wird Khan lên ngôi vua, Shimas tiếp tục sử dụng truyện ngụ ngôn để hướng dẫn tân vương trở thành một người cai trị công bằng. Các lời răn dạy của Shimas về việc một vị vua phải nhiếp phục bản thân trước khi nhiếp phục thiên hạ rất gần gũi với Phật giáo.

Trong truyện trên, một phần y hệt như đời Đức Phật, khi so sánh các tình tiết chính giữa nhân vật Hoàng tử Wird Khan (trong truyện Ngàn Lẻ Một Đêm) và Thái tử Tất Đạt Đa (Đức Phật). Sử Phật giáo ghi rằng Vua Tịnh Phạn hiếm muộn, cầu nguyện và nằm mơ mới có con là ngài Tất Đạt Đa. Trong khi đó, truyện Iran kể rằng Vua Jali'ad già yếu, không có con, sau khi cầu nguyện khẩn thiết mới sinh được Wird Khan.

Đối chiếu về lời các tiên tri nhìn về tương lai cũng tương tự. Phật sử kể rằng các đạo sĩ tiên tri Thái tử Tất Đạt Đa sẽ là bậc Chuyển luân Thánh vương hoặc sẽ là Pháp Vương nếu xuất gia. Trong truyện cổ Iran, các chiêm tinh gia tiên đoán hoàng tử Khan sẽ có trí tuệ siêu phàm và thay đổi vận mệnh vương quốc. Phật sử kể rằng Thái tử Tất Đạt Đa học thông thạo các môn nghệ thuật và võ thuật từ nhỏ. Truyện cổ Iran này kể tương tự: Hoàng tử Wird Khan được tể tướng Shimas dạy dỗ về triết học và đạo đức từ năm 5 tuổi, bộc lộ trí tuệ vượt bậc.

Ý thức về khổ và vô thường: Phật sử kể rằng Thái tử Tất Đạt Đa đi dạo 4 cửa thành, thấy hình ảnh Sinh-Lão-Bệnh-Tử và quyết định từ bỏ ngai vàng. Trong truyện cổ Iran, sau cái chết của vua cha, Wird Khan đối mặt với sự vô thường của quyền lực và những bài học về khổ đau. Dĩ nhiên là có dị biệt: được kể lại trong môi trường Hồi giáo, kết thúc của Wird Khan là thiên về việc trở thành một "Vị vua hiền triết". Tuy nhiên, các bài học ngụ ngôn về con báo, con cá, và con chim trong truyện chính là những bản sao của các truyện Jataka (Bản Sanh) mà Đức Phật dùng để dạy về Nghiệp và Giải thoát.

Sự tương đồng không phải ngẫu nhiên. Một số nhà nghiên cứu (như chuyên gia văn học dân gian Joseph Campbell) khẳng định rằng: Tiền thân của Ngàn Lẻ Một Đêm là tập truyện Ba Tư Hezar Afsan, vốn được dịch và phóng tác từ các nguồn văn học Ấn Độ (từ ngôn ngữ Sanskrit). Khi Phật giáo lan tỏa sang Trung Á, các truyện Bản Sanh, thường dùng thế giới loài vật để dạy đạo, đã hòa nhập vào dòng chảy văn học dân gian của người Ba Tư và Arab, sau đó được "Hồi giáo hóa" nhưng vẫn giữ cốt lõi triết lý.

Trong bộ Ngàn Lẻ Một Đêm, có truyện "Vị Ẩn sĩ và Những Con Thú" (The Hermit and the Animals). Một vị ẩn sĩ sống trong núi, thực hành khổ hạnh và từ bi. Vị này cứu một con chim bị thương, chia sẻ thức ăn cho những con thú hoang. Khi một thợ săn đến, các con vật đã hợp sức để bảo vệ vị ẩn sĩ và lừa người thợ săn rời đi (trong truyện Bản Sanh, người thợ săn thường là tiền thân của Đề Bà Đạt Đa, tượng trưng cho ác tâm). Truyện này nêu lên Tâm Từ là dấu ấn Phật giáo: Nhân vật chính không chỉ là một ẩn sĩ từ bi, đạo đức mà còn là người bảo hộ muôn loài, phản chiếu hình ảnh Bồ Tát trong tiền kiếp. Truyện cũng nêu lên nghiệp báo (Karma): Kẻ ác (người thợ săn) bị trừng phạt bởi chính lòng tham của mình, trong khi lòng tốt của vị ẩn sĩ tạo ra một "mạng lưới bảo vệ" từ những sinh linh nhỏ bé nhất. Truyện vị ẩn sĩ bị người thợ săn khởi tâm hại tương tự trong Kinh Tiểu Bộ Phật Giáo, truyện Bản Sanh 206 Kurunga-Miga J□taka, nơi các con vật trong rừng yêu thương nhau, cứu nhau tránh bị tiền thân Đề Bà Đạt Đa làm hại.

Bây giờ nói về sử: một nhân vật trong Hồi Giáo Sufi của thời Iran cổ đại cho chúng ta thấy một ảnh hưởng rất kinh ngạc từ Phật giáo sơ kỳ. Đó là Ibrahim ibn Adham (mất khoảng năm 777-782 Tây lịch), người được coi là một vị thánh vĩ đại của dòng Hồi giáo Sufi, và cuộc đời của ông thường được gọi là "Bản sao của Đức Phật trong thế giới Hồi giáo."

Ibrahim ibn Adham sinh ra tại Balkh (thuộc vùng Khorasan, nay là Afghanistan). Vào thế kỷ thứ 8, Balkh là một trung tâm văn hóa lớn của Iran cổ đại. Quan trọng hơn, trước khi Hồi giáo đến, Balkh chính là "trái tim" của Phật giáo tại Trung Á với tu viện nổi tiếng Nava Vihara (Nowbahar). Lịch sử Iran kể rằng ngài là vua của vương quốc Balkh, sống trong nhung lụa, cung vàng điện ngọc. Một ngày nọ, khi đang đi săn hoặc đang ngủ trong cung điện, ngài nghe thấy những lời cảnh tỉnh tâm linh về sự vô nghĩa của quyền lực thế gian. Vua nghe thấy tiếng động trên mái cung điện và gặp một người đàn ông đang tìm lạc đà. Khi vua hỏi "Sao lại tìm lạc đà trên mái nhà?", người đó đáp: "Vậy thì, làm sao nhà vua tìm được Thượng đế trên ngai vàng?". Vua ngay lập tức từ bỏ ngai vàng, rời bỏ gia đình, sống cuộc đời của một tu sĩ nghèo khổ, đi bộ đến Mecca (thánh địa Hồi giáo) và dành phần đời còn lại để tu hành, lao động chân tay và thuyết pháp.

Các nhà nghiên cứu phương Tây như Ignác Goldziher và R.A. Nicholson đã chỉ ra rằng tiểu sử của Ibrahim ibn Adham gần như là một sự "phóng tác" trực tiếp từ cuộc đời Đức Phật. Ibrahim trở thành một người khổ hạnh, thực hành sự nghèo khó tự nguyện, diệt trừ ham muốn (Ái dục), từ bỏ cái tôi và của cải để đạt đến sự hợp nhất với Thượng đế [theo Hồi giáo Sufi]. Điểm khác nổi bật: Đức Phật không công nhận có Thượng Đế, ngài tự tìm ra Trung đạo và đạt Giác ngộ.

PHOTO 2: Bìa sách "The Arabian Nights: Tales of 1,001 Nights" đang bán ở Amazon.

Tại sao lại có sự giống nhau này? Vùng đất Balkh là nơi giao thoa của con đường Tơ Lụa. Khi người Iran cổ đại ở vùng này chuyển sang Hồi giáo, họ không xóa bỏ hoàn toàn ký ức văn hóa cũ. Các truyện về "Vị hoàng tử từ bỏ ngai vàng" (Đức Phật) đã ăn sâu vào tâm thức dân gian vùng Khorasan. Khi họ viết về các thánh nhân Hồi giáo, họ đã vô tình (hoặc hữu ý) sử dụng "khuôn mẫu" của Đức Phật để mô tả sự thánh thiện của Ibrahim ibn Adham. Điều này giúp người dân địa phương dễ dàng tiếp nhận đức tin mới thông qua những hình ảnh quen thuộc.

Trường hợp nhà thơ Rumi cũng là một đối chiếu văn học đầy kinh ngạc. Một nhà thơ Hồi giáo Sufi của Iran cổ đại, nhưng hiện thân như một cư sĩ Phật tử tuyệt vời. Rumi (1207–1273) không chỉ là một nhà thơ; ông là biểu tượng của sự hợp nhất tâm linh giữa Đông và Tây. Trong bối cảnh lịch sử

Iran và Trung Á, Rumi là đứa con của một vùng đất mà Phật giáo và Hồi giáo từng chung sống và thẩm thấu lẫn nhau suốt nhiều thế kỷ. Tên đầy đủ là Mawlānā Jalāl-ad-Dīn Muhammad Rūmī, nhưng văn học gọi tắt ngài là Rumi.

PHOTO 3: Nhà thơ Rumi (1207–1273) trong tranh cổ Sufism. Photo: Wikipedia.

Rumi sinh ra tại Balkh (thuộc Afghanistan/Iran cổ đại). Balkh từng là trung tâm Phật giáo rực rỡ với tu viện Nava Vihara. Do cuộc xâm lược của quân Mông cổ, gia đình nhà thơ di cư sang Konya (Thổ Nhĩ Kỳ ngày nay), khi đó thuộc đế quốc Seljuk của người Ba Tư. Rumi viết chủ yếu bằng tiếng Ba Tư (Persian/Farsi). Di sản của nhà thơ là đỉnh cao của văn học Iran cổ đại, cho dù ông sống phần lớn đời mình ở vùng đất của người Thổ Nhĩ Kỳ.

Dù Rumi là một giáo sĩ Hồi giáo hệ phái Sufism, các học giả nhận thấy những dấu ấn sâu sắc của tư tưởng Phật Giáo trong thơ ông. Từ bỏ "cái tôi" trong thơ Rumi là khái niệm Hồi giáo Sufism, diệt trừ tự ngã (Fana): tan biến cái tôi cá nhân vào Nguyên lý Tối cao, sự dập tắt ngọn lửa tham ái và bản ngã.

Thơ Rumi thường trực nói về cách sống Chánh niệm và ý thức về cái Hiện tiền. Rumi luôn nhắc nhở về việc thoát khỏi quá khứ và tương lai để sống trong "Cái bây giờ", lời dạy của Đức Phật và thường được nhắc tới trong tư tưởng Thiền Tông Việt Nam. Thơ Rumi cũng đề cao tình yêu vô điều kiện, một hiển lộ của Tâm Từ Bi. Dưới đây là hai bài thơ nổi tiếng nhất của Rumi thể hiện sự buông bỏ tự ngã và sống trong nhận thức về Tánh không.

Bài thơ Rumi đầu tiên dẫn dưới đây có tựa đề "The Guest House" (Ngôi nhà khách) nghe y hệt lời dạy thiền. Bài thơ nói về Chánh niệm (Mindfulness), đón nhận mọi cảm thọ (vui, buồn, thiện, ác, đau, khổ) như những vị khách đi ngang qua tâm mình. Nơi đây, chúng ta trích dịch theo bản Anh văn của Coleman Barks.

Ngôi nhà khách

Thân tâm này như một nhà trọ.
Mỗi buổi sáng lại có một vị khách mới.
Một niệm vui, một niệm lo, một niệm dữ
một tỉnh thức thoáng qua đến
như vị khách không mời mà đến.
Hãy chào đón và tiếp nhận tất cả!
Ngay cả khi đó là một đám đông niệm buồn,
những niệm hung bạo quét sạch nhà của bạn
dọn trống trơn các đồ đạc trong nhà
vẫn hãy trân trọng đối xử với mỗi vị khách
Có thể niệm đó đang dọn [thân tâm] bạn cho trống chỗ
cho một niềm vui mới.
Những niệm đen tối, xấu hổ, độc ác,
hãy đón các niệm ở cửa với nụ cười,
và mời chúng vào.
Hãy biết ơn bất cứ ai đến,
vì mỗi người đều được gửi đến
như một người dẫn đường từ bờ bên kia.

Tương tự, bài thơ tựa đề "*Only Breath*" (Chỉ là hơi thở), thể hiện tư tưởng Vô ngã (Anatta). Rumi rũ bỏ mọi nhãn hiệu về tôn giáo, quốc gia và bản sắc để trở về với cái cốt lõi trống rỗng nhưng là toàn thể. Nghe y hệt như thơ của Tuệ Trung Thượng Sĩ. Bản Việt dịch như sau.

Chỉ là hơi thở

Không phải Ki-tô giáo, Do Thái giáo hay Hồi giáo, không phải Ấn Độ giáo
Phật giáo, Sufi hay Thiền Tông. Không thuộc bất kỳ tôn giáo nào
hay hệ thống văn hóa nào. Tôi không đến từ phương Đông
hay phương Tây, không từ đại dương hay từ mặt đất
không phải tự nhiên hay siêu nhiên, không
được cấu tạo từ các yếu tố nào cả. Tôi không hiện hữu,
không phải là một thực thể trong thế giới này hay thế giới sắp tới,
không phải hậu duệ của Adam và Eva hay bất kỳ
câu chuyện cội nguồn nào. Nơi của tôi là không dấu vết, một dấu vết
của không dấu vết. Không thân xác cũng không linh hồn.
Tôi thuộc về cái được yêu thương, đã nhìn thấy hai
thế giới là một và lời kêu gọi duy nhất đó hướng đến và thấu hiểu,
đầu tiên, cuối cùng, bên ngoài, bên trong, chỉ hơi thở đó của người đang thở.

Bạn có thể nói thơ Rumi là ngôn ngữ của Tánh

Không, vô tướng, vô ngã, vô thường, bờ bên kia, hay là bất cứ gì của từ bi và thơ mộng. Vì sao kho tàng từ bi, yêu thương và vô ngã của nhà thơ cực kỳ tuyệt vời này bỗng nhiên biến mất ở Iran bây giờ, để thay vào đó là lãi những nhãn hiệu đầy tranh chấp và những tự ngã lớn như núi? Hỡi Iran cổ đại, một thời của từ bi và thơ mộng, bây giờ đang ở đâu? Trong các trang cổ thư bị quên lãng? Hay dưới các gạch vụn cổ mộ của lịch sử?

THAM KHẢO:

- Buddhism ii. In Islamic Times: https://www.iranicaonline.org/articles/buddhism-ii/
- The Indian Origin of the Thousand and One Nights: https://www.sacred-texts.com/neu/lang1k1/index.htm
- The Jataka (Truyện Bản Sanh): https://sacred-texts.com/bud/j1/index.htm
- Thơ Rumi, bản dịch Anh văn của Coleman Barks: . The Guest House: https://grateful.org/resource/guest-house-rumi/

. Only Breath: https://allpoetry.com/Only-Breath

THƠ / Tịnh Bình

VŨ THỦY

Tết tàn lại đến Nguyên Tiêu
Dăm bông mai rụng tiêu điều xác xơ
Sót vài cánh én trời mơ
Ngập ngừng vũ thủy ơ hờ bước chân

Rửa trôi phiền não thế nhân
Mưa giêng giọt giọt trong ngần khẽ rơi
Du xuân nắng mãi rong chơi
Cỏ cây hoa lá cất lời thanh tân

Nguyên Tiêu nở đóa hoa trăng
Chuông thiền chầm chậm xa ngân chốn nào
Đầu cành trúc biếc lao xao
Vàng hoa khuất dấu cồn cào lòng ai... ■

THƠ
Lương Nguyên Hiền

NHỚ A-ROSA RIVA

Nhớ lại một buổi chiều ngồi trên boong tàu
A-Rosa Riva xuôi
theo dòng sông Donau (Danube)
Nhớ A-Rosa Riva
Những buổi chiều
Trên boong tàu xám
Bên ly cà phê đắng
Ngồi kể chuyện xưa
Những ngày tháng
Qua rất nhanh
Như dòng Donau chảy
Không dừng.
Nước xanh vắt
Trời chạng vạng
Hàng liễu bên bờ
Đứng chờ kẻ viễn du
Chiều nay
Ai hát bài ca
Danube Blues
Chiều nay
Ai khơi
Thuyền viễn xứ
Ai đi
Xa vạn lý
Ai về
Bến sông Tương.

Donau sóng sánh nước
Lững lờ mây trôi qua
Tiếng chèo nhịp khe khẽ
Đưa những giấc mơ đi xa.

Gió lay nhẹ trên sông
Trên boong tàu cũ
Người ngồi im tượng đá
Nghe lòng mình viễn du
Vào nơi bất tận. ■

(Tháng mười hai 2025)

WHO - Tổ chức Y tế Thế giới *định nghĩa tình trạng sức khỏe tốt là: "Sức khỏe không chỉ đơn thuần là không mắc bệnh hay tật nguyền, mà là trạng thái toàn diện về thể chất, tinh thần và giao tiếp xã hội" – "Health is a state of complete physical, mental and social well-being and not merely the absence of disease or infirmity".*

ẤY CHÍNH LÀ TRẠNG THÁI THÂN TÂM AN LẠC

Bác Sĩ Trương Ngọc Thanh - Dược Sĩ Trương Thị Mỹ Hà

CẦN SA - DƯỢC THẢO HAY MA-TÚY?

Dù đã đến Amsterdam nhiều lần, nhưng mỗi lần trở lại nơi này chúng tôi đều cảm nhận được sự thân thiện và hiếu khách của người dân láng giềng hiền hòa của chúng tôi.

Amsterdam được xem là cửa ngõ của Holland với thế giới. Thành phố cổ kính lâu đời với những con ngõ chật hẹp xuôi theo các dòng kênh với những chiếc cầu nhỏ nối liền đôi bờ. Những ngôi nhà cũng thật nhỏ và cổ kính có từ trước thế kỷ thứ 13 được xây dựng trên những cột dầm trên vùng đầm lầy vào thời đó. Vì quá chật hẹp, nên hầu hết những ngôi nhà này đều có những ròng rọc kéo dây để cư dân nơi đây đưa đồ và vật dụng trong nhà qua lối này, vì dùng cầu thang không có chỗ lách để đưa lên xuống được. Có những ngôi nhà nhỏ hẹp đã bị nghiêng đổ theo năm tháng, do các cột dầm chống đỡ sàn nằm trong đất ẩm đã bị hư mục.

Amsterdam được hình thành từ một làng đánh cá theo tên gọi là con đập (Damm) với những hệ thống dẫn thủy nằm theo dòng sông Amstel nối liền với cửa biển Bắc Hải. Du khách thật đông, ở đây không chỉ nổi tiếng với Viện Bảo Tàng về danh họa Van Gogh và nơi trú ngụ của Hoàng Gia với cung điện được xây dựng từ thế kỷ thứ 17.

Không chỉ là thành phố du lịch, Amsterdam với nền văn hóa lâu đời và nền kinh tế bậc nhất với hải cảng lớn thứ nhì sau Rotterdam. Về kỹ nghệ Philips và Bia Heineken cũng là những thương hiệu nổi tiếng thế giới.

Với chính sách cởi mở của chính quyền về mọi mặt đã biến Amsterdam thành nơi đến của Du Lịch vì Ma Túy. Nơi những con ngõ ngách chật hẹp dọc theo phố cổ du khách có thể bị làm phiền vì mùi khó chịu thật đặc trưng của khói thuốc cần sa. Nơi đây người ta có thể công khai hút và đến những quán Cafe bán đủ loại nước giải khát, bánh kẹo và những món quà lưu niệm có cần sa. Chính sách cởi mở về ma túy dẫn đến những hệ lụy không thể tránh khỏi của các băng nhóm phạm pháp, phần lớn là người ngoại quốc nhập cư với vũ khí đã là một bài toán khó giải cho chính quyền nơi đây.

➢ CẦN SA (HASCHISCH, MARIHUANA, CANNABIS LÀ GÌ ?

Hoa cái của cây Cần sa (Cannabis sativa, Cannabis indica) có chứa tinh chất Cannabinoide với hàm lượng cao, là chất gây ảo giác đã được biết đến và mô tả từ hơn 2500 năm về trước ở Trung Hoa và Ấn Độ. Vào thời đó, cần sa cũng được dùng cho những người bị bệnh Động Kinh (Epilepsie), đau nhức. Cây cho hoa sau khi mọc mầm độ sau 8 tuần.

Trong thời chiến tranh Việt Nam, hình ảnh những người Mỹ chiến binh viễn xứ vào những năm 1967-1969 ở An Lộc và Quản Lợi với đôi mắt lờ đờ, mơ màng, họ không còn nhận thức gì về chung quanh với điếu thuốc trên tay, đã đi vào tâm trí của bọn nhỏ đầy tính hiếu kỳ chúng tôi, ở vào lứa tuổi 11-13 ngày đó, khi họ đóng quân gần chốn thị tứ.

Ở Cộng Hòa Liên Bang Đức liên minh thuộc 3 đảng Grünen, SPD và FDP lên nắm chính quyền vào tháng 12. 2021. Do áp lực của đảng Grünen và SPD luật về Cannabis đã được ban hành vào ngày 01.04.2024 và đã thông qua Quốc hội mà họ chiếm đa số, dù đã gây nhiều tranh cãi và chống đối từ mọi phía, đặc biệt từ y giới, giáo dục, tôn giáo và tư pháp.

Luật này cho phép sử dụng, đem theo trong người từ 5 đến 10g. Người dân trên 18 tuổi được phép trồng trong nhà 3 cây cần sa cho mỗi cá nhân. Nếu họ nằm trong nhóm hội trồng và mua bán cần sa Cannabis Club, mỗi thành viên có thể mua 50g hoa cần sa khô mỗi tháng.

Số người nghiện cần sa ở CHLB Đức chiếm khoảng 0,5 đến 4,5 % dân số tùy vào lứa tuổi.

Lập luận của giới lập pháp là hợp thức hoá và cho phép công khai xử dụng cần sa sẽ làm giảm nạn phạm pháp, thị trường buôn bán và tiêu thụ cần sa trái phép sẽ dần tự bị loại bỏ và sẽ mang lại nguồn thu thuế cho nhà nước. Một suy nghĩ đầy thiển cận. Nhóm người này đã không nghĩ đến những bệnh tật, điều trị bệnh tật do cần sa gây ra, ảnh hưởng xấu trong xã hội do nạn nghiện ngập cần sa gây ra.

Trước đây, cần sa bị cấm sử dụng tuyệt đối khi lái xe. Theo luật mới người lái xe được hút cần sa khi nồng độ THC (tinh chất cần sa) dưới 3,5 Nanogramm trong máu, đã gây không biết bao nhiêu phiền toái cho những người thi hành luật pháp tại đây.

Một điều thật khôi hài trong luật này lại cho phép thanh niên trên 18 tuổi sử dụng cần sa 100m cách trường học và vườn trẻ, nơi chơi công cộng dành cho trẻ em, vì họ sợ trẻ em bắt chước. Trong vùng dành cho khách bộ hành không được hút cần sa từ 7-20 giờ mỗi ngày, và luật lại uyển chuyển theo cách ứng dụng tùy mỗi tiểu bang.

Trước đây Cần sa thuộc về chất cấm nằm trong danh mục của Luật về thuốc gây mê và gây nghiện, bên cạnh Heroin (bạch phiến), MDMA, ECSTASY (chất kích thích gây hoang tưởng và ảo giác). Luật này nghiêm cấm xử dụng và buôn bán cần sa, nếu không có toa điều trị của Bác sĩ.

➢ CẦN SA TRONG Y HỌC ĐIỀU TRỊ & TAI HẠI KHI BỊ LẠM DỤNG

Cần sa đã được đưa vào y học điều trị cho các bệnh đau nhức mãn tính từ năm 2017 nhờ vào cơ chế giảm cảm nhận đau đớn trên các Opioid Rezeptoren (Vùng tiếp nhận xung thần kinh Opioid). Cần sa gây buồn ngủ nhờ đó giảm được liều lượng dùng thuốc đau nhức. Cần sa làm giảm nhận thức, gây cảm giác hưng phấn xa rời thực tế.

Các bệnh nhân bị đau nhức kinh niên, bệnh Multiple Sklerose (MS), Ung Thư, AIDS (SIDA), chống ói mửa khi điều trị hóa trị, giảm co cứng cơ, những người bị bệnh nặng chờ chết (Palliative Medizin).

Khi có toa Bác Sĩ với biện luận lý do, họ sẽ được các hãng bảo hiểm sức khỏe chi trả tiền mua cần sa ở dạng thuốc xịt miệng (Naiximols), viên (dược chất Dronabinol, Nabilone), dung dịch uống tinh chất, hoa khô để nghiền ra hút và hít. Thuốc dễ gây nghiện nhanh chóng.

Dược chất chính lấy được từ hoa cần sa là THC = Dronabinol (TetraHydroCannabinol).

Ở CHLB Đức thì cần sa được định danh từ nồng độ THC từ 1 đến 22% và được sử dụng ở dạng nước và hoa phơi khô để hút và hít vào như thuốc lá. Có tác dụng kéo dài đến 2 tiếng sau khi xử dụng.

Khi thiếu cần sa những người nghiện này sẽ bị dễ kích động, mất ngủ và đứng ngồi không yên.

Tùy theo nồng độ THC có thể gây khô miệng, lo âu, hoang tưởng, rối loạn tâm thần, giảm sự tập trung, mất định hướng, gây ảo giác, bất cần đời, giảm nhận thức, giảm trí nhớ, mất thăng bằng cơ thể, rối loạn nhịp tim và có thể dẫn đến điên loạn ngắn, cấp thời (Psychotische Schizophrenie). Tác dụng nguy hiểm khi người sử dụng cần sa kết hợp với rượu, thuốc lá và các chất gây nghiện khác. Ở tuổi vị thành niên cần sa có ảnh hưởng tai hại đến sự phát triển của não bộ.

Ở dạng tinh dầu và dung dịch Tinktur thì cần sa có hàm lượng CBD (CannaBiDiol) cao.

Trong não bộ THC ảnh hưởng đến vùng Campus, vùng vỏ não trán trước dẫn đến giảm trí nhớ và khả năng phản ứng chính xác bị suy giảm. Phụ nữ hút cần sa trong thời gian thai nghén sẽ gây ảnh hưởng đến sự phát triển xấu của thai nhi và ở tuổi phát triển sau khi sanh, như sinh thiếu trọng lượng, sinh thiếu tháng, giảm thiểu trí thông minh, nhận thức về xã hội và môi trường sống về sau...

Cannabis thuộc nhóm thuốc và chất gây nghiện với ứng dụng dược học điều trị thật hạn chế.

Việc đưa vào sử dụng bừa bãi và tự do theo luật mới sẽ gây ảnh hưởng xấu trong xã hội, nhất là khi bị giới trẻ lạm dụng. Người lái xe sau khi sử dụng cần sa sẽ gây nguy hiểm về giao thông.

Trong giáo lý nhà Phật, việc sử dụng các chất kích thích này cũng bị khuyên cấm.

Từ khi có đạo luật về sử dụng tự do thì việc lạm dụng cần sa có chiều hướng gia tăng. Sự đòi hỏi của bệnh nhân được cấp cần sa dưới dạng thuốc hút và uống miễn phí đã gây nhiều phiền toái và tranh luận trong giới y dược chúng tôi.

Khói thơm thuốc lá đầy mơ màng và lãng mạn trong những chuyện tình thời chiến vào những năm 1970 ở Sài Gòn năm xưa, lúc mà bọn chúng tôi mới biết tập tành yêu đương vào thời mới lớn của ngày nào, khác hẳn với những mùi gây thật khó chịu của cần sa ở những con ngõ hẹp Amsterdam hôm nay.

Nhớ về một quê hương Việt Nam đầy hoài niệm.■

Minden-Hamburg 23.01.2026

Các Infografik về Y khoa thường thức của nhóm Bác sĩ CN St (Đức)

Virus Nipah lây lan tại Ấn - Châu Á siết kiểm soát

• Virus Nipah bùng phát tại bang Tây Bengal (Ấn Độ) khiến nhiều nước **châu Á lo ngại** và tăng cường kiểm soát y tế tại sân bay và biên giới. Thái Lan và Nepal đã ra lệnh **sàng lọc hành khách** từ vùng dịch.

• Nipah là virus lây từ **động vật sang người** và có thể lây **từ người qua người**, với **tỷ lệ tử vong rất cao** (40–75%). Hiện **chưa có vắc xin** hay thuốc điều trị. WHO xếp Nipah vào nhóm bệnh có nguy cơ gây đại dịch..

• **Triệu chứng** bao gồm sốt, đau đầu, đau cơ, nôn mửa, viêm phổi và trong trường hợp nặng có thể gây viêm não dẫn đến tử vong. Thời gian ủ bệnh từ 4–14 ngày.

• Dịch Nipah từng xảy ra ở Malaysia, Singapore, Bangladesh và nhiều bang tại Ấn Độ, đặc biệt là Kerala. Hiện chưa ghi nhận ca bệnh ngoài Ấn Độ, nhưng các quốc gia đang **tăng cường phòng ngừa và giám sát y tế**.

Nguồn: ARD, BBC, n-tv (28.01.26) SHCĐ

HỆ MIỄN DỊCH

Gừng có thật sự giúp phòng cảm lạnh không?

Hoạt chất cay **Gingerol** trong củ gừng có khả năng **kích hoạt các tế bào miễn dịch** trong máu.

Các tế bào miễn dịch có thể hoạt động **mạnh hơn tới 30%**, phản ứng nhanh và mạnh hơn trước các tác nhân gây nhiễm trùng.

Chỉ cần **15 Microgam Gingerol** mỗi ngày là đủ để giúp các **tế bào miễn dịch** luôn trong trạng thái sẵn sàng – tương đương với khoảng 1 lít trà gừng.

Gừng có thể hỗ trợ hệ miễn dịch, đặc biệt trong việc chống lại vi khuẩn. **Tuy nhiên: Chưa có bằng chứng** khoa học rõ ràng cho thấy gừng giúp phòng cảm lạnh, bởi cảm lạnh chủ yếu do **Virus gây ra**.

Nguồn: Andersen et al. (2022), Schoenknecht et al. (2016), McHugh (2021). Quarks, ARD SHCĐ

Ngô Văn Thu

CHIẾC HẢI BÀN KỲ DIỆU

Năm 1985 tôi vượt biển, tàu xuất phát từ Mỹ Tho, khi ra đến hải phận thì bị tắt máy trôi ròng rã 3 ngày đêm, giạt vào biển Trường Long Hòa thuộc tỉnh Trà Vinh. Bị bắt đi tù ở nông trường trồng dừa 30/4 gần 2 năm, trốn trại về Sài Gòn, sống chui rút bất hợp pháp trong con hẻm 220 Trương Minh Giảng.

Năm 1987 thuê căn phòng khác cùng hẻm, trên lầu đã có một gia đình cư ngụ. Tết năm đó gia đình này ăn Tết thật rôm rã, có cả Công an khu vực đến dự. Nhờ đó tôi dựa lây sự an toàn „thế lực“ của gia đình này để sống ngoài vòng pháp luật.

Tết xong qua tháng 3, 4 âm lịch. Hằng ngày thấy xe cộ ra vào, người tới lui hơi bất thường trên lầu. Tìm hiểu chủ nhà cho biết: Bà Hai là người đầu mối của các tổ chức vượt biên, bị bắt vừa chạy chọt ra trước Tết, nay đang „bày hàng“ bán lại nên có vẻ hấp dẫn người mua. Bà đi suốt ngày, đêm nào cũng 12 giờ khuya mới về.

Một đêm tôi đợi tại cầu thang khi bà mở cửa bước vào, tôi chào hỏi xã giao xong, vào đề:

- Bà Hai, chừng nào tổ chức xong cho gia đình tôi đi với.

Như đĩa gặp phải vôi, bà la ơi ối:

- Ông nói gì lạ vậy, công an nghe sẽ bắt tôi.

Tôi bảo:

- Tôi biết việc làm của bà là

giúp mọi người, nên tha thiết nhờ bà chứ không có ý gì khác. Tôi là Sĩ quan đi tù về, nay có chuyến đi là đi ngay, giấy ra tù của tôi đây bà xem đi.

Bà vẫn thối thoát và đi thẳng lên lầu.

Mấy đêm sau tôi lại đón bà và cũng lặp lại lời yêu cầu cũ. Như có chút thiện cảm trước cảnh sống khó khăn của tôi, bà dịu giọng hỏi:

- Vậy ông là Sĩ quan ông có biết coi địa bàn không?

Tôi trả lời:

- Là Sĩ quan mà không biết địa bàn thì coi cái gì? (Lẽ ra bà phải hỏi tôi: Ông có coi được hải bàn không mới đúng. Vì bà đang tổ chức vượt biên bằng đường biển. Giá như bị hỏi như vậy tôi đã từ chối rồi, vì tôi là lính Bộ binh chứ không phải là lính biển làm sao tôi coi được hải bàn). Do sự thiếu hiểu biết, nên bà Hai không phân biệt được cách sử dụng từ hải bàn hay địa bàn cho đúng. Nghiệp dĩ đã cột chặt tôi vào tổ chức này. Gần ngày đi, bà cho tôi biết giá cả:

- Mỗi đầu người 2 cây rưỡi vàng, đưa trước 5 chỉ khi lên xe.

Chuyến đi đầu tiên khởi hành từ chợ Vườn Chuối, Quận 3 Sài Gòn xuống Cà Mau. Đổ một ngày đường vất vả, với bao nỗi lo âu bất trắc có thể xảy ra ở các trạm kiểm soát dọc đường. Đến nơi thì tin cho biết: "Biển động (?!) phải trở về". Xem như 5 chỉ vàng tan theo bụi mờ của bánh xe lăn!

Một tháng sau khởi hành chuyến khác. Đi từ khu Cư xá Thanh Đa Sài Gòn xuống núi Bà, Châu Đốc, như là đoàn khách hành hương đến viếng Bà. Ăn và ở nhà trọ, phải di chuyển liên tục 5 ngày quanh khu vực núi Sam để tránh sự dòm ngó của dân chúng và công an. Sau đó tất cả xuống tàu đò đi Cà Mau. Đến nơi thì "cá lớn" bị trục trặc kỹ thuật (?!) phải trở về, 5 chỉ vàng lại tan theo bọt nước!...

Nguồn hình: Chụp từ Youtube của Viện Bảo Tàng Di Sản Người Việt, CA Hoa Kỳ. Tác giả, cựu Thiếu tá VNCH Ngô Văn Thu cầm trên tay chiếc hải bàn quen thuộc, hiện lưu giữ tại Bảo Tàng này.

Lần đổ quân vào bờ kỳ này, thập phần gian nan! Trời đã khuya bỗng dưng có một chiếc tàu đò đổ xuống một lượng khách vài chục người, tay xách nách mang, dáng dấp không phải là người địa phương thì có khác nào tự tố cáo rằng: Thưa ông tôi ở bụi này. Do đó tàu đò đổi hướng chạy về kinh Ô Môn, Cần Thơ để thả hàng xuống. Từng đoạn một, tàu tấp vào bờ nhả ra từng tốp người với lời hối thúc cấp bách:

- Nhảy lẹ lên, nhảy lẹ lên… nếu không sẽ bị bắt hết!

Đánh động sự sợ hãi của mọi người, thế là có người đã nhảy ra khỏi tàu, trong khi tàu vẫn chạy chậm chậm. Có người chưa bám được bờ thì đã rơi tõm xuống nước! Mặc! Tàu vẫn chạy, vẫn cố tình đổ khách, để trút hết cục nợ đang mang trên mình!

Phần tôi cũng nằm trong số phận đó. Phải nhảy để thoát thân. Lấy thế đã tập lộn nhào, cơ bản thao diễn học được ở quân trường ngày nào, tôi phóng người vào bờ với hai vòng lộn, xem ra cũng còn ngoạn mục lắm! Đứng dậy co giãn chân tay xem có sứt mẻ gì không. May thay an toàn!

Nhìn quanh khu vực để định hướng, nhưng chỉ thấy đêm đen bao phủ. Tôi lủi vào bụi cây nằm chờ sáng. Thiếp đi một lúc nào đó, tai tôi bỗng nghe tiếng máy xe „Lam“ nổ giòn từ xa vọng lại ở một góc trời. Tôi lần mò theo hướng tiếng xe lam vì nghĩ: Sẽ có một hương lộ nên mới có xe chạy.

Bình minh đã ló dạng. Con lộ hiện ra, tôi không biết phải tìm hướng nào để đến quận lỵ hay nơi họp chợ, vì từ đây mới có phương tiện xe đò để thoát thân. Bỗng có tiếng xe gắn máy chạy trờ đến. Đánh liều, tôi khoát tay xin xe dừng. Một người đàn ông trạc tuổi 40 cho xe ngừng nhìn tôi và quan sát. Không để ông ta kịp thấy vẻ bối rối, tôi nói:

- Chú cho quá giang lên bến xe Cần Thơ, con bịnh đang nằm nhà thương trên đó. Vừa nói tôi vừa dúi tiền vào tay ông, thấy tiền ông cho lên ngay.

Bến xe đò Cần Thơ sáng sớm thật nhộn nhịp khách ngược xuôi. Một vé chợ đen giá cao đi Sài Gòn. Xe rời bến. Hú hồn thoát nạn, 5 chỉ vàng bỏ ra mua cảm giác mạnh của sự trốn chạy, chỉ thiếu pha rượt đuổi, bắn nhau như phim James Bond

007 mà thôi!

Như say men vượt biên vào người, một tháng sau khăn gói ra đi trở lại, dù nỗi kinh hoàng đêm „đổ bộ“ ở kinh Ô Môn chưa nguôi ngoai. Hai chiếc xe đò đậu sẵn trước rạp hát Hòa Bình (Viện Hóa Đạo cũ) đường Trần Quốc Toản. Khách lần lượt lên xe, với danh nghĩa: „Thân nhân đi thăm bộ đội ở Campuchia về“. Xe qua phà được ưu tiên không chờ đợi vì tờ Sự Vụ Lệnh có lý do đặc biệt đó.

Suốt cuộc hành trình dài không gặp trở ngại, vì tổ chức đã mua từ trên xuống dưới. Khoảng 12 giờ đêm xe xuống địa phận tỉnh Cà Mau và dừng lại trước trại tù Cây Gừa (trại giam khét tiếng ác độc nhất của tỉnh). Tất cả xuống xe, hàng một nối đuôi nhau vào trại. Tôi bàng hoàng sửng sốt vì nghĩ: Mọi người lần này đã bị gạt trắng tay, vừa tiền vừa tù. Làm sao có thể vào tù dễ dàng như thế này được? Không có vây bắt rượt đuổi nào cả, vậy mà tự rủ nhau vào tù quả là chuyện quái lạ!

Tôi đi hết ngạc nhiên này đến sững sờ nọ trong đêm tối. Người dẫn đầu vẫn tiếp tục dẫn đoàn người đi sâu ra phía sau, băng qua mấy dãy nhà giam rồi lẫn vào bóng đêm ra đến tận bờ sông.

Lù lù bóng một con tàu xuất hiện. Mọi người được lệnh lên tàu. Có tiếng trượt té, có tiếng lội bì bõm dưới nước trong cảnh im lặng nghẹt thở, chưa ai biết biến cố gì sẽ xảy ra. Có tiếng hối thúc cấp bách:

- Lẹ lên, lẹ lên, tất cả xuống khoang tàu.

Gia đình tôi gồm 3 người cũng đã có mặt, nằm xếp lớp như cá vừa ngột ngạt, vừa sợ hãi. Mãi 2 giờ sau tàu mới nổ máy rời bến. Khói tàu phun ra, một số quyện vòng vòng trong khoang cộng với hơi người toát ra từ thân nhiệt, làm cho không khí trầm uất khó thở. Tôi liên tưởng đến cảnh một con tàu chở dân nô lệ đi bán trong một phim nào đó mà tôi đã có dịp xem ngày trước.

Hơn 1 giờ sau. Bỗng nắp khoang tàu mở ra. Một cái đầu thò xuống. Một giọng nói phát ra:

- Có chú T... đây không?

Không có tiếng trả lời. Đầu người được gỡ ra, rời khỏi nắp khoang đi vài phút và trở lại tiếp tục hỏi:

- Có chú T... ở số... hẻm 220 đường Lê Văn Sĩ (Trương Minh Giảng cũ) không?

Một phút trôi qua không ai trả lời... Thấy không có tên ai ngoài tên mình. Tôi lên tiếng:

- Tôi là T... đây, có việc gì không?

Có tiếng vọng lại:

- Chú lên đây!

Tôi đáp:

- Tôi đi với gia đình, không thể bỏ gia đình đi một mình được.

Có tiếng đáp lại:

- Chú đưa cả gia đình lên đây luôn.

Tôi phải né tránh từng bước chân dưới lớp người đang nằm bẹp dí vì quá chật chội mới đến được nắp khoang tàu. Trồi đầu ra khỏi khoang. Trời hỡi! Tôi không biết nói gì ngoài sự sung sướng, vì đã hít thở được đầy đủ khí trời trong mát êm dịu. Tôi không biết trên chốn Cực Lạc hay Thiên Đàng có được như thế này không chứ ở đây gió sông thổi lồng lộng mát rượi khiến tôi tỉnh người và cảm nhận rằng: Không đâu xa, đây chính là chốn Cực Lạc của trần thế, khác với dưới hầm tàu nóng nực, ngộp thở như cảnh giới của địa ngục!

Một người bảo tôi:

- Gia đình chú nằm quanh Cabin này. Cơm, cháo, bánh mì cứ ăn uống tự nhiên và ngủ ở đó luôn.

Tôi không biết việc gì sẽ xảy ra cho gia đình tôi, vì sao tôi có sự biệt đãi này ?

Thây kệ, phó mặc cho số phận và nghĩ nhảm: Người tử tù trước khi ra pháp trường còn được bữa ăn, còn gia đình tôi, trước khi bị đạp xuống sông chắc cũng hưởng được ân huệ cho hít thở khí trời, ăn uống, mì, cháo rồi sẽ “mò tôm” sau cũng đành! Vợ con tôi nhấm nháp qua loa rồi lăn đùng ra ngủ vì quá mệt. Riêng tôi cũng đã ngất ngư, nhưng chỉ vờ nhắm mắt ngủ vì còn phải đề phòng những bất trắc có thể xảy ra!

Tàu vẫn nhấp nhô lượn sóng, gió sông vẫn lồng lộng thổi. Đêm về khuya càng gây cảm giác u tịch rờn rợn. Hai giờ tàu chạy trôi qua. Đợi mãi không thấy động tịnh gì, hầu như ai nấy trên boong tàu đều ngủ say, ngoại trừ tiếng máy tàu nổ bơn bơn và tiếng chân vịt lùa nước đẩy tàu lướt tới...

Khoảng 5 giờ sáng, có tiếng chân người bước từ hướng mũi tàu đến nói với tôi:

- Gia đình chú xuống lại dưới khoang, tàu gần đến đồn công an biên phòng rồi.

Gia đình tôi trở về cảnh địa ngục cũ.

Mở hé nắp khoang tàu để quan sát động tỉnh. Một số người mặc đồ bộ đội, vai mang súng đủ loại đi tới, đi lui trên boong trong tư thế sẵn sàng chiến đấu. Tôi không biết việc gì sẽ xảy ra. Nếu công an biết tàu này đang chở người vượt biên bắt dừng lại để khám xét, và phía người trên tàu cố tình chạy thoát thì có sự đụng độ, súng nổ, người lãnh đạn sẽ là thuyền nhân khốn khổ chúng tôi phải hứng chịu, tôi thầm cầu nguyện Phật Bà Quan Âm che chở cho tai qua nạn khỏi.

♦ Bình minh ló dạng phương Đông

Tàu qua khỏi khúc sông tưởng chừng như sẽ có nguy biến xảy ra. Gia đình tôi được lên boong trở lại. Tàu luồn lách qua các con kinh vùng Cà Mau.

Một cảnh đẹp rực rỡ hiện ra trước mắt trong bình minh. Trên từng ngọn cây rừng Tràm Cà Mau, được phủ trắng xóa bởi hằng hà sa số đàn cò trắng từ đâu quy tụ về đây làm chốn dung thân. Những cánh cò bay nhấp nhô, chao lượn trên mặt nước trước ánh sáng êm dịu của bình minh trông thật nên thơ. Một bức tranh thiên nhiên, lung linh đẹp tuyệt vời mấy ai có thể ngắm nhìn được trong hoàng cảnh thật bất ngờ hiếm quý này. Cám ơn thiên nhiên đã cho tôi vài giây phút quý báu đó để giảm áp lực căng thẳng thần kinh suốt một đêm dài vật vã với bao nỗi sợ hãi tột cùng...

Tàu ra khỏi kinh Cổ Cò chừng vài cây số thì được neo lại. Hai chiếc "tắc ráng" (xuồng lá) chở toán người, tôi nghĩ là thành phần tổ chức leo lên. Họ hội họp với nhau, có cãi vã ồn ào, rồi thay nhau đi từng người lấy mật mã của khách để về Sài Gòn nhận vàng còn lại.

Một người đến bên tôi gợi chuyện và cho biết:

- Tàu phải ngừng lâu vì chờ ông Hoa tiêu, nhưng giờ chót ông ta không có mặt. Bây giờ "trăm sự nhờ chú dẫn tàu đi".

Thế là lá bài lường gạt tôi nay đã lật ngửa. Sự biệt đãi dành cho gia đình tôi, nay có giá phải trả.

Tôi nói:

- Tôi có biết gì về đường biển đâu mà dẫn tàu đi, mấy chú gạt tôi.

Người kia năn nỉ:

- Theo báo cáo: Chú biết đường đi mà!

Tôi nói liều:

- Chỉ cho tàu quay đầu vào thì được.

Người kia bảo:

- Không được đâu chú, tàu vào sẽ đi tù cả đám.

Tôi trả lời:

- Đi tù còn sống, hơn là ra đi mà chết hết!

Người kia:

- Thôi lỡ rồi chú, chú ráng giúp tụi cháu!

Thấy đã có sự sắp xếp trước rồi, vả lại mình đã bị leo lên lưng cọp có xuống cũng không được, tôi đành ngả giá:

- Nếu muốn tôi dẫn tàu đi thì phải có điều kiện tôi mới đi.

Người kia:

- Điều kiện gì chú thử nói cho tụi cháu nghe!

Tôi trả lời:

- Các chú hãy bỏ súng và đạn xuống một góc đằng mũi tàu cho tôi, rồi tôi mới đi. Súng này... súng này...

Thấy tôi chỉ nhiều quá, chúng bảo:

- Chú lấy súng làm gì nhiều vậy?

Tôi nghiêm mặt trả lời:

- Chẳng lẽ ra gặp cướp biển Thái Lan, rồi ôm chúng mà cạp sao? Phải đánh lại chúng để sống, còn mấy chú ở nhà mới lấy tiền được chứ!

Thấy có lý, chúng bảo:

- Chú lấy ít ít, tụi cháu còn đem về nạp lại cho đơn vị.

Tôi không có ý gọi đích danh tên súng, vì sợ chúng nghĩ, lính sao mà rành quá vậy!

Cuối cùng tôi đã có một số lượng vũ khí đáng kể. Một cây M79 với dây đạn 20 viên, 4 cây AK47, 4 cây M16 với số đạn đủ sử dụng khi hữu sự. Theo chỗ tôi tìm hiểu, cướp biển Thái Lan thường chỉ trang bị súng lục, dao găm, hoặc mã tấu mà thôi, ít có súng chiến đấu ngoài chiến trường như các loại tôi đang có. Lần này nếu đụng trận chắc rằng, không những tôi sẽ bảo vệ được cho tàu mà còn được trả mối thù cho đồng bào tôi đã từng bị chúng sát hại dã man trên đường trốn chạy đại họa giặc cờ đỏ ở Việt Nam. Nghĩ đến đây, máu căm thù sục sôi dâng lên. Tôi liều!

Quay nhìn lại thì bọn chúng đã xuống xuồng trở vào đất liền, mặc cho chúng tôi luống cuống xoay xở một mình trên tàu. Tôi run lên trước cảnh sóng nước bao la của biển. Tàu nhấp nhô chao đảo như quả trứng bỏ vào tô nước. Tôi không biết phải làm việc gì trước, việc gì sau để điều khiển con tàu ra khơi. Tôi không có chút kiến thức nào về hàng hải, làm sao tôi có thể đưa tàu vượt biển. Thật là một tai họa cho tôi lẫn cho người trên tàu. Thôi thì một liều ba bảy cũng liều!

Quay trở vào ư? Chắc rằng mấy họng súng đen ngòm đang chờ để hạ sát, với lý do giản dị là tàu lạ xâm nhập, thế là xong đời những oan hồn vượt biên vô tội!

Sau này tôi được biết, tổ chức vượt biên này do Quân Khu 9 (Cà Mau) điều khiển. Đội tàu này có nhiệm vụ trá hình đánh bắt cá và canh phòng mặt biển (chống xâm nhập, vì đã có phong trào Trần Văn Bá từ Paris về mấy năm trước). Thay vì thi hành tốt công tác đó, chúng lợi dụng phương tiện sẵn có, tổ chức vượt biên để kiếm vàng chia nhau. Vì vậy không lấy làm lạ tại sao trên tàu chúng có nhiều súng?

Tôi xuống hầm tàu xem tình hình ra sao, thấy có một thanh niên đang lui hui bên buồng máy. Tôi hỏi:

- Anh là thợ máy phải không?

- Dạ phải.

Tôi hỏi tiếp:

- Anh cũng là tài công luôn phải không?

- Dạ phải.

- Nghề lái tàu của anh lâu chưa?

- Dạ lái được 3 năm.

- Chuyên lái đường biển hay đường sông?

- Dạ đường sông!

- Anh có biết anh đang lái tàu này đi đâu không?

- Dạ có người thuê lái tàu chở than từ Cà Mau về Cần Thơ!

Tôi thốt không thành lời một câu! Lại một nạn nhân bị gạt nữa! Bọn tổ chức này thật tinh ma. Chúng gạt bất cứ ai có thể gạt được. Nếu bảo với tài công: Lái tàu vượt biển. Trước nhất chúng phải trả công cao hơn cho họ, thuê Hoa tiêu cũng vậy. Thứ nữa chúng còn sợ họ mang cả gia đình theo và thậm chí còn kéo luôn nhiều người đi hôi nữa. Quốc sách tốt nhất là gạt. Tôi cũng nằm trong sự toan tính đó.

Rời buồng lái lên boong tàu để quan sát tổng quát. Bất chợt tôi thấy trước mũi tàu có đặt một hải bàn màu Ô-liu nhà binh cao chừng 2 tấc, to bằng tô canh. Cầm lên xem, thấy tình trạng còn sử dụng được. Một thoáng mừng thầm hiện lên trong lòng, vì biết rằng: Không có sự lợi ích nào thay thế nó trong lúc này để giúp cho chúng tôi ra khơi mà không lạc hướng. Tôi điều chỉnh hướng quay của hải bàn về phía Malaysia để tìm độ 240. Hải bàn quay đúng hướng. Để cho chắc hơn nữa tôi cho hải bàn quay đều 4 hướng để kiểm soát lần chót. Quả tình hải bàn hoạt động tốt. Yên chí, tôi quay qua tìm độ gió. Lấy gì thử nghiệm đây? Có rồi! Rút khăn tay trong túi ra trương lên, thấy gió đánh phần phật, báo hiệu sức gió hơi mạnh. Trong khi dưới biển sóng bạc đầu nhấp nhô khá cao, cho thấy có chiều hướng biển động.

Trước cảnh này, lòng tôi càng động dữ dội hơn nữa. Vì chính giờ phút này, tôi "tự thấy" có trách nhiệm với con tàu này, với sinh mệnh của những con người cùng theo…

Đứng thẳng người trước mũi tàu, hít thật sâu mấy hơi để tiếp thêm thần lực vào người hầu xua đuổi sự sợ hãi, tôi quay đầu về trong đất liền thầm cầu xin đất nước, tổ tiên, ông bà phù hộ cho chúng tôi được an lành trên biển cả, vì bất đắc dĩ phải bỏ nước ra đi. Tôi quay mình hướng về phía Mã Lai, cầu xin Phật Bà Quan Thế Âm Bồ Tát, cứu khổ, cứu nạn ban cho chúng tôi sự bình yên trên biển trong cuộc hải trình đầy cam go, nguy hiểm chưa biết số phận sẽ ra sao?!...

Con tàu vặn mình, chao lắc rướn về phía trước. Chúng tôi đánh đu mạng sống của mình qua con tàu này. Hai tiếng đồng hồ trôi qua. Tôi không biết điểm đứng của mình trên biển, vì tàu không có hải đồ để xác định tọa độ. Tôi không dám cho tàu nhảy sóng, vì chạy như vậy tàu sẽ bị sóng đánh bể mũi, chỉ lấy độ giạt, cho sóng đánh qua hông và từ từ lấy phương giác trở lại.

Đến chiều, xem chừng tàu đã ra đến hải phận.

Nhìn đống vũ khí chưa có người sử dụng, tôi lớn tiếng hỏi trên tàu:

- Có ai quân nhân, xin nhận vũ khí để cùng nhau chống trả khi có cướp biển tấn công?

Không có tiếng đáp trả. Tôi đành nhắm các thanh niên trẻ nhanh nhẹn để phát vũ khí cho họ. 2 cây AK47, 2 cây M16 đằng mũi tàu; 2 cây AK47, 2 cây M16 đằng sau lái. Còn cây M79 tôi giữ quàng qua vai. Tôi chỉ cho họ cách sử dụng và chiến đấu khi hữu sự rồi dặn:

- Giấu vũ khí dưới sàn tàu, chỉ bắn khi có lệnh của tôi. Bắn khi mục tiêu tiếp cận chúng ta 50m mới chính xác. Bắn từng viên một, không được bắn cả tràng, chúng ta cần phải tiết kiệm đạn.

Tôi nhìn quanh rồi nói tiếp:

- Theo kinh nghiệm, một khi tàu cướp bị ta chống trả, chúng sẽ kêu đồng bọn đến tiếp cứu. Ta còn phải chiến đấu nhiều lần. Đường đi còn xa vô định, hiểm nguy còn rình rập theo ta từng giây từng phút. Cần đề cao cảnh giác. Ai đứng đầu mũi, bắn vào mũi tàu của bọn cướp, ai đứng sau đuôi tàu bắn theo đằng đuôi, không bắn loạn xạ. Phần Cabin (buồng lái) đã có M.79 của tôi trị chúng. Với quả đạn này chắc rằng bọn cướp sẽ đền tội, hết quấy rầy chúng ta.

Riêng phần thực phẩm trên tàu, tôi không biết đã có những gì. Nhưng tôi cũng nói luôn:

- Thực phẩm này là của chung. Cùng sống cùng chết có nhau. Không một ai được quyền lấy làm của riêng. Đến giờ ăn được cấp phát, nước uống cũng vậy. Nếu ai vi phạm sẽ bị kỷ luật. Tôi tạm dùng luật quân đội trong lúc này để chỉ huy. Tôi đề cử người canh giữ cẩn thận.

Đến giờ này tôi cũng thông báo cho mọi người biết:

- Tôi là một "hoa tiêu" bất đắc dĩ, bị tổ chức vượt biên gạt dẫn tàu đi. Tôi cũng phải trả tiền như mọi người. Do đó chúng ta phải hợp tác với nhau để sống còn.

Mọi người nhìn tôi ái ngại, họ lo cho tôi và chính cho họ nữa!

Màn đêm buông xuống trên biển thật hãi hùng! Tầm nhìn xa không quá 5 mét. Đèn soi hướng trong hải bàn không hoạt động. Phải dùng đèn bấm từng chặp soi để định hướng. Sao đêm lờ mờ lấp lánh vút trên trời cao, không hiện một chùm sao nào rõ ràng hầu nhờ đó để tìm lối đi. Sóng đập vào mạn tàu mỗi lúc một dữ dội hơn, gió cũng hùa theo gieo sự sợ hãi không ít. Đã xảy ra những vụ đụng tàu trên biển trong đêm đen như đêm nay, thảm cảnh đụng tàu có thể xảy ra bất cứ lúc nào không ai có thể lường trước được! Chỉ còn phó thác cho mười phương chư Phật cứu độ và rủi may nữa mà thôi!

♦ Qua một đêm đáng nhớ để đời

Bình minh hé rạng ở phương Đông. Ai nấy đều thẫn thờ, phờ phạc sau đêm vượt biển hãi hùng. Tàu vẫn ngoan ngoãn lướt tới, ít nhất trong lúc này. Thanh niên thay nhau tát nước. Một phòng vệ sinh dã chiến được thiết lập ngay giữa boong tàu, ai có nhu cầu thì phải có người quen giúp cầm miếng vải bao quanh người ngồi trong "xô", xong đổ xuống biển. Cách này an toàn hơn là ngồi sau lái dễ bị sóng nhồi rớt xuống biển.

Điểm tâm được hiểu ngầm là không có, chỉ có trưa và tối. Khẩu phần "gói mì ăn liền và một ly nước nhỏ" cho mọi người, ăn để cầm hơi, có người phát trật tự.

Tàu vẫn rướn mình về hướng 240 độ Đông Nam Mã Lai được 2 ngày an toàn, mặc dầu không biết điểm đứng của mình. Đến ngày thứ ba thì có vấn đề. Bánh lái trục trặc chân vịt quay chậm cần phải sửa. Không ai hơn là "vị" tài công bất đắc dĩ phải nhảy xuống biển để thi thố tài năng. Tôi phải ghìm súng bảo vệ, vì sợ cá mập bu đến xơi tái ông ta. Thật may mắn sau mấy giờ sửa chữa tàu lấy trớn chạy lại. Ai nấy hú hồn! Chỉ một gói mì và ly nước lạnh lớn để thưởng công ông ta.

Đến chiều, tôi bỗng thấy từ xa một chấm đen xuất hiện. Lệnh báo động được ban ra, tất cả thanh niên đã có nhiệm vụ chiến đấu phải sẵn sàng súng đạn. Có thể bọn cướp Thái Lan đã đánh hơi được nên chúng tìm đến, cũng có thể một thương thuyền đang hải hành trên đại dương, nhưng dù tình huống nào chúng thôi cũng phải cảnh giác. Điểm đen càng hiện rõ dần, vì nằm trên hải lộ tàu tôi đi qua.

Từ xa nhìn qua ống dòm. Đây quả là một tàu đánh cá không biết của nước nào. Mã Lai hay Thái Lan? Tàu nước nào cũng nguy hiểm như nhau, bao vụ cướp biển xảy ra đều mang tính cường bạo dã man không thua kém nhau chút nào.

Tiếp cận hơn, kinh nghiệm cho thấy: Tàu này không có khói thoát ra đằng đuôi, chứng tỏ tàu không di chuyển. Tôi cho tàu mình băng qua trong tư thế sẵn sàng đánh trả. Rất may mọi việc êm xuôi. Thở phào nhẹ nhõm quăng sự căng thẳng xuống biển, dồn lực cho phía trước.

Màn đêm lại bao phủ đại dương. Đêm nay trời đầy sao sáng, các chòm sao: Nam Tào, Bắc Đẩu, Đại Hùng Tinh, Sao Đêm, Sao Mai, đều có mặt như dự đại hội của thiên đình… Tiện thể tất cả như nhìn xuống xem con tàu bé nhỏ của tôi xem nó trôi giạt về đâu?

Nương theo ánh sao của Nam Tào dẫn đường, tàu tôi đi được khá xa, mặc dù phải chống chỏi với sóng gió nhồi lắc hãi hùng suốt đêm.

♦ Bình minh của ngày thứ ba ló dạng

Quả cầu lửa từ từ nhô lên khỏi mặt nước. Vừng thái dương chiếu rực rỡ ở phương Đông mang theo thật nhiều hy vọng, vì biết rằng tàu đã ra khỏi hải phận Việt Nam thoát khỏi sự rượt đuổi của tàu Công an Việt cộng phía sau.

Một điều lạ lùng là: Sau 3 ngày đêm, ôm lấy hải bàn để giữ đúng hướng đi chưa một lần bị say sóng. Đói lã người nhưng không thấy mệt, một phần nhờ gió biển tươi mát tiếp sức. Khác với lần trước, năm 1985 khi tàu vừa ra đến cửa sông Cần Giờ tôi đã bị sóng quật nằm vùi, nếu chẳng may cảnh đó xảy ra cho tôi lúc này thì tàu sẽ đi về đâu? Tôi thầm cám ơn Phật Bà Quan Âm và "Cô Nam Hải" (vị Thần cứu nạn ngoài biển – có đền thờ ở Long Hải Việt Nam) đã đưa đẩy con tàu của tôi đi được 3 ngày hải trình thuận buồm xuôi gió...

(còn tiếp số tới)

Nguồn hình: Pixabay_peace-529380_1920

Chúc Thanh

VIẾT CHO HÒA BÌNH

Từ hồi tiền sử con người sống có lúc cũng yên lành, sau đó dần dần cũng tranh giành quyền lợi vật chất và ảnh hưởng quyền lợi hơn thua với nhau nên dần dần càng về sau, họ không ở yên bên nhau nữa... mà sanh ra chống chọi nhau, chống đối hơn thua để sống... mạnh được yếu thua. Ngoài việc chống đối với nhau, còn phải chống đối với thú dữ... với thiên nhiên, từ đó cuộc sống là một cuộc chiến không ngừng, mệt mỏi... mệt mỏi quá thì mơ tưởng và mong ước hòa bình.

Nước Việt Nam chúng ta gần như là trải qua cả một thế kỷ lặn lội trong chiến tranh. Bây giờ thì tàn cuộc chiến, mà có hòa bình đâu? Vẫn rối loạn trong mọi tình huống.

César đã nói rằng muốn hòa bình phải sửa soạn chiến tranh. Không hiểu César nói câu này có thiệt đúng không? Hay là muốn hòa bình phải sửa soạn cho quốc gia một quân đội hùng mạnh để tự vệ?

Cho đến nay, gần như phần lớn các quốc gia trên thế giới đều đang sửa soạn chiến tranh trước thái độ hung hăng gờm gờm tấn công của ông tổng thống một nước tư bản mạnh. Đã bao nhiêu lần nhân loại sửa soạn chiến tranh để chờ đón hòa bình. Nhưng như là hòa bình đang trở thành giấc mơ xa vời của nhân loại... y hệt phần nào giấc mơ của một ngài tổng thống cứ dài cổ vẩn vơ trông đợi giải Nobel hòa bình!

Từ bao lâu nay, qua hai cuộc thế chiến tương tàn, từ các trại tập trung, lò sát sinh người của Đức Quốc Xã, những Goulas của Nga, sự tàn sát hàng loạt ở Cam Bốt, mồ chôn tập thể ở Huế với Giải Khăn Sô ở Nhã Ca chưa hề phai mờ, tất cả tạm đã qua đi nhưng cộng sản vẫn tồn tại ở Nga, Tàu, Việt Nam v.v... vậy là sao? Là hòa bình không phải là chấm dứt của chiến tranh.

Hòa bình không phải ở đầu môi chót lưỡi, hòa bình phải đến từ trong tâm, trong tim óc của mỗi con người của cả hai bên.

Nói theo ý niệm của tôn giáo, hòa bình đến từ thiện tâm của con người. Nếu chấp nhận anh em như thể tay chân, hay tứ hải giai huynh đệ thì mới có hòa bình.

Tư tưởng tam vô của cộng sản chỉ là lối tuyên truyền nhằm chối bỏ cái tôi rất hữu hạn của Marx. Nếu chấp nhận ngã chấp dù ít nhiều cũng không thể nào có sự tương giao giữa người với người. Ngã chấp của cộng sản chỉ là ảo tưởng, vì một ngã lại trở về một ngã và chủ trương ý chí quyền lực làm nên ta.

Do đó Nietzsche đã viết rằng, tất cả nhân bản, vật bản tự nhiên và nhân đạo mà con người nhân danh điều đó mà hành động đều làm trò điên loạn để nghĩ rằng ý chí và quyền lực ta làm nên ta. Nietzsche phá bỏ sự lũng đoạn đó và tóm tắt lại: mọi sự đều là hư vô.

Quan điểm này đến rất gần với tôn giáo. Hòa bình chỉ đến khi con người thế gian biết hòa thuận.

Khi nào con người biết thuận với trời, hòa với người như Mạnh Tử nói thì lúc đó nhân loại mới có hòa bình.

Hòa bình rất khó có trong thế giới loài người khi mà con người không nhân chi sơ tính bản thiện. Vì sao ư? Vì chúng ta còn đầy rẫy tham sân si. Vì cái tham sân si đó mà Đức Phật và chúa Giêsu luôn phải kêu gọi phật tử và con chiên phải dứt bỏ các thói xấu đó đi để tiến tới giải thoát hòa bình.

"Thương người như thể thương thân" các tôn giáo đều khuyên bảo chúng ta hãy quên cái ngã phù phiếm cá nhân tham sân si, để siêu thoát hòa đồng trong cái đại ngã của nhân loại. Vậy tóm lại, hòa bình không phải là sửa soạn chiến tranh, mà là chuẩn bị tâm tư tính bản thiện, để thoát ra cái ngã tôi một mình, mà đi vào cái ngã chung cuộc thân tình với tất cả anh em, bạn bè, quyến thuộc xung quanh ta!

Có lẽ là tôi đang lộng ngôn quá chăng? Chẳng qua là đọc sách rồi tóm lược lại lơ mơ như thế đó, có chỗ đúng, có chỗ sai, xin quý bạn lượng tình miễn chấp cho. Tiện đây tôi xin mạo muội kể hầu bạn nghe một câu chuyện, đúng có đúng, mà ngô nghê có ngô nghê, đến ngố, ngố một vẻ chân phương.

Số là tôi có một ông anh họ, con bác cả, anh tên là Thép. Anh Thép có duy nhất một người anh trai, còn rớt lại ngoài Bắc, sau cuộc di cư vĩ đại lánh nạn cộng sản 1954. Anh ruột của anh Thép tên là Thiếc. Sau vài năm đi học trường lớp, thấy tên Thiếc kỳ quá và vô vị, anh xin bố sửa lại giấy khai sanh, mang tên là Thiết. Anh biểu là thiết tha hay thiết quân lực... cũng ok.

Anh Thép vô Nam với gia đình một người dì, em mẹ, lớn lên được nuôi ăn học đàng hoàng, tới tuổi động viên, bà dì đề nghị anh đi lính gần nhà và anh thuộc ngành cảnh sát. Ở trong ngành cảnh sát, anh cũng được theo học các khóa chuyên môn, tâm lý chiến, quân sự căn bản và nghiệp vụ đặc biệt.

Sau 5, 7 năm sau đó, anh mang quân hàm đại úy của lực lượng cảnh sát bảo vệ vùng ven đô thị Saigon... có lúc bảo vệ cả an ninh trong thành phố, vì có nhiều ngày, việt cộng đã nã đạn pháo kích lung tung ở nhiều nơi trong nội đô Sài gòn, ngay cả ở trung tâm. Mọi người hoang mang lo sợ vì chiến tranh đã tiến sát bên mình.

Tết năm ấy, năm 1968, việt cộng lại vi phạm lệnh ngừng bắn, gọi là hưu chiến, nhưng bầu không khí sát thương vẫn rờn rợn bao quanh.

Rồi nửa đêm, tiếng nổ đì đoành xen lẫn tiếng pháo mừng xuân Mậu Thân, thế rồi cả bầu trời rực lửa, súng và pháo, sau chỉ còn pháo và đạn nổ, trên không trung nổ, dưới đất nổ, ngang lưng trời nổ... những tiếng nổ long trời lở đất Saigon Chợ Lớn!

Sáng ra người dân mới hay tin việt cộng phá lệnh hưu chiến tết, bằng cách lợi dụng bên ta sơ hở, chúng tấn công hỏa lực vào bộ tổng tham mưu, tòa đại sứ Mỹ, bộ chỉ huy cảnh sát, biệt khu thủ đô, trại Nhảy dù Hoàng Hoa Thám và nhiều cơ quan quân sự trọng yếu khác. Kể cả các biệt khu trọng yếu trong Chợ Lớn. Dường như mấy ngày sau thì quân lính Việt Nam Cộng Hòa kịp ứng chiến đẩy lùi cộng quân. Chúng tháo chạy một số, một số thương vong, rải rác gục ngã nằm trong đường phố Saigon.

Trong miệt Chợ Lớn đường phố giăng giăng mắc cửi như hai bên còn quần thảo thêm mấy ngày sau đó.

Anh Thép bấy giờ là thiếu tá cảnh sát bảo an đô thành, anh cùng một số đồng đội đi truy lùng các phố xá nội đô kiếm tàn quân. Khi toán của anh bất ngờ tới cửa Bắc chợ Bến Thành thì gặp hai xác người việt cộng nằm cong queo ngay cạnh một vòi nước công cộng...

Lật qua lật lại người, anh thấy họ bị thương nặng, máu ra nhiều, dường như bất tỉnh, vì còn thoi thóp thở. Họ chưa chết, có lẽ, anh Thép cúi nhìn gần hơn gương mặt một người nằm phía ngoài, anh buông tay, giựt mình lùi lại, một thoáng giây sửng sốt, lạ sao người này giống anh Thiết quá... nhứt là trên khuôn mặt xám xịt, có hai hàng lông mày rậm, mỗi đầu lông mày trụ một nốt ruồi nổi, đậm và đen!

Anh nhớ lơ mơ ngày thơ ấu, khi còn mẹ, mẹ anh hay nói: «Thằng Thiết nhà này không sợ đi lạc, vì nó không lẫn vô đâu được với hai hàng lông mày có hai con ruồi bu.»

Anh bất động một giây, người cộng sự đụng vào tay anh và chợt lên tiếng: "Giờ làm sao, thiếu tá?"

"Mang họ vô, cả hai, vô phòng cấp cứu, nhà thương đô thành, quận nhứt, họ còn sống."

Buổi hôm đó, anh im lặng hơn thường lệ, đăm chiêu, cố giữ bí mật, lòng tự hứa, hôm sau sẽ một mình vô bệnh viện, tìm cô y tá Hồng, người quen thân, cố tìm ra sự thật...

Nhưng hôm sau anh Thép vừa vô bệnh viện thì vị y tá trưởng đã vội cho anh hay là sau hồi cấp cứu, cả hai cán binh việt cộng đó đã lanh chân lẻn trốn ra khỏi bệnh viện lúc đêm khuya. Không ai hay.

Anh Thép đang ngần ngừ... thì một người đồng sự đã thở dài: "Thôi cũng ổn, mình khỏi làm báo cáo tới báo cáo lui phiền toái."

Thời gian qua mau, ngày quốc nạn 30-4-75 xảy tới, điêu linh cho cả một dân tộc, vấn nạn sầu cho cả một quốc gia. Như bao người sĩ quan VNCH, anh Thép rời xa vợ, đi vô tù cải tạo.

Điều bất ngờ là có một năm sau anh được tha

về. Bạn bè chẳng hiểu tại sao? Anh cũng lơ mơ không hiểu! Ngay vợ anh, chị Thép cũng chả hiểu tại sao. Chị có lần gạn hỏi chồng anh có khai anh là thiếu úy, chuẩn úy gì đó không? Khai man, nay mai chúng dò xét ra, bắt đi tù lại thì chết, cứ gọi là mút mùa Lệ Thủy!

Anh ậm ừ, mà anh cũng chẳng hiểu mô tê tại sao, chẳng biết mình có nhìn lầm không, dù có sao thì lúc đó hai mắt ổng nhắm nghiền, bất động có biết mình là thằng Thép hay thằng sắt gì đâu.

... Anh dấu kín biệt chuyện hai cái nốt ruồi y hai con ruồi bu. Ngay cả với vợ anh cũng không hở chuyện, anh chỉ tự an ủi là trên cái cõi đời này, ta bà rộng lớn, người giống người là chuyện bình thường...

Vả lại anh cho là người cộng sản, họ không còn tình cảm, nói chi là anh em, gia đình, tổ quốc!

Mấy năm sau đó, anh phụ với chị, căng giây thun, bật bông goòng rải đều bông goòng làm mền bông... làm công nhân cho xí nghiệp làm chăn.

Ít lâu sau, trong những ngày xí nghiệp không còn bông làm chăn. Chị Thép tự tạo một cái tủ bán thuốc lá trong một góc phố, phía ngoài đường sát cổng Bom cũ, chợ Ông Tạ, chị ngồi bán suốt ngày, lúc chiều chiều bận về dọn dẹp lo cơm nước, thì có anh Thép ra ngồi bán thế chỗ. Anh vừa ngồi trông hàng vừa đọc truyện kiếm hiệp.

Thỉnh thoảng có một đồng chí công an tới viếng, hỏi sao anh không đi kinh tế mới? Anh giả lả trả lời... tôi đang đợi hồ sơ H.O. cứu xét.

Lúc đó, thời thế đã đổi thay nhờ kinh tế thị trường khởi sắc, công an có vô khối chỗ kiếm ăn, dòm dỏ chi việc anh chị Thép ngồi bên tủ bán thuốc lá lẻ.

Nhưng rồi anh Thép và chị Thép vẫn trụ ở đó hoài hoài. Họ không đủ điều kiện đi H.O. vì anh đi cải tạo có một năm. Chỉ một năm!

Chị chỉ ôn tồn an ủi anh: "Thôi, mình về sống với em là vui rồi... an tâm rồi, mình không có con cái chi cần gì bon chen. Thêm nữa cộng sản bây giờ có cách kiếm ra nhiều tiền."

Tư bản đã thắng và vô sản thua to. Thua to!

Rồi bẵng đi, 20 năm sau, đến năm 1995-1996 gì đó. Bỗng nhiên anh Thép nhận được một thùng quà từ Úc gửi về địa chỉ anh chị ở ngõ cổng Bom, Ông Tạ. Người gởi là anh của anh đúng tên Nguyễn Chí Thiết. Anh mừng vì biết anh ruột mình còn sống, nhưng anh không quan tâm mấy đến thùng quà. Anh xin được giữ mối liên lạc gia đình thân tộc máu thịt, nhưng, anh giảng giải là anh đủ sống, anh Thiết hãy để tiền tài đó lo cho các cháu học hành.

Thư qua tin lại, luôn là những lời thăm hỏi quan tâm và thân tình, không hề lộ vẻ cay đắng, oán trách ai. Anh lý luận với vợ là mình về sớm, không bệnh tật là may, để cho người kẹt hơn mình đi H.O... ông trời không quên ai và cũng không bỏ mặc kệ ai bao giờ. Ai có phước phần của người nấy...

Anh tự do chọn cho anh một cuộc sống tự tại an nhiên như ý anh. Anh đã thấy rõ cái tương đối của mọi sự vui sự buồn trong cuộc sống còn lại thường hằng của riêng anh và chị.

Anh đang có hòa bình trong một khoảng đời còn lại sau cuộc chinh chiến dài lâu! ■

Paris mùa xuân Bính Ngọ 2026

THƠ
Nguyễn Hoàn Nguyên

QUA CẦU ĐỘC MỘC

Qua cầu độc mộc
Gió dọc gió ngang
Một thanh gỗ nối
Đôi bờ nhân gian
Dưới bàn chân em
Đong đưa ngày tháng
Chênh vênh em bước
Ôm tròn gian truân
Chẳng còn tay bám
Giữ lấy thanh xuân
Lỡ ngã bên này
Địa ngục trầm luân
Gập ghềnh từng bước
Oằn oại càn khôn
Nỗi đau trần thế
Đong đua sinh tồn
Lỡ ngã bên kia
Thiên đường huyễn mộng
Mưa rơi nặng hạt
Ướt đẫm phận người
Vai em thấp nhỏ
Chẳng chạm tay Trời
Hư vô cùng tận
Vỡ vụn môi cười
Bàn chân vẫn bước
Giữa bờ nhân gian
Qua cầu độc mộc
Gió dọc gió ngang
Cổng vườn bỏ ngỏ
Đào lý thênh thang ■

Tích Cốc Ngô Văn Phát

LẰN RANH ĐỎ

1.- Lằn Ranh Đỏ, Đó Là Cái Gì?

Lằn ranh đỏ là một ranh giới trừu tượng, không nhìn thấy, nhưng mọi người đều phải hiểu rằng không được phép vượt qua; khi vượt qua sẽ đối mặt với hậu quả không lường trước được, tức là sẽ bị trừng phạt nặng hay nhẹ tùy theo trường hợp. Ngày 11.12.2025, tại Hội nghị toàn quốc tổng kết công tác phòng, chống tham nhũng, Tổng bí thư Tô Lâm phát đi một thông điệp cứng rắn „không ai được phép vượt qua lằn ranh đỏ", và cương quyết chống tham nhũng „không có vùng cấm, không có ngoại lệ".

1a.- Không ai được phép vượt qua lằn ranh đỏ.

Khi đề cập đến lằn ranh đỏ thì ta phải hiểu rằng bên này lằn đỏ là xanh được phép, bên kia lằn đỏ bị cấm. Vậy thì cái xanh của ông Tô cho phép nó như thế nào?

Nó là một cái Nghị quyết bất thành văn của đảng Việt cộng bí mật ban ra chỉ truyền miệng cho nhau là mỗi đảng viên tùy theo cấp bậc cao thấp được quyền tham nhũng một số tiền là X, nếu hơn X là vượt qua lằn ranh đỏ sẽ bị trừng phạt. Hình thức này là chủ trương của cấp lãnh đạo trong bộ máy toàn trị bằng cách ban ân huệ cho đảng viên để họ hết lòng bảo vệ chế độ với quyết tâm *„còn đảng còn mình"*.

Nhưng hễ là con người, nhứt là con người chuyên chính vô sản thì lòng tham như túi không đáy, *được voi lại đòi tiên*, cho nên không có đảng viên nào không vượt qua lằn ranh đỏ!!!

1b.- không có vùng cấm, không có ngoại lệ.

Thời TBT Nguyễn Phú Trọng, ông chống tham nhũng bằng cách „đốt lò" cho nên dân gian gọi ông là *„Trọng đốt lò"*. Ông chỉ đốt các lò nhỏ, còn các lò lớn nằm trong Tứ Trụ, trong Bộ Chánh Trị, trong Trung Ương đảng thì là vùng cấm, là ngoại lệ cho nên ông không dám đụng tới.

Còn trái lại, ông TBT Tô Lâm chống tham nhũng không có vùng cấm và ngoại lệ. Ai vượt qua lằn ranh đỏ, dù người đó là TBT đảng, Chủ tịch nước hay gì gì đi nữa thì cũng phải chịu hình phạt như nhau.

Quý vị ơi, xin quý vị đừng vội tin những gì Tổng Tô nói, hãy chờ xem những gì Tổng Tô sẽ làm. Vì sao? Vì người CS, từ khi thành lập đảng ngày 03.02.1930 đến 03.02.2026 là 96 năm, trước sau như một, luôn luôn nói láo, lường gạt, nói một đường làm một nẻo. Bằng chứng, các cấp lãnh đạo thường nêu lên khẩu hiệu như kinh nhựt tụng là *„Xây dựng xã hội công bằng, dân chủ, văn minh"*. Nhưng họ có làm đúng như vậy không? Xin quý vị tự phán xét. Cho nên cựu Tổng Thống Việt Nam Cộng Hòa Nguyễn Văn Thiệu đã kêu gọi dân miền Nam: *Đừng tin những gì người cộng sản nói; Hãy nhìn kỹ những gì người cộng sản làm.*

2.- 51 Năm Nhìn Lại

(30.04.1975 – 30.04.2026)

Thời gian thấm thoát như thoi đưa
Nó trôi... trôi mãi chẳng chờ đợi ai
Ngoảnh nhìn lại, 51 năm qua như ác mộng
Tang thương biến động lan rộng khắp miền Nam

Đúng vậy, sau ngày 30.04.1975, khi cướp được chánh quyền miền Nam, đảng Việt cộng cho thi hành chính sách tiến nhanh, tiến mạnh, tiến vững chắc lên Xã Hội Chủ Nghĩa (XHCN) bằng cách thực hiện hai việc quan trọng mà đảng cho là ưu tiên số một để dâng thành tích quang vinh này lên cho *„cái xác không hồn của bác Hồ vĩ đại nằm ở Ba Đình"* của đảng, đó là: (a) Chuyên chính vô sản hóa nhân dân miền Nam. (b) Chuyên chính tư sản hóa đảng viên miền Bắc.

Chuyên chính là gì? Chuyên là Chuyên quyền; Chính là Chính trị. Chuyên chính là chỉ một người độc tài nắm hết quyền trị nước, hay nói rộng ra là sự thống trị về chánh trị của một nhóm người được gọi là giai cấp vô sản.

Chuyên chính gắn liền với bạo lực như hình với bóng. Không có bạo lực, không thể thực hiện được chuyên chính. Do đó, đảng Việt cộng cho thành lập một Bộ công an to lớn. Bộ trưởng là một Đại tướng, trang bị vũ khí đến tận răng, có mặt từ thành thị đến thôn quê để vừa trấn áp nhân dân, vừa bảo vệ đảng. Ngân sách Quốc gia dành cho Bộ này còn lớn hơn ngân sách Bộ giáo dục!!! Trước khi làm TBT đảng, Đại tướng Tô Lâm nắm giữ Bộ này.

2a. Chuyên chính vô sản hóa nhân dân miền Nam

Sau khi cưỡng chiếm được miền Nam; đảng VC cho tiến hành chánh sách vô sản hóa nhân dân miền Nam như sau:

*Lưu đày lao động khổ sai không án cả triệu Quân (trong đó có tôi) Cán, Chính trong những trại tập trung nằm trong rừng sâu, nước độc ở khắp mọi miền đất nước để đảng rảnh tay diễn các màn tiếp theo như sau:

*Cưỡng bức vợ con Quân, Cán, Chính, với tội là gia đình ngụy Quân ngụy Quyền, đi vùng kinh tế mới để đảng cướp nhà, cướp đất, cướp tài sản. Đảng muốn đem cái nhân Tư Bản gieo trồng xuống miếng đất XHCN, nơi khỉ ho, cò gáy với bốn mùa nắng cháy đất khô thì kết quả nó chỉ nảy mầm lên cây XHCN èo uột với những quả tong teo thì làm sao đủ ăn để mà sống. Do đó chỉ một thời gian ngắn sau, một phần không nhỏ bỏ trốn về thành, sống bên vỉa hè thành phố, hay dưới mái hiên của chính nhà mình trước đây, nhưng nay bị đảng giải phóng cấp cho đảng viên ở rồi!!!

*Hai lần đổi tiền: Lần 1 ngày 22.09.1975; Lần 2 ngày 02.05.1978 và mấy lần đánh tư sản, mại bản vơ vét cạn tàu ráo máng đất đai, tài sản nhân dân miền Nam để biến nhân dân miền Nam trở thành người chuyên chính vô sản!!!

***2b.** Còn chuyên chính Tư sản hóa đảng viên miền Bắc thì sao?*

Lần đầu tiên đặt chân lên đất Sài Gòn, Hòn Ngọc Viễn Đông, trong đoàn quân cướp nước có cô gái ngoan của „bác Hồ", đứa con gái yêu của đảng, nhà văn Dương Thu Hương, đã ngồi trên lề đường khóc vì nhận ra sự thật là đoàn quân thắng cuộc đã chiến đấu cho một mô hình *Xã Hội man rợ,* trong khi bên thua cuộc lại là mô hình *Xã Hội Văn Minh.*

Cô khóc vì thế hệ cô và thế hệ của cô đã bị lường gạt về cuộc chiến, cô có cảm giác đắng cay khi chứng kiến sự chênh lệch về Văn Hóa và Văn Minh, về Tự Do Dân Chủ và Độc Tài Đảng Trị của hai Miền Nam Bắc!!!

Sau 30.04.1975, đảng viên và cán bộ vô sản của đoàn quân cướp nước. Đầu đội nón cối hay nón tay bèo, chân mang dép râu bắt đầu „giải phóng" đất đai, ruộng vườn, nhà cửa, tài sản của người dân thua cuộc. Khi không còn gì để vơ vét, chúng chuyển sang bán nước cho Tàu, buôn dân, làm nô lệ khắp năm Châu.

Sau 51 năm thống trị đất nước, từ một đảng, với *đảng viên vô sản,* trở thành một đảng, với *đảng viên vô vàn sản.* Nhờ vào đâu mà đảng viên giàu như vậy? Nhờ tham nhũng xuất phát từ thượng từng lãnh đạo đến hạ cấp xã viên.

Tham nhũng là Quốc nạn, cho nên Ô. cựu Chủ tịch nước Trương Tấn Sang (07/2011 – 04/2016) ví đảng viên tham nhũng như con sâu, mới bi quan thốt lên lời ai oán như sau:

„Trước đây chỉ có một con sâu làm rầu nồi canh, nay thì nhiều con sâu lắm. Nghe mà thấy xấu hổ, không nhẽ cứ để hoài như vậy. Mai kia người ta nói một bầy sâu, tất cả là sâu hết thì đâu có được. Một con sâu đã nguy hiểm rồi, một bầy sâu là chết cái đất nước này".

Ông Sang ơi, ông nói chỉ có một con sâu mà nó làm rầu nồi canh. Hiện giờ, đảng của Ông có mấy triệu đảng viên, thì có bấy nhiêu triệu con sâu, nó làm sầu cả đất nước thì Ông nghĩ phải làm sao đây? Chẳng lẽ ông trừng phạt hết cái đám sâu mọt này, thì lấy ai cai trị đất nước đây? Thôi thì buộc lòng đảng phải tiếp tục dùng những con sâu này làm „đầy tớ" cho dân vậy!!!

Hiện giờ là thời đại của Tổng Tô, ông quyết tâm chống tham nhũng tới cùng, Nhưng ông Tô ơi, ông có sạch sẽ gì đâu mà ông chống tham nhũng. Nếu ông sạch sẽ thì ông lấy tiền đâu mà ăn bò lát vàng trong nhà hàng ở London để mang vết nhơ suốt đời là *„Tô bò lát vàng".* Ông tham nhũng, nhưng ông khôn hơn các đồng chí của ông là biết nghe theo lời dạy của người xưa: *„Ăn ít no dai"* nên số tiền tham nhũng X không vượt qua lằn ranh đỏ, do đỏ, ông không bị mất chức hay bị tù mà thôi.

Lời cuối:

Chuyện đảng viên cs tham nhũng viết mãi không cùng... Cựu Thủ tướng Nguyễn Tấn Dũng, Cựu TBT Nguyễn Phú Trọng quyết tâm chống tham nhũng, nhưng càng quyết tâm bao nhiêu thì tham nhũng càng vượt qua lằn ranh đỏ bấy nhiêu!!!

Rồi bây giờ đến ông TBT Tô Lâm, ông là người có nhiều quyền lực nhứt trong tay, Vì sao? Vì sau lưng ông có cả Bộ công an làm bình phong tuyệt đối bảo vệ ông. Tuy nhiên, dù ông có phát đi liên tục nhiều thông điệp chống tham nhũng, cái sau cứng rắn hơn cái trước, thì tham nhũng cũng không chấm dứt. Bằng chứng là những ông quan đỏ có tiền mua siêu biệt thự, siêu xe, siêu đủ thứ từ A đến Z..., câu hỏi là tiền ở đâu mà họ có, không là tiền từ tham nhũng?

Thông điệp của ông như nước đổ đầu vịt. Tại sao? Tại vì với cái chế độ Tam Độc (độc đảng-độc tài-độc quyền) của ông nó tạo ra những con sâu tham nhũng phá hoại đất nước.

Người viết, một cựu quân nhân Quân Lực Việt Nam Cộng Hòa, một lão già 97 tuổi, nhưng vẫn còn nặng nợ với núi sông hình chữ S, đưa ra hai giải pháp tùy nghi ông Tổng Tô lựa chọn:

Giải Pháp 1.- Mất Nước: Ông nhứt định tiếp tục giữ cái chế độ Tam Độc để cho những con sâu tham nhũng cắt từ phần đất giao cho Tàu làm „Đặc Khu". Rồi một ngày nào đó không xa, Việt Nam sẽ trở thành *„An Nam Giao Chỉ Quận"* của Tàu. Còn ông Tổng Tô thì sao? Thì ông sẽ là Thái Thú của Quận Giao Chỉ, ông có chấp nhận không?

Giải Pháp 2.- Còn Nước: Ông giải thể cái chế độ Tam Độc, thực hiện một cuộc bầu cử tự do có nhiều đảng tham dự, dưới sự giám sát Quốc Tế. Đảng nào thắng sẽ thành lập một Chánh Phủ Tam Quyền phân lập: Lập Pháp – Hành Pháp và Tư Pháp cân bằng kiểm soát quyền lực lẫn nhau, và cái Quyền thứ tư là Truyền thông, Báo chí để vạch mặt chỉ tên những con sâu tham nhũng. Còn đảng nào thua sẽ trở thành đảng đối lập.

*Câu hỏi được nêu lên là ông Tổng Tô có chấp nhận Giải Pháp 2 không? Nếu ông chấp nhận thì toàn dân, ở trong cũng như ở ngoài nước sẽ nhiệt liệt hoan hô ông Tổng Tô hết mình, sẽ cùng bắt tay nhau tạo thành một sức mạnh vô địch mới tống cổ được Tàu cộng xâm lăng, **mới Còn Nước**, mới xây dựng lại được một nước Việt Nam giàu mạnh, hùng cường thật sự Độc Lập - Tự Do – Dân Chủ - Hạnh Phúc.*

Toàn dân Việt Nam, trong cũng như ngoài nước đang mong chờ ông Tổng Bí Thư Tô Lâm sáng suốt chọn Giải Pháp 2.

Laatzen ngày 21.02.2026
Tích Cốc Ngô Văn Phát Pd. Thị Tâm
Cựu tù nhân „cải tạo" bị lưu đày khổ sai không án ở Hoàng Liên Sơn Bắc Việt

THƠ / Phạm Văn Quang

NGỘ

Ngày nay cất bước quay đầu
Mới hay đường cũ bấy lâu đi lầm[1]
Luỵ nào triết lý thâm sâu
Chỉ bàn tay chấp, nguyện cầu bình yên

Bình yên trôi rửa muộn phiền
Túng tù giam hãm trường miên đời người
Nghĩ ngợi gì những xa xôi
Tính toan hiềm tỵ, để rồi buông tay

Trăm năm cũng chỉ một ngày
Vẹn nguyên cát bụi... Ta nay tìm về
Tìm về, vượt bến sông mê
Qua bờ bể khổ, thói lề nhỏ nhen

Phàm phu thành bậc Thánh Hiền
Chúng sinh thành Phật đâu riêng Niết Bàn
Sinh tử - cõi sân, si, tham
Luân hồi diệt dứt, vương mang thêm lầm

Nương vào nẻo ấy Chân Tâm
Chân Như, Chân Ngã, Chân Không... Ta về... ■
(lanh.ktq)

1 Lời của Tổ Từ Chiếu

Lưu An Vũ Ngọc Ruẩn

GIÁ TRỊ CỦA SỰ TỈNH THỨC

Tôi muốn gửi đến quý vị một câu chuyện có thật mà tôi đã may mắn quen biết thoáng qua với nhân vật chính trong câu chuyện, một kẻ tội phạm đáng sợ trong xã hội. Không một dạng thức tội lỗi nào trong xã hội mà hắn không biết đến, từ cờ gian bạc lận, đào tường khoét vách, chấn lột người dân và dĩ nhiên chuyện vào tù ra khám với hắn là chuyện thường tình như cơm bữa.

Tôi đã ngẫu nhiên gặp hắn ta trong một lần về Việt Nam chơi, khoảng 12, 13 năm về trước. Lần đó tôi vào một tiệm bán đồ lưu niệm thủ công tại trung tâm Sài gòn với ý định mua vài món quà cắt xẻ gỗ cho các câu truyện trẻ thơ như Bạch Tuyết Bảy chú Lùn… để làm quà cho mấy đứa cháu. Vì muốn có một món quà với ngôn ngữ Đức, thay vì mua món hàng với tiếng Việt có trong tiệm, tôi muốn đặt riêng cho tôi. Không ngờ, lúc đó trong tiệm cũng có một người trung niên, anh ta nhìn tôi mỉm cười, đến bắt tay tôi và tự giới thiệu là người sản xuất và cung cấp các sản phẩm đó cho những cơ sở bán hàng lưu niệm không những tại Sài gòn mà nhiều địa phương khác tại Việt Nam. Anh ta cho biết rất sẵn sàng và vui mừng làm theo tất cả những yêu cầu của tôi, không có gì phiền phức mà còn làm cho anh ta vui mừng vì biết thêm được một dạng thức mới để sản xuất.

Thế là ngẫu nhiên, chúng tôi đã thành quen biết với vài ba lần cùng nhau nhâm nhi cà phê, quán ăn… Rồi cũng nhờ những lần giao tiếp đó, anh ta đã kể cho tôi nghe về cuộc đời rất nhơ nhuốc với đầy những tội phạm trong quá khứ của anh ta cho tôi nghe, nhưng nhờ một sự ngẫu nhiên, một kỳ tích đã đến với anh ta trong một lần anh ta đang phạm tội. Kỳ tích đó đã biến đổi anh ta từ một kẻ vô luân, cặn bã trong xã hội thành một người tốt đẹp, có ích cho xã hội hiện nay.

Người ta có thể đọc hàng chục cuốn sách nói về đạo đức hay tham dự những khóa học dạy người ta ăn ngay ở thẳng, nhưng đó mới chỉ là lý thuyết. Thực tế con đường đi đến mức thăng hoa biến đổi một kẻ vô luân thành người thánh thiện là đoạn đường không hề dễ dàng. Nhưng nếu nhờ một cơ duyên kỳ lạ nào đó, một may mắn khó tin, kẻ tội trong xã hội đã chứng nhiệm một hiện tượng đạo đức, nó sẽ làm bừng dậy cái góc nhỏ - nhiều khi rất nhỏ - thiện lương trong tâm khảm của họ. Nó kích thích sự biến đổi cái bản chất xấu xa mà họ tưởng rằng nó đã cố định, khó đổi thay và biến họ thành ra một con người tốt đẹp. Sự thăng hoa của bản chất từ xấu xa thành tốt đẹp đó là căn nguyên của sự tỉnh thức trong đạo đức vậy.

(Switzerland, Jan. 2026)

***

Vào truyện:

Hắn cũng như bao nhiêu đứa trẻ khác, đã có một gia đình yên ấm, cha của hắn làm thợ xây dựng, mẹ ở nhà lo việc nội trợ. Cha hắn mất trong một tai nạn nghề nghiệp, khi hắn ở tuổi lên 6, mẹ hắn không biết gì ngoài chuyện bếp núc, săn sóc chồng con nên gia đình đã rơi ngay vào sự khốn khổ. Trong hoàn cảnh khó khăn đó, mẹ hắn đã phải xin vào làm phụ hồ cho công ty xây cất, nơi mà cha hắn đã làm việc. Với công việc nặng nhọc phần lớn dành cho đàn ông, mẹ hắn chẳng còn hơi sức, thời gian để chăm sóc hắn. Đó là nguyên nhân chính đã đưa hắn vào con đường hư đốn.

Ở tuổi 15, 16 hắn đã nhập vào những nhóm thanh thiếu niên hư hỏng trong khu vực với đủ dạng tật ách như hút thuốc, bài bạc, ăn cắp vặt … Vừa vào tuổi 18 hắn đã phải đứng trước vành móng ngựa để nhận án tù 2 năm vì tội ăn trộm và cờ bạc. Ra tù chưa xong thời gian quản chế, hắn lại bị trở vào trại giam với bản án 4 năm vì tái phạm tội cũ. Mẹ của hắn chẳng biết làm gì hơn là vẫn cúi mặt vào công việc kiếm tiền để thăm viếng và cấp dưỡng cho thằng con sống trong tù nhiều hơn ở nhà. Khi ở tuổi 25, vừa hãn mạn tù lần thứ 3 được khoảng hơn một năm thì mẹ hắn bị bệnh lao mà mất. Với kinh nghiệm đã học hỏi trong nhà giam từ những tên tội phạm đàn anh, kèm theo tánh liều lĩnh sẵn có đã biến hắn thành một kẻ trộm chuyên nghiệp. Tiền bạc kiếm được trong trộm cắp đã cho hắn cuộc sống tàm tạm dư thừa và tham gia vào thú vui đổ bác hàng ngày.

Một hôm hắn trèo vào một căn nhà, ngay căn phòng đầu tiên hắn đã tìm thấy một cái cặp trong đó có một bịch tiền khá lớn. Quá mừng rỡ hắn nhét nhanh xấp tiền vào túi quần và không quên dùng những tiểu xảo kinh nghiệm trong nghề xóa sạch những dấu vết. Đang định theo đường cũ thoát khỏi căn nhà thì hắn chợt nghe thấy tiếng than van cùng tiếng an ủi, lo lắng của hai người từ căn phòng phía sau. Với tí chút tò mò hắn nhẹ nhàng tiến đến nhìn qua kẽ hở của ván ngăn cách. Một thanh niên, trẻ hơn hắn khoảng 3, 4 tuổi đang ân cần đút cơm cho một bà già. Qua lời đối thoại của hai người, cho hắn biết đó là hai mẹ con, bà mẹ bị bệnh khá nặng về thận, hiện đang gặp khó khăn về vấn đề tài chánh để chi trả cho dịch vụ mua và ghép thận cho bà mẹ vào tuần sắp tới. Người con đã mong lấy thận của mình ghép cấy cho mẹ nhưng xét nghiệm cho biết thận của người con cũng không được tốt lắm, nên chỉ còn cách là tìm người hiến tặng để cứu sống bà mẹ mà thôi.

Thấy mẹ có vẻ mệt, người con để bát cơm xuống chiếc ghế bên cạnh rồi nhẹ nhàng bế mẹ ngồi tựa vào thân của mình, để cho bà mẹ nghỉ tí chút rồi người con lại múc cơm đút cho mẹ:

- Mẹ cố gắng ăn thêm tí chút nữa cho khoẻ, Bác sĩ cho biết đã tìm được người hiến tặng thận cho mẹ rồi. Tuần sau con sẽ xin nghỉ làm vài ba ngày để săn sóc cho mẹ, chắc chắn mẹ sẽ khoẻ lại như trước mà.

Nghe người con nói xong, bà mẹ đẩy nhẹ muỗng cơm của người con, bà đưa mắt nhìn thẳng vào mặt con trai với lời lẽ cứng mạnh:

- Mẹ không tin có người nào hoàn toàn không quen biết mà tốt đến mức dám tặng cho mẹ một trái thận của họ. Hoạ chăng con đã bỏ tiền ra mua từ họ, nhưng tiền ở đâu mà con có để trả cho họ?!

Chuyển đôi mắt mệt mỏi vì bệnh tật, bà mẹ buồn bã nói tiếp:

- Đại à, mẹ biết con yêu thương mẹ, muốn mẹ được sống để chúng ta gần nhau. Nhưng mẹ sẽ không bao giờ chịu chữa trị nếu con không nói sự thật cho mẹ biết. Mẹ thà chết chứ không muốn sống trong mù mờ.

Hình như sự cương quyết của bà mẹ đã làm cho người con sợ hãi, lưỡng lự tí chút rồi người con cho mẹ biết, anh ta đã liên lạc được với một người khỏe mạnh để mua một trái thận cho mẹ, dĩ nhiên với một món tiền rất lớn. Anh ta đang là Thư ký kiêm Thủ quỹ của một công ty may mặc nhỏ với khoảng gần 30 nhân viên, chuyên may gia công cho xuất cảng. Người chủ công ty lo lắng vào cuối năm nếu buôn bán không thuận lợi, công ty sẽ không có tiền để thưởng cho nhân viên, ông ta đã nghĩ ra một giải pháp là hàng tháng, mỗi nhân viên để dành ra 500 ngàn đồng, ông ta sẽ cho thêm vào 500 ngàn, như vậy mỗi tháng mỗi nhân viên có được 1 triệu, cuối năm sẽ được 12 triệu đồng để tiêu Tết. Làm như vậy cũng tiện cho chủ hãng vì ông ta không phải bỏ ra một lúc món tiền quá lớn, nhất là vào cuối năm hãng cần tiền để sản xuất. Món tiền tích luỹ của nhân viên được tách biệt rõ ràng với tiền của hãng và do một nhân viên của hãng được bầu ra quản giữ, người đó chính là anh ta (người con). Hiện nay đã gần cuối năm cho nên món tiền thu nhận từ các nhân viên của hãng đã khoảng hơn 300 triệu đồng, nó đúng với món tiền cần thiết cho việc mua và giải phẫu thận cho mẹ vào tuần tới. Người con còn cho biết ngày hôm qua anh ta đã liều lĩnh rút tất cả món tiền tích luỹ của gần 30 người nhân viên của hãng với ý định vào chiều ngày mai sẽ mang đi lo việc mua thận chữa bệnh cho mẹ.

Bà mẹ thẫn thờ nghe người con kể lể, bà đưa tay run run kéo đầu con trai vào sát ngực mình, nước mắt của bà dàn dụa trên khuôn mặt tái xám vì bệnh tật, bà nói như khóc vào tai con trai:

- Con ơi, mẹ quá cảm động vì lòng thương của con dành cho mẹ, nhưng con có bao giờ tưởng tượng ra được một điều là mẹ làm sao mà khoẻ mạnh được khi mẹ phải nhìn thấy cảnh con ra toà, tù tội vì hành động vô nhân của một kẻ ăn cắp không? Rồi làm sao mẹ cam tâm, an nhàn được khi biết vì mẹ mà tương lai cuộc đời của con được ghi dấu là một tên tội phạm trong xã hội?

Ngừng lại tí chút như để đè nén cảm xúc, bà mẹ nhìn thẳng vào mắt con trai, bà nói tiếp:

- Con có hình dung ra cảnh khốn cùng, bất hạnh của gần 30 gia đình của những người cùng làm việc với con, đã bị con lừa đảo không? Biết đâu trong đó cũng có những người giống như mẹ, cần món tiền dè sẻn đó để chữa bệnh cho cha mẹ, vợ chồng hay cho con cái của họ! Hay món tiền đó, có người dự tính sửa lại căn nhà mục nát để thoát cảnh mưa soi, nắng chiếu mà gia đình họ đã phải chịu đựng nhiều năm qua v.v... Con trai, thằng con hiếu để, yêu thương của mẹ ơi, con hãy suy nghĩ kỹ và tự hỏi, mẹ có phải là kẻ vô lương tâm, khốn nạn mà chấp nhận hành động dại khờ vô lý của con và mẹ có thể sống vui khi con bị tù tội và nhìn thấy những gia đình của những người cùng làm việc với con bị khốn đốn vì bị con lừa đảo không?

Cuối cùng bà mẹ đã khuyên nhủ và bắt người con hứa với bà là ngay sáng ngày mai phải đem món tiền gian trá đó trả lại vào tài khoản của ngân hàng như bình thường.

Đứng bên ngoài hắn (tên trộm) nhìn rất rõ diễn biến của câu chuyện. Hắn cảm động đến nỗi đờ đẫn với những lời chỉ dạy chân tình, đạo đức của bà mẹ bệnh hoạn. Hắn ngoái nhìn lại cuộc đời của chính hắn, bao nhiêu năm nhục nhã trong tù tội, hắn nhớ lại những vụ lừa đảo, trèo tường khoét vách và cả những ngày thâu đêm suốt sáng bên chiếu bạc, đỏ đen… Những đồng tiền bất nhân, lừa đảo và cả tàn bạo mà hắn đã chiếm hữu của người khác, tất cả hiển hiện ra trong trí nhớ của hắn. Nhưng hôm nay, chứng kiến sự đạo hạnh của đứa con chỉ vì cần tiền để chữa bệnh, cứu sống mẹ mà đã tìm cách lừa đảo những người cùng làm việc với nó. Hắn đứng bên ngoài đã nghe tận tai lời chỉ dạy trong sáng, đạo đức của bà mẹ đã kéo con người hắn vào một góc nhỏ đẹp đẽ của nhân phẩm một con người còn sót lại trong cái tổng thể to lớn xấu xa của con người hắn. Hắn đưa mắt thêm một lần nữa nhìn rất kỹ vào cảnh đứa con trai xấp xỉ tuổi hắn đang ngả đầu áp mặt vào lòng ngực, vòng tay của bà mẹ bệnh hoạn. Cả hai mẹ con họ đều khóc, những giọt nước mắt của đạo đức, tình người nhầy nhụa trên mặt họ… đã làm cho hắn, một tên tội phạm thẩn thờ trở về với lương tri.

Hắn im lặng trở lại căn phòng đầu tiên, móc trong túi áo ra xấp tiền mà chỉ vài ba phút trước hắn đã vui mừng thủ đắc vì nghĩ rằng mình đã may mắn có được món tiền quá to. Không một tí lưỡng lự, hắn bỏ xấp tiền trở lại vào trong cái cặp và hắn cũng không quên ghi nhớ tên bà mẹ trong tờ giấy của bệnh viện kẹp trong chiếc cặp rồi hắn rất nhẹ nhàng theo đường cũ ra khỏi căn nhà.

Sáng hôm sau, không khó khăn gì để hắn, tên trộm tìm được vị bác sĩ trách nhiệm về vụ thay thận cho bà lão. Hắn nói dối với vị bác sĩ, hắn là cháu họ xa của bà lão, người đã nuôi dạy hắn lúc tuổi ấu thơ, khi biết bà bị bệnh, cần thay thận nên muốn tặng cho bà trái thận của mình để trả ơn. Hắn cũng không quên yêu cầu bác sĩ giữ thật kín, chỉ nói với bà ta là có người bị tai nạn giao thông, trước khi chết muốn hiến xác, và bà đã may mắn đúng lúc để nhận món quà đó mà thôi. Vị bác sĩ ban đầu có chút ngạc nhiên nhưng thấy hắn nói cũng có lý và cũng nghĩ chẳng có ai không quen biết mà làm cái chuyện kỳ lạ, ngớ ngẩn như vậy. Rồi sau vài ba tiếng đồng hồ kiểm soát sức khoẻ của hắn, bác sĩ cho biết hắn đủ điều kiện để cho thận.

Thế là sau khoảng 10 ngày, cuộc giải phẫu cho và thay thận đã được hoàn tất trôi chảy, hắn ở lại trong bệnh viện khoảng 5, 6 ngày cho lành vết thương rồi cám ơn vị bác sĩ và lẳng lặng rời xa. Trở về căn nhà ọp ẹp trong xóm lao động, hắn rời xa tất cả nhóm bạn bè cờ bạc, cũng tự hứa không bao giờ trở lại với nghề ăn trộm nữa.

Rồi dựa vào sự khéo tay sẵn có trong nghề chế tác những sản phẩm mỹ nghệ được cắt từ những miếng gỗ nhỏ dùng cho những tấm bảng hay tranh treo tường mà hắn đã học được trong thời gian bị tù tội. Những sản phẩm làm ra được hắn bỏ mối cho những tiệm bán đồ lưu niệm cho du khách trên trung tâm thành phố và vài trung tâm thương mại của những tỉnh lân cận. Công việc ban đầu cũng có chút khó khăn vì chưa quen biết, nhưng dần dần khá hơn, nhất là nhờ biết thị hiếu của khách và tay nghề của hắn càng lúc càng điêu luyện hơn.

Thấm thoát hắn đã bước vào nghề kiếm sống lương thiện được khoảng 6 tháng. Một hôm hắn chợt nhớ đến mẹ con người đàn bà mà hắn đã tặng trái thận và cũng là người đã kéo hắn khỏi bùn nhơ. Hắn muốn biết cuộc sống và sức khỏe của bà ta ra sao. Để tránh gặp mặt người con trai, hắn tìm đến căn nhà vào khoảng giữa chiều trong vai người bán quà lưu niệm. Ngay khi vừa gõ cửa, bà già từ trong nhà bước ra mở cửa cho hắn, bà ta hơi chau mày nhìn hắn rồi vui vẻ khi nghe hắn cho biết muốn giới thiệu với bà vài món hàng mỹ thuật của hắn. Hình như giữa bà và hắn có cái gì đó thân thiện khó giải thích, bà ta vồn vã mời hắn vào nhà, kéo chiếc ghế cho hắn ngồi rồi cũng chẳng hỏi gì về hắn bà ân cần rót ly nước đưa tận tay ân cần mời hắn. Hắn cũng vậy, im lặng nhìn bà với ánh mắt thiện cảm, rồi hắn ngồi xuống chiếc ghế, đưa tay đỡ lấy ly nước từ tay bà đem lên miệng uống rất tự nhiên. Một ý nghĩ tự nhiên hiện ra trong đầu hắn, có phải trong thân thể bà đã có phần máu thịt của hắn nên giữa bà và hắn có cái gì đó vô hình nối kéo thân thiết giữa bà ta và hắn thì phải?

Với vẻ ân cần bà ta hỏi về cuộc sống và làm việc của hắn. Hắn cũng chẳng có gì để giấu giếm, hắn cho bà biết bố mẹ không còn nữa, không ai kìm chế nên theo bạn xấu để rồi nhiều lần vướng vào lao lý, cuối cùng nhờ một may mắn hắn đã nhìn ra lỗi lầm để trở lại đường ngay lẽ phải. Hiện nay hắn đã thực sự rời xa mọi tật ách và lấy việc chế tác quà lưu niệm để sinh nhai. Nghe hắn tâm sự, thỉnh thoảng bà nhìn hắn với ánh mắt ái ngại, buông tiếng thở dài kèm theo vài lời an ủi, cầu mong cho hắn gặp may trong cuộc sống. Ra vẻ vô tình, hắn hỏi bà về cuộc sống và sức khỏe. Bà cho hắn biết, bà ta có một đứa con trai đang đi làm, còn về sức khoẻ thì trước đây cũng có vấn đề nhưng vì may mắn có người thương hại mà giúp đỡ nên hiện nay cũng tạm gọi là yên ổn nhưng vẫn phải uống thuốc hàng ngày. Hắn đoán là bà ta không muốn nói ra quá rõ về mình với hắn, người chưa quen biết nên hắn cũng không tò mò hỏi thêm. Cuộc gặp mặt ngắn ngủi nhưng vẫn cho hắn một niềm vui vì hắn thấy sự giúp đỡ của mình thực sự có ý nghĩa và càng ý nghĩa hơn là chính nhờ món quà mà hắn bỏ ra cho sự sống của bà. Nhưng cũng chính nhờ bà mà hắn đã tìm được con đường trong sáng, yên lành hiện tại cho cuộc đời hắn.

Sau lần gặp mặt thoáng qua đó đã làm cho hắn vui vẻ vì biết chắc chắn người mà mình giúp đỡ đã có cuộc sống tạm an vui. Hắn lại trở về với công việc thủ công cho cuộc sống. Thời gian qua mau, gần 5 năm, cuộc sống của hắn càng lúc càng an định hơn. Hắn đang tính toán tìm một chỗ khác rộng rãi hơn, thu nhận một vài người làm việc, phụ giúp hắn vì khách du lịch càng lúc càng nhiều. Hắn không những cung cấp cho thành phố mà còn phải gửi đi khắp tỉnh thành trong khắp nước. Rồi một hôm rảnh rỗi hắn chợt nhớ đến người đàn bà mà hắn đã giúp đỡ. Hắn lại tìm đến để xem bà ta và gia đình ra sao. Căn nhà ọp ẹp ngày trước, không còn nữa, thay vào đó là một căn nhà khang trang 2 lầu, một trệt đã làm hắn ngạc nhiên, nghĩ rằng người mà mình muốn gặp đã không còn ở đây nữa. Để chắc chắn, hắn gõ vài tiếng vào cánh cửa, người đàn bà ngày trước, một tay dẫn một đứa bé trai khoảng 3 tuổi ra mở cửa cho hắn. Dù đã khá già so với 5 năm về trước nhưng bà ta vẫn nhận ra hắn, vẫn dáng điệu vồn vã, ánh mắt tròn xoe, ngơ ngẩn vì ngạc nhiên, bà lão cầm lấy tay hắn vui mừng nói lớn:

- Trời ơi, cậu Hải, tôi và thằng Đại cứ nhắc đến cậu mãi, nhưng không biết tìm cậu nơi đâu! Cậu cũng vô tình thật lúc từ giã tôi mà không cho biết địa chỉ, đã thế suốt 5 năm qua cũng biệt tăm không đến thăm tôi lần nào cả!

Rồi cứ thế bà lão kể lể sự nhớ thương lạ kỳ của bà với hắn dù chỉ mới một lần quen biết sơ sài. Bà cũng cho biết là con trai của bà đã lập gia đình khoảng 4 năm về trước với một cô nhân viên cùng làm trong hãng may mặc. Hiện nay bà ở nhà trông nom nhà và thằng cháu nội. Cũng như lần gặp mặt đầu tiên, không biết tại sao hắn cũng có cảm giác rất gần gũi mến thương bà lão. Hắn tự nghĩ, không lẽ do sự dính kết máu thịt của bà ta và hắn đã tạo ra sự thân thiết đó sao? Trong lúc hắn và bà già đang vui mừng nói chuyện, thì Đại con trai bà lão chở vợ trên chiếc xe gắn máy xà vào hiên căn nhà, bà lão vui mừng reo lên:

- À vợ chồng thằng Đại cũng về rồi, may mắn quá chúng nó cũng rất muốn gặp để biết mặt và làm quen với cậu.

Thế là cuộc hội ngộ, quen biết thân tình được xảy ra. Mấy lần hắn tỏ vẻ ra về nhưng bà lão mà vợ chồng Đại cứ níu kéo mãi. Không thể chối từ được, hắn phải ở lại ăn bữa cơm tối với toàn thể gia đình họ. Trong lúc ăn cơm bà già lại hỏi rất nhiều về cuộc sống của hắn, hắn cũng chẳng ngại ngần cho bà và vợ chồng Đại biết tất cả, không một tí giấu giếm. Ngay cả việc hắn đang có dự tính tìm một nơi khác rộng lớn hơn và kiếm thêm người để mở rộng sản xuất. Trong không khí thân tình đó, với vẻ ngần ngại bà lão đưa mắt nhìn hắn và vợ chồng Đại, với tí rụt rè bà nói:

- Cậu Hải à, tôi nói điều này nếu không vừa ý, xin cậu bỏ qua, coi như tôi không nói nhe. Chẳng hiểu sao ngay từ lần đầu gặp mặt cậu 4, 5 năm về trước, tôi có cảm giác như rất thân thiết với cậu. Lần này tôi cũng có cảm giác như vậy, tôi có ý muốn nhận cậu làm con nuôi, làm vai anh của thằng Đại, cậu nghĩ sao?

Đưa mắt ngạc nhiên trong ngỡ ngàng, chưa kịp trả lời thì Đại đã tiếp lời mẹ:

- Đúng đó anh Hải à, từ ngày gặp anh, mẹ em cứ nhắc đến anh mãi, bắt em nhiều lần đi tìm kiếm anh, nhưng chưa bao giờ biết mặt anh và mẹ em cũng chẳng biết rõ ràng chỗ ở của anh nên em cũng thua không tìm ra được. Hôm nay gặp lại anh, mẹ em đối với anh thế nào thì anh đã biết rồi, còn vợ chồng em thì ủng hộ hết mình, xin anh đừng từ chối nhe.

Rồi những lời đun vào rất chân thành của bà mẹ và vợ chồng Đại, hắn đã bằng lòng thành người thân trong gia đình. Bà mẹ rất vui mừng nói:

- Vậy là từ nay mẹ gọi thằng Hải là thằng Hai, còn vợ chồng thằng Đại là thằng Ba, con Ba nhe!

Rồi cũng trong bữa cơm đầu tiên gắn bó đó bà mẹ và cả vợ chồng đứa em nuôi đã đề nghị với hắn trả lại căn gác thuê nhỏ bé để chuyển cơ sở làm ăn đến căn nhà 3 tầng này. Mọi người bằng lòng để cho hắn toàn quyền sử dụng tầng trệt để làm mặt bằng cho việc sản xuất cũng như mướn thêm người để mở rộng sản xuất v.v… còn tầng 2 và 3 dành cho gia đình Đại và bà mẹ sinh sống.

Công việc làm ăn của hắn càng phát triển hơn khi dọn đến cơ sở mới, khách đặt hàng nhiều hơn, hắn đã phải gọi thêm một người phụ hắn trong khâu sản xuất, một người chuyên lo việc giao hàng và mua sắm vật liệu. Rồi lại một kỳ tích khác lại đến, vợ chồng Đại tìm cách nối kết hắn với người chị gái chưa chồng của vợ Đại và một đám cưới nhanh chóng xảy ra. Cuộc đời của hắn đã biến đổi ngỡ ngàng, từ một tên ăn trộm, cờ bạc, vào tù ra khám chỉ biết kiếm tiền cung phụng cho cờ bạc đỏ đen đã trở thành một ông chủ của một cơ sở nho nhỏ với mái gia đình yên ấm, hạnh phúc trong tình thương yêu của bà mẹ nuôi và vợ chồng đứa em nuôi cột chèo. Tất cả với hắn là một giấc mơ, đôi khi hắn muốn nói sự thật câu truyện hắn đi ăn trộm và tỉnh thức cho bà mẹ và em nuôi của hắn hiểu, nhưng rồi hắn lại im lặng bỏ qua. Hắn tự nói, hạnh phúc của mình đang có đã là một niềm vui quá to lớn, một hạnh phúc vĩ đại trong ước mơ… Thế là quá đủ, quá tốt hãy để cho nó như vậy. Hơn nữa bản chất của câu truyện là một diễn tiến của sự đạo đức, nó thể hiện trong sự hối cải và nó đã tạo ra vẻ đẹp thì cũng chẳng cần gì phải nói ra lại làm cho nó xáo động. Hãy để vẻ đẹp đó đẹp mãi mãi trong suốt cuộc đời hắn. ■

Từ Hùng Trần Phong Lưu

NHỮNG CHUYỆN CÓ THẬT & CƯỜI RA NƯỚC MẮT[1]

Lời Tòa Soạn: Xin phép nói ngay rằng, với dân Nam Bộ thì 2 chữ „bỏ mẹ" chỉ là một thán từ, như người Mỹ khi gặp gì ngạc nhiên cũng hay nói „Oh My God" vậy. Ví dụ: „Bỏ mẹ rồi! Tao bỏ quên cái xuổng ngoài đồng"; hoặc „Bỏ mẹ! Tao quên đống thóc phơi ngoài sân, mưa đã bắt đầu rơi…". Trong khi những vùng khác ở Bắc hay Trung Việt thì có thể được hiểu như một tiếng chửi thề. Tác giả bài này – Kiến Trúc Sư Trần Phong Lưu, gốc dân Mỹ Tho, cố ý dùng 2 chữ này làm nhan đề như một cách chơi chữ. Anh Lưu đã vĩnh viễn ra đi vào 09.02.2025. Để tưởng nhớ một cây viết kỳ cựu của Viên Giác, nhân kỷ niệm một năm ngày anh ra đi, chúng tôi đăng lại bài viết cuối cùng anh đã gởi cho VG, viết về những chuyện „Cười Ra Nước Mắt" xảy ra ở miền Nam Việt Nam mà anh gọi là „Chuyện Bỏ Mẹ" theo ý cách gọi của người dân Nam bộ bình dị chất phác. **Ban Biên Tập Tạp Chí Viên Giác**

Một Chuyện „Bỏ Mẹ."

Một ông nhân viên lâu năm có chức vụ trong một Dược viện lớn ở Sài gòn, có chút của ăn của để nên khi sanh con trai đầu lòng, cả nhà lên đến ông bà nội đều vui mừng vì đã có cháu nội đích tôn. Kế đó nhà sanh thêm một cô con gái gia đình cũng mừng do có đủ trai gái. Ông đã xây nhà lớn hơn và mua thêm đất. Con cái đã được cho đi học. Gia đình còn sanh thêm một con trai nữa, cha mẹ và ông bà càng vui mừng hơn vì quan niệm *nhứt nam viết hữu, thập nữ viết vô*. Người mẹ còn hãnh diện và cưng chiều đứa con út hơn ai hết. Bà quyết định ăn chay trường, dù ông không ưa. Nhưng không như gia đình mong đợi, con trai lại học dở, phải ở lại lớp, còn cô con gái học càng ngày càng giỏi, năm nào cũng lãnh phần thưởng. Anh con trai cứ trượt đi, thi lại chật vật lắm mới đậu được bằng Tú tài một, rồi cứ nằm lì ở đó năm này qua năm khác, dù đã tốn tiền cha mẹ theo học hết cua này tới lớp luyện thi kia cho tới khi bị gọi nhập ngũ.

Trong khi cô con gái thong dong đậu vào Đại học Nha khoa. Thằng con Út còn tệ hơn, nào chăm sóc đưa đón, rước thầy về dạy thêm tư gia mà chỉ leo nổi lên năm đầu Trung học tư thục. Ra

1 *Nhan đề của bài viết do chúng tôi đặt. BBT VG*

trường Thủ Đức anh Hai được ông già lo tiền nên vào ngành hành chánh quân y, đỡ bị đổi đi xa, ra chiến trận. Mà được ở Sài gòn thì anh Hai rảnh rỗi theo bạn bè ăn nhậu, bước tiếp lên ăn chơi. Chuyện dĩ nhiên sau khi khéo tán tỉnh, anh được một cô vũ công trong đoàn vũ của các phòng trà vũ trường phải lòng. Tuy có chút sắc đẹp, nhưng nhà nghèo ít học, chỉ có thể được tuyển dụng vào ban vũ này, nhưng tự đáy lòng vẫn mong muốn lập một gia đình đàng hoàng, nên có một Sĩ quan đến với mình, cô liền gắn bó ngay và kết quả là một bé gái ra đời. Sau nhiều lần trì hoãn, hẹn lần hẹn mòn, anh Hai bắt buộc phải đưa cô gái có con với mình về chịu lỗi với cha mẹ để được chấp nhận. Anh đã giấu nhẹm nghề nghiệp của vợ, mà chỉ nói trớ, là phụ buôn bán với người bà con xa có sạp hàng ngoài chợ. Hai ông bà bắt buộc nhận cô dâu nhà nghèo và đứa cháu nội gái không mong muốn.

Rồi „Giải phóng đổi đời", Dược viện bị Nhà nước tịch thu ông được may mắn lưu dụng nhưng chỉ còn là nhân viên thường, phải thường xuyên cố vấn cho Thủ trưởng mới ở trong rừng ra, học cách điều hành dược viện vì ông bà chủ cơ sở đã di tản. Nhưng lương chỉ đủ cho mỗi người mỗi ngày mua một gói xôi. Anh Hai thì đã đi học cải tạo. Cũng còn may lúc đổi tiền ông bà khéo biết chia nhỏ số tiền rồi giao bớt cho bà con, vài nhân viên nghèo đổi giúp ăn chia huê hồng, nên còn giữ được 60 – 70% của cải. Ông đã phải bấm bụng kêu thợ mở rộng phần nhà phụ kết hợp với ngôi nhà chánh ngăn tạm bằng vật liệu nhẹ thành 3 căn đủ chia cho ba người con. Ông bà chỉ giữ một phần nhà chánh.

Vì đồng tiền mới ngày càng mất giá và tài sản Ngụy luôn luôn bị Phường khóm để ý, muốn chiếm hữu hay chia bớt, nên ông đã theo gương những ông bà còn nhà đất rộng tại miền Nam chia cho các con, để cố giữ được chút tư hữu còn lại. Chị Hai được cho ra ở căn nhà dành cho anh, nhưng cũng có nghĩa là phải tự túc ăn uống. Chị phải bồng con ra chợ trời tìm sống và nhận ra chợ trời bắt đầu mở ở các con đường có vỉa hè rộng và đông người qua lại. Không thể gởi con ở nhà chồng vốn không ưa mẹ con chị. Chị phải về nhà mẹ ruột ở Trảng Bàng gởi con với một ít tiền. Rồi chị quay về nhà chồng xin đặt cọc một số tiền để lấy một mớ thuốc Tây và ghi thêm những tên thuốc đắt tiền mà người cha còn lưu trữ được. Chị bày thuốc tây ra chợ trời bán.

Anh Hai sau thời gian học tập trở về cũng có ý đi lòng vòng tìm việc nhưng không có kết quả, nên thử quay ra xem vợ buôn bán, vì mấy ngày nay anh cũng hơi nhột, do cũng thấy mình vô dụng trong xã hội mới. Ngày đầu theo vợ ra chợ trời, anh vẫn giữ „thể diện", chỉ đứng xa xa nhìn bâng quơ, mặc kệ vợ trải tấm vải để đống hộp thuốc Tây ra chào mời kẻ qua người lại. Đến khi thấy thiên hạ bu vào đông, xâm soi hỏi mua, anh sợ mất của mới chịu ngồi xuống phụ vợ bán. Khi có người hỏi tới mấy thứ thuốc hiếm quý, thay vì để vợ hẹn đến ngày mai, anh chạy ngay về nhà hỏi cha số thuốc tồn trữ của các dược viện cũ, do ông cha còn giữ một phần và móc nối môi giới với các đồng nghiệp cũ.

Vợ chồng sanh thêm một con gái nữa trong hoàn cảnh thiếu thốn. Anh Hai vẫn không ưa con gái, nên chị bồng con đem đi gởi để có thể trở ra chợ trời. Người cha vì lo buồn ngày càng gầy yếu, già đi trước tuổi, thêm bịnh hoạn rề rề, dù còn ít thuốc Tây, đã quá thời hạn sử dụng, nhưng không đúng bịnh, phải đổi qua thuốc ta, nhưng lúc đó chỉ có Xuyên Tâm Liên chữa bá bịnh (!) nên bịnh ngày càng nặng. Kịp đến lúc thằng Út cưới vợ sanh được đứa con trai đầu lòng. Ông mới ngậm cười nhắm mắt vì đã có cháu nội trai nối dõi. Nhưng tài sản cũng kiệt quệ. Anh Hai đã tìm đến các đồng nghiệp quân y, quân dược cũ, để tiếp cận được các nguồn thuốc Tây cung cấp cho chợ trời. Chị Hai có tay buôn bán và giỏi bon chen ở chợ trời thuốc tây, nên dần dần cũng sống được giữa những người lao động chật vật kiếm miếng cơm.

Chị Ba mướn căn phố lầu mở phòng mạch làm răng, người chồng cũng là Nha sĩ đi học tập trở về, được vào làm ở một nhà thương nhỏ, lương ít nhưng lúc hết bệnh nhân có thể về phụ vợ, khi phòng mạch ngày càng đông khách. Chị theo gương mẹ cũng ăn chay trường. Hai vợ chồng sanh được một bé gái. Tư Út dù đã có gia đình riêng nhưng vẫn ăn bám mẹ.

Chị Hai lại có bầu lần thứ ba, rồi phải nghỉ đi sanh, anh Hai lại không bày bán tiếp, nhứt là khi nghe vợ lại sanh tiếp đứa con gái nữa, anh ta còn nổi giận không thèm đi thăm vợ con, mà bỏ đi nhậu. Tư Út nhân cơ hội nói với mẹ, gom hết số thuốc còn sót trong nhà thêm một ít thuốc của bạn bè người cha, nể tình bán rẻ, chiếm ngay chỗ đất địa của chị Hai bày hàng ra bán.

Tới lúc chị Hai một mình bồng con nhỏ về và dù còn non ngày non tháng, chị cũng đem con đi gởi, rồi lặng lẽ vác túi thuốc Tây ra chợ, mới biết địa bàn của mình đã bị thằng em Út chiếm đoạt. Chị cố dùng lời lẽ hơn thiệt để hy vọng đòi lại được chỗ, nhưng thằng em lớn tiếng gây lại chị dâu. Chị về nhà mách lại mẹ chồng, không ngờ bà mẹ binh thằng con Út, rầy ép chị. Chị ức quá ra về, thề không qua lại với bên chồng nữa.

Mấy ngày sau chị đành đi tìm chỗ khác, bắt đầu buôn bán lại dù có ít khách, rồi nhắn tin các bạn hàng cũ, kể rõ sự tình, họ đều lần lượt quay về với chị, sau khi họ kể, về lời ác khẩu của thằng em chồng đầy sân hận, rằng thuốc của chị chỉ toàn đồ dởm, đồ giả!

Trong số những người buôn bán ở chỗ mới, có cô bạn thấy chị da trắng, tóc quăn tự nhiên, nói chị giống Tây, nên đề nghị chị đến gặp người anh họ của cô đang làm ở sở nhận đơn trong chương trình hồi hương con lai của Pháp. Thật ra cha chị mất sớm, chẳng có chút liên hệ với Tây Đầm nào cả. Ấy vậy mà duyên may đưa đẩy, lá đơn tiếng Pháp do người anh họ của cô bạn viết giúp, sau một thời gian lại được phái đoàn Pháp xét duyệt và hẹn ngày phỏng vấn. Chị cấp tốc học một ít tiếng Tây. Trong đơn chị khai, mẹ chỉ nhớ tên cha là Jean, cấp bậc Caporal, không nhớ họ, nên lúc phỏng vấn họ cũng chỉ hỏi cho có lệ và đưa ra một bảng họ Pháp dài, chị chỉ đại một họ bắt đầu bằng chữ B. Rồi hai tuần sau, chị nhận được giấy tờ xuất ngoại theo diện con lai, hai vợ chồng cố gắng thu vén để có tiền mua quà tặng cô bạn và người anh họ.

Chị Ba cho cơi thêm lầu phòng mạch. Vài năm sau thằng con của Tư Út vừa đủ lớn để chạy chơi phá phách. Một hôm từ nhà đi theo con đường hẻm chung của ba nhà để ra đường lộ, thì chị Ba bị một hòn đá ném tới trúng tay. Chị quay lại la nó, nhưng nó đã không sợ mà còn nghinh lại chị, chị giận hăm sẽ mét ba má nó.

Anh chị Hai đã đủ tiền và đã thành công trong việc đưa ba đứa con gái di tản qua Pháp, như đã thực hiện được thêm một bước đổi đời ngoạn mục, mà ít tốn kém, lại không lo mất mạng như số đông người vượt biên. Nhưng cho tới nay mấy đứa con vẫn mang mặc cảm bị cha mẹ bỏ rơi, nhứt là khi tâm sự với bà con thân nhân gặp ở nước ngoài: Cô lớn hay kể, cháu là con mồ côi bị cha mẹ ruồng bỏ. Cô nhỏ nói, cháu là đứa con lượm trong thùng rác!

Tư Út ế khách không bán thuốc Tây ở chợ trời nữa, phải xoay ra học lái xe rồi mướn xe lãnh chuyên chở bạn hàng buôn bán. Được ít lâu, anh về nài nỉ mẹ bán tư trang để sắm xe riêng cho anh làm ăn, vì xe mướn trả tiền cao, thu nhập còn lại không đủ nuôi gia đình. Bà mẹ chỉ còn chút của cải để an hưởng tuổi già nên không chịu, vì biết con mình không đủ khả năng làm ăn. Tư Út vẫn kiên nhẫn ngày này qua ngày nọ, tháng tháng xin xỏ mẹ, hứa chỉ mượn tiền mua xe thôi. Hàng tháng sẽ góp tiền trả lại, còn thêm sẽ trả luôn tiền lời. Tới một lúc bà không chịu nổi nữa phải nhắn con gái về cầm bán dùm. Chị Ba biết theo tập quán dân mình, bà mẹ chỉ cho mỗi con dâu một đôi bông vào ngày cưới, tư trang còn lại dành cho con gái lúc bà trăm tuổi, nên chị thay vì đem cầm cho người lạ, chị giữ lại làm kỷ niệm và đem tiền về giao cho mẹ, nói là đã đem đi cầm. Đã có xe riêng cả năm nhưng Tư Út chưa trả lại cho mẹ tiền tháng trả góp nào như đã hứa. Bà mẹ ngày càng già yếu, nhưng họ lánh mặt không qua thăm hỏi mẹ, nên bà phải nhờ con gái đi chợ, nấu ăn giúp. Mà hai lần chị về nhà đều bị thằng nhỏ nay đã tới tuổi đi học được hai ba năm vẫn rình ném đá. Chị đã mét má nó, nhưng cô em dâu đanh đá này chẳng những binh con, còn lớn tiếng đối đáp lại. Chị để ý có lần chẳng thấy thằng nhỏ đâu, chắc nó đã đi học, mà vẫn bị ném đá, dù chưa bị ném trúng. Như vậy người rình ném đá, chị chắc là do cô em dâu này, vì lúc chị quay lại định mét thì đã thấy cô em dâu mở cửa ra đứng sẵn ở đó. Chị nhớ lại vì luôn bận ở phòng mạch không rảnh để lo bữa ăn hàng ngày cho mẹ, nên chị đã lên tiếng nhờ chúng nó. Ai ngờ đã cầm tiền chợ của mẹ đóng góp rồi, chúng nó chỉ lo cho mẹ bữa được, bữa không. Tới một hôm rảnh khách về nhà lúc chạng vạng tối, qua thăm mẹ, mới hay, cả ngày chẳng ai lo miếng ăn cho bà. Lần đó chị giận mới lớn tiếng gây với chúng nó, không ngờ con vợ hùng hổ cãi lại, rồi giận lẫy chẳng những không thèm đếm xỉa tới mẹ chồng nữa, mà nuôi lòng oán ghét chị. Sau đó chị tìm dịp gặp riêng thằng em hy vọng nó biết điều hơn, để nhắc nhở tình gia đình, mong nó nghe lọt lời phải trái, nhưng nó lại lạnh lùng phán một câu: “Chị ở đây hổng được thì dọn đi đi!“. Hết chịu nổi, gia đình chị phải dọn hết ra căn phố lầu phòng mạch. Khóa cửa nhà lại thỉnh thoảng mới về thăm. Nhân có người chị bạn dì tên Liên tới thăm, chị liền đưa một số tiền nhờ chị đó thỉnh thoảng mua giúp những món ngon vật lạ mang đến cho mẹ mình ăn thêm. Lần đầu mang thức ăn ngon tới thăm dì, chị Liên nhìn thấy tô canh còn ăn dở, chị liền đề nghị đổ tô canh đi vì đã có đồ ăn nóng mới. Nhưng mẹ chị Ba cản lại, nói đó là bữa ăn chiều của bà mà vợ thằng Út thường lo cho bà! Nghe chuyện chị Ba vừa giận vừa nghĩ cách thu xếp công việc để có thể về thăm mẹ nhiều hơn. Một hôm còn rảnh vài tiếng mới tới giờ hẹn của bệnh nhân kế tiếp, chị lái vespa về định thăm mẹ. Khi xe chạy qua cơ sở Ủy ban Nhân dân Phường chị bất ngờ nhìn thấy hai vợ chồng Tư Út dẫn Mẹ tới cửa Phường. Lạ một điều là tại sao có chị vợ thằng em Út đi theo! Đã chạy tới đầu đường, chị vội quay xe trở lại và cố ý cứ chạy loanh quanh sân trước văn phòng phường, cho nhân viên phường đặc biệt là ông Chủ tịch phường biết, để họ không thể che mắt hết mọi người. Quả nhiên Phường không dám phân xử chuyện sang nhượng. Như vậy vụ việc sẽ được đưa lên quận. Lập tức chị Ba lên văn phòng quận lập sẵn hồ sơ tuyên cáo, là ngôi nhà gia đình chị đang trong vòng tranh chấp, nên không ai có thể sang nhượng hay mua bán gì cả.

Thời gian sau, khi thằng con đã lớn, Tư Út lân la lại với mẹ mở lời thăm hỏi. Bà mẹ mới đầu tưởng thằng con đã hồi tâm chuyển ý, nhưng nó đã mang đồ đạc, quần áo sang nhà bà ở lì, trước nói là gần mẹ để tiện chăm sóc, sau là bảo thằng con đã lớn cần phòng riêng để sau này cưới vợ. Nhưng đó chỉ là lời ngoài miệng, và sự âm thầm lấn chiếm. Còn thực tế phụng dưỡng, thuốc thang cho mẹ vẫn do chị Ba đài thọ với sự phụ giúp của người chị bạn dì. Nên chẳng bao lâu thâm ý đã lộ ra: Ngày lại ngày qua, anh ta to nhỏ với mẹ, chị Ba đã có căn phố lầu ngoài chợ, chỉ có gia đình anh ta là cần thêm chỗ ở. Dĩ nhiên bà mẹ từ chối ngay, vì Tư Út đã hưởng riêng số tư trang của bà để mua chiếc xe rồi, còn phần nhà chung này sẽ chia đều cho ba con như lời ông đã trối trăn. Nhưng anh con út bất tài này vẫn tiếp tục năn nỉ mẹ, là anh Hai chắc đã yên bề sinh sống bên Tây, chị Ba giờ đã giàu lên nhờ phòng mạch đắt khách, chỉ còn anh ta là cần nhà này thôi vì người mình thường nói, giàu Út ăn, khó Út chịu… Tới một ngày anh ta đổi chiến thuật nài nỉ xin mẹ làm di chúc!".

Giờ cơm trưa hôm chủ nhựt chị Liên mang cơm tới bỗng thất kinh khi thấy bà cụ ngồi bệt dưới gốc cây, tay vẫn ôm giỏ quần áo nhàu nát, còn cửa nhà bà đã bị khóa kín. Chị vội chạy qua nhà lối xóm nhờ gọi điện thoại gấp cho cô Ba hay, mẹ cô đã bị đuổi ra khỏi nhà. Chị Ba cũng hoảng kinh cùng chồng lái xe về rước mẹ. Khi đến nơi chỉ thấy bà mẹ mặt mũi bơ phờ, áo quần xốc xếch ngồi rũ xuống trước thềm nhà mình, cửa đã đóng im ỉm. Chị Liên đứng bên cạnh nói ngay: "Đáng lẽ em dẫn dì qua nhà bác lối xóm ngồi chờ, nhưng em muốn chị tận mắt thấy cảnh tượng…". Rồi chị thấp giọng: "… Bọn quỷ sứ đã lôi mẹ già, bỏ ra ngoài đường, dưới gốc cây như liệng bỏ món đồ cũ. Em đã hỏi: „Bộ tụi nó đuổi dì đi hả? Dì đã trả lời: "Hồi sáng, con vợ nó gây chuyện, tao rầy lại, nó còn lớn tiếng, tao giận bỏ đi, tính kêu taxi chở tao lên chùa!

- Còn thằng Tư đâu?

- Nó chạy xe chở hàng rồi.

Trên xe về nhà chị Ba, chị Liên còn ráng hỏi, tại sao dì lên chùa mà không về nhà chị Ba?

Bà im lặng. Chị cũng biết, đã có lần bà binh thằng con Út, rầy ép chị Ba. Câu chuyện thực xảy ra ngay tại Sài gòn ngày nay, không biết có thể so sánh với truyện cổ bên Tàu: Người con đẩy xe tống cha già bỏ ngoài rừng, lúc quay về thấy thằng con mình lại lôi chiếc xe đẩy về nhà, nói là để dành cho cha nó lúc về già, sẽ tái diễn lại cảnh này, khiến cha nó hoảng kinh, bắt buộc phải quay lại rước ông nội của nó trở về. Nay trái lại thằng cháu nội đích tôn của bà này lại toa rập với người cha bất hiếu, tiếp tay bỏ bà nó, hay cùng cha nó lánh mặt, để mẹ nó tự do gây sự, gián tiếp đuổi bà nó đi, thêm chỗ ở cho vợ con nó sau này.

Khi người cháu gái, con nhà chú tới thăm, bà bác chỉ than nhẹ: "Thời buổi này người ta chỉ biết có tiền thôi con ơi!". Chớ không nhắc gì thêm, về đứa "quý tử" mà bà đã mừng húm khi sanh nó ra vì đã tạo niềm vui cho nhà chồng, bất kể lần mang nặng đẻ đau này, đau đớn hơn hai kỳ sanh trước và đã tốn hao bao công sức và tiền của để chăm sóc từng li từng tí. Người cháu hỏi thêm, anh Hai có biết tin chưa? Bà bác lắc đầu, vì bà không biết thằng con lớn đang ở đâu bên Tây. Bà tiếp, từ lúc vợ chồng nó đi tới giờ, chúng nó có gửi thư từ thăm hỏi bác lần nào đâu. Yên ổn được vài năm, rồi chị Ba và cả anh Hai bên Tây đều nhận được trát đòi hầu tòa Quận về việc sở hữu ngôi nhà mà người mẹ đã làm giấy giao lại cho Tư Út gửi đến phòng làm răng của chị. Lập tức chị điện thoại cho anh Hai gọi về gấp. Một mặt chị Ba gặp luật sư quen để đại diện thân chủ (chị Ba và anh Hai) đến Tòa quận nghiên cứu hồ sơ bên nguyên đơn nộp để thưa lại, đòi quyền sở hữu phần ngôi nhà của bà mẹ. Luật sư mới cho chị Ba hay, tờ di chúc chỉ có dấu lăn tay của bà mẹ chớ không phải chữ ký. Thêm bức thư của bà mẹ kể là, hai người con lớn đều bất hiếu, chỉ đứa con Út lo nuôi bà lúc về già.

Luật sư xin đem chụp phóng ảnh hai tài liệu nhưng tòa chỉ cho ngồi chép tay tại chỗ. Nhờ đó luật sư giúp chị Ba làm tờ di chúc mới có chữ ký của bà mẹ phân ngôi nhà làm ba, chia đều cho ba người con, để chứng minh trước tòa bà mẹ vẫn còn minh mẫn đã đọc và viết, ký tên đàng hoàng, không phải người dốt theo di chúc và bức thư mấy năm trước. Nên tòa cũng giải quyết nhanh chóng. Chỉ còn buồn là anh chị em nhà gia giáo mà phải đưa nhau ra tòa, tốn tiền sở phí xử kiện và tiền hai bên mướn luật sư!

Bà mẹ ngày càng già yếu bịnh hoạn vì lo buồn, cho tới khi bà lìa trần, chỉ có cô con gái lo cho bà, dù từ xưa ông bà đã nghĩ theo tập quán, là con gái sẽ gả ra ngoài, chỉ có nhà chồng nó nhờ cậy mà thôi. Thực tế bây giờ chỉ chị Ba là lo cho mẹ từ đầu và nay bao hết việc tang ma chôn cất cho mẹ. Còn anh Hai từng được mẹ và nhà chồng cưng như trứng, hứng như hoa, lo cho nó ăn học tới khôn lớn mà nay dù đã nhận được tin mẹ mất vẫn không thấy gửi về một đồng để đóng góp việc ma chay cho mẹ! Nói chi đến thằng con Út trời đánh, cáo bịnh không muốn về thọ tang mẹ, do quá xấu hổ vì đã mang tội „bỏ mẹ", nếu anh ta còn biết xấu hổ. Đến chiếc xe hơi chở tang gia chạy theo xe tang của mẹ đem đi chôn ở Lái Thiêu, theo di nguyện của mẹ, đúng kích cỡ chiếc xe của anh ta đang dùng làm ăn, do tiền của bà mẹ, mà nó còn không đem về góp phần, để bà chị phải tốn thêm tiền đi mướn bên ngoài. Cho nên chuyến xe đưa tang mẹ đi chỉ có gia đình người con gái, hai cô cháu gái, hai người bạn.

Mới đầu ai cũng tưởng, Tư Út giả bịnh. Nhưng về sau bịnh ngày càng nặng, người biết chuyện ai cũng cho là quả báo đã ứng hiện. Tới lúc thập tử nhứt sinh, cô vợ mới chịu nghe lời người lớn đi chùa cúng kiếng cầu an, ngày càng tin tưởng, tụng kinh sám hối. Rồi rước Thầy về tụng kinh cầu an vừa chạy chữa thuốc thang khá lâu anh ta mới mấp máy mở miệng, Thầy dạy anh ta niệm từ từ "Nam… mô… A-Di… Đà… Phật…" và dặn cô vợ hàng ngày tiếp tục tập anh ta niệm Phật. Phải cả tháng anh ta mới niệm xuôi được lục tự Di Đà. Nhưng cô vợ cũng mừng nên đã vội lên chùa thưa với Thầy. Thầy dạy cô phải tụng kinh sám hối cho chồng, rồi thỉnh quyển „Thiền Môn Nhật Tụng" về nhà tụng tiếp bên giường bịnh của chồng. Song song với việc lo thuốc thang, cô vợ chuyên cần ngày ngày tụng kinh sám hối vì dần dần cũng hiểu, hai người tội nghiệp quá nặng cần phải thật tâm hối lỗi. Nhờ vậy qua vài tháng anh Tư Út đã chịu lắng nghe tiếng kinh sám hối. Nhưng phải cả năm anh ta mới cảm thấy mình đã phạm tội ngũ nghịch. Tới lúc anh ta biết sợ, biết nhẩm nghe lời kinh vợ đọc, thì bịnh mới có chuyển biến khá hơn. Không biết diễn biến tâm trạng thực của anh thế nào, mà hiện nay nghe nói anh đã ngồi được trên xe lăn để vợ đẩy đi chùa, nghe Thầy tụng kinh sám hối. ■

Nguyên Hạnh HTD

TẠ ƠN

Hơn ba thập niên về trước, khi những đoàn người Việt nam rủ nhau tìm đường thoát hiểm, thoát khỏi địa ngục bằng mọi cách như hồi hương, đi bộ, băng rừng lội suối hoặc trên những con thuyền mong manh bằng đường biển. Dù số người đến được bến bờ ước đoán chỉ vào khoảng một phần ba số người đã rời bỏ nhà cửa, quê hương ra đi, họ vẫn bất chấp mọi hiểm nguy đe dọa để đánh đổi lấy sự tự do. Họ là những đoàn người Việt Nam cô đơn, không có lấy một phương tiện tự vệ. Chỉ vì yêu tự do mà phải đi tìm tự do trong cái chết. Họ đã mất hết tài sản, nhân mạng, cả nhân phẩm con người cũng bị chà đạp bởi nạn cướp biển gây ra. Những đoàn người đã phó mặc số phận trên những con thuyền mỏng manh và một số không ít đã bị nuốt chửng, nhận chìm xuống đại dương bởi những con sóng bạc đầu của những ngày biển động, hoặc do sự tàn phá của hải tặc để phi tang nhân chứng sau khi hãm hiếp phụ nữ, cướp của vơ vét đến tận cùng.

Trong những thảm cảnh đó, gia đình tôi cũng đã tham dự vào, chúng tôi quan niệm rằng thà chết còn hơn là ở lại sống với chế độ Cộng Sản bạo tàn hung ác. Có bao nhiêu tiền bạc đều đổ hết vào những chuyến vượt biên. Con trai lớn của tôi lại càng cương quyết hơn nữa dù đã qua bao lần gian nguy tù tội, bị đánh đập hành hạ dã man, nhưng vẫn không hề thối chí, chùn bước để ra đi. Lần ra đi này là lần thứ tám, vừa ra tù được hai tuần, nhưng nghe có chuyến đi, con tôi vẫn muốn tiếp tục cuộc hành trình đầy gian khổ, hiểm nguy đó. Là thanh niên nên khi xuống tàu phải chui xuống hầm mà trốn, vừa chật chội ngột ngạt, vừa dơ dáy vì bao nhiêu rác rưởi dơ bẩn của những người ngồi ở trên đều phóng uế bừa bãi xuống. Mới ra đến cửa biển đã bị tàu của công an bắt gặp rượt đuổi theo, bắn bể luôn thùng nước ngọt dự trữ. Thế mà cả tàu không nản chí vẫn liều lĩnh tiếp tục ra khơi, không chịu đầu hàng khuất phục. Vậy là suốt hai ngày một đêm, các thanh niên thay phiên nhau tát nước 24/24 tiếng đồng hồ, củ sắn cầm hơi, vẫn nuôi hy vọng sống còn mà tiến tới.

Cũng nhờ vào những năm cuối thập niên 70 đầu thập niên 80, khi những thảm nạn trong vịnh Thái Lan gia tăng và được phơi bày qua những hình ảnh, những phóng sự, cái tên Boat People - Thuyền Nhân mới được các nước tự do biết đến. Sự thống khổ tưởng chừng đã đến mức tột độ như cây đã trổ ra những trái đắng, những lá vàng thẫm quất lòng người. Lương tâm thế giới đã bàng hoàng, xúc động và như chợt thức dậy sau một giấc ngủ dài trong sự vô tình hay cố ý, khi cho rằng hòa bình đã thật sự được tái lập tại ba nước Đông Dương.

May mắn thay! Bên cạnh những mất mát đau thương lớn lao mà thuyền nhân Việt Nam đã âm thầm gánh chịu, đã có những tổ chức nhân đạo khắp nơi ra đời. Họ đã kêu gọi sự đóng góp của chính phủ sở tại, của những nhà hảo tâm để có phương tiện ra khơi cứu vớt, cưu mang những đoàn người đi tìm tự do trên những vùng đất hứa.

Những người thương thuyền đầy lòng bác ái tình cờ chạy ngang vùng Nam Hải, còn có Akuna, Herta S, Goelo hay Ile de Lumière của Médecin du Monde hoặc Cap Anamur do Ủy Ban Cap Anamur Tây Đức bảo trợ, và con tôi đã là một trong hàng ngàn người may mắn được tàu này cứu vớt. Cap Anamur không chỉ cứu sinh mạng con tôi mà còn là cứu tinh của biết bao gia đình được qua Đức nhờ sự bảo lãnh của chính con cái họ.

Hơn một phần tư thế kỷ đã trôi qua, tuy có bôn ba với cuộc sống mới với nhiều khó khăn để hội nhập thích ứng từ ngôn ngữ đến tập quán của xứ người, tôi vẫn luôn luôn nhớ đến mối ân tình đối với Cap Anamur, vẫn canh cánh bên lòng mong có dịp được đền ơn đáp nghĩa dù người thi ân không cần báo đáp. Hàng chục ngàn người đã được cứu vớt từ đầu những ngọn sóng cao ngất, dưới những cơn nóng khô cả người, trong những đêm đen nghịt mưa gió bão bùng, hay từ những con thuyền gần như rã nát, buông trôi trong tuyệt vọng. Để rồi số người này được cưu mang nuôi sống trở lại cho hàng ngàn, hằng triệu người thân, kẻ quen còn kẹt ở quê nhà.

Có một lần, khi hay tin tiến sĩ Rupert Neudeck sẽ ghé München, thành phố tôi đang ở, thế là cộng đồng người Việt liền tổ chức một buổi họp mặt để tiếp đón ông. Tôi đã mang một bó hoa thật đẹp, trao tận tay ông với lời biết ơn chân thành nhất. Ông là vị cứu tinh của gia đình tôi, vì nếu không có ông, con trai tôi đã nằm trong bụng cá từ lâu rồi. Ông đã siết chặt tay tôi, và câu nói của ông như dòng suối mát thấm tận tâm can, đồng thời làm cho tôi cũng hãnh diện lây. Ông bảo Ông vui vì những thành quả của mình đã làm, đa số những người Việt Nam sang đây đều học hành đỗ đạt và thành công, coi như ông đã trồng cây lành để đón nhận những quả ngọt, ông đã nhận được những đền bù xứng đáng cho những ngày vất vả ra khơi.

Tuy vậy, tôi vẫn chưa hài lòng, vẫn chưa giải tỏa được nỗi niềm trọng tình trọng nghĩa theo bản chất thâm thúy của người Việt Nam chúng ta. Chúng tôi muốn làm một cái gì để nói lên lòng tri ân sâu xa của mình đối với Ủy Ban Cap Anamur và chúng tôi đã thực hiện được niềm mong ước này. Nhóm từ thiện chúng tôi đã tổ chức "Một Ngày Cho Cap Anamur" nhân dịp Tết cổ truyền của Việt Nam. Số người tham dự gần cả ngàn dù tuyết mưa lầy lội, lạnh buốt thấu xương.

Chúng tôi đã mời được ông Elias Bierdel- đương kim Chủ Tịch Ủy Ban Cap Anamur- làm khách danh dự, và trao ông trước một số tiền. Sau ngày hội Tết, chúng tôi đã tổng kết số tiền lời thu được và đã gởi tiếp cho ông tất cả. Rất tiếc chúng tôi có mời tiến sĩ Rupert Neudeck, nhưng ông đã về Việt Nam để dọn đường cho một dự án cứu trợ nhân đạo trong khuôn khổ của Hội Mũ Xanh mới được thành lập.

Một đêm hội ngộ vô cùng ấm áp thắm đượm tình đồng hương với những tấm lòng rộng mở và những nụ cười tin yêu rạng ngời trên gương mặt của tất cả mọi người.

Nhớ ngày nào chân bước ngập ngừng vào trại tỵ nạn, nhìn nhau còn bỡ ngỡ, lòng hoang mang chờ đợi những gì sẽ xảy ra cho mình trước một tương lai mờ mịt quá. Ngày ấy tôi thường ra bờ sông ngồi khóc âm thầm một mình. Ra đi bằng hai bàn tay trắng, bước đến xứ người không một chút vốn liếng trong tay, lắm lúc hoang mang đến tuyệt vọng. Vậy mà hơn 10 năm sau, không ngờ vẫn còn gặp lại được nhau trong đêm hội ngộ này. Chân bước đi vững chãi, tự tin hơn, đã đóng góp khá nhiều cho đất nước tạm dung bằng con tim và khối óc của mình.

Biết viết gì để diễn tả được hết lòng biết ơn của gia đình tôi, của đoàn người đã được cứu sống trong đường tơ kẽ tóc, của những người Việt Nam tha hương được đoàn tụ, được sống trên các nước tự do và nhân bản. Người Việt chúng ta thường nói: "Cứu một mạng người còn hơn xây bảy tháp phù đồ". Vậy thì tiến sĩ Rupert Neudeck với những chuyến ra khơi của Cap Anamur đã xây được bao nhiêu tháp Phù Đồ? ■

*Kính mời đến tham dự **Lễ Giỗ lần thứ 10 của Dr. Rupert Neudeck** tại Troisdorf vào ngày thứ bảy 30.05.2026. Chương trình xem thêm ở trang 94.*

Trần Mộng Tú

HOA LÊ, VỊT TRỜI, TRẺ EM & CHIẾN TRANH

Cuối tháng 2 Dương Lịch, tôi ghé chơi nhà chị bạn ở cùng một thành phố. Nhà chị cách nhà tôi 10 phút lái xe. Tới nơi thấy chị đang làm vườn. Chị nói: "Hôm qua có nhờ người tới tỉa bớt nhánh, cành trên cây Lê, nhiều cành quá, quả sẽ ra nhiều và nhỏ, rồi rụng đầy vườn, những con quạ sẽ tới vừa mổ ăn, vừa vứt tung tóe đầy sân." Năm nay chị cho cắt đi một phần hai số cành và chị đang thu những cành cho vào thùng rác.

Tôi đứng nhìn chị xếp những cành Lê vừa cắt xuống, cho vào thùng rác, những cành đầy những nụ non, nhỏ và xanh như những trái ớt nhỏ. Tôi bỗng chạnh lòng. Tôi cầm lên một cành, rồi lại bỏ xuống, rồi lại cầm lên. Cuối cùng tôi chọn một cành có nhiều nhánh và khá nhiều nụ.

- Cho tôi xin cành này, về cắm xem có ra hoa không?

Chị cười, nhìn tôi với cặp mắt ngờ vực:

- Cành non và nụ mới nhú thế này làm sao ra hoa được. Nhưng chị cứ lấy đi, phần còn lại tôi cũng phải bỏ đi chứ giữ làm gì.

Tôi mang cành Lê về, kiếm cái bình to nhất trong nhà, cho nước ấm và cành hoa Lê vào. Cành hoa với những nhánh và nụ chưa kịp nhú chỉ là những đọt lá quấn chặt vào nhau, nâu xỉ, trông chẳng hấp dẫn tí nào. Mặc kệ, tôi kiếm một chỗ trong góc bếp, vì bếp là nơi tôi ở đó nhiều nhất trong ngày. Đặt lọ hoa vững chãi vào đó, tôi thay nước ấm mỗi ngày. Mỗi ngày tôi nhìn những cái nụ nâu xỉ không hấp dẫn đó nhú ra một chút. Bốn, năm ngày sau, cái màu trắng muốt bắt đầu xuất hiện chút một, chút một... trong bình minh. Tôi như trúng số (một vé số không mua): Sau 1 tuần, căn bếp của tôi sáng chưng, sang trọng với bình hoa Lê trắng.

Cành lê trắng điểm một vài bông hoa (Kiều)

Cành Lê của tôi chi chít hoa và nở tung, sáng cả một góc bếp. Tôi nghĩ đến những cành Lê khác, cùng cắt xuống ngày hôm đó, không được ai mang về, tất cả phải vào thùng rác, sẽ mục nát... thương quá!

Tôi nghĩ đến những trẻ em trong một đất nước đang có chiến tranh. Có bao nhiêu em bé được nhặt lên, có bao nhiêu em bé bị vùi xác trong những ngôi nhà đổ nát.

Cành cây con bị chặt ra khỏi thân cây mẹ, bị vứt đi, mục nát trong thùng phế thải. Em bé bị vuột khỏi tay cha mẹ, bị thương, bị chết dưới những căn nhà đổ nát hay dưới lằn đạn xuyên qua nào khác gì nhau. Nếu em được cứu đúng lúc, được mang ra khỏi lằn đạn đang nổ, được mang tới một phần đất yên bình, thì em cũng sẽ có cơ hội sống hết đời niên thiếu của mình, em cũng sẽ nở tung từng cánh như hoa Lê đang nở.

Những cành hoa Lê bị chặt xuống từ cây, vứt vào thùng rác, khác gì những em bé đang sống trong vùng đất chiến tranh trên thế giới. Các em cũng bị vuột khỏi tay mẹ cha, bị thương tích dưới những mảnh bom, viên đạn và chết như những bông hoa Lê chưa kịp nở.

Chiến tranh liên tục có mặt trên trái đất. Không nơi này thì nơi khác. Con người hình như lúc nào cũng muốn làm tổn thương nhau. Những con kình ngư lúc nào cũng muốn nuốt chửng những con cá bé hơn mình. Con người tìm ra đủ mọi cách để chứng minh: Đi cướp nước khác là hợp tình, hợp lý.... Và điều đáng trách hơn cả là kẻ mạnh hay nêu lên vài lý do nhân đạo trước khi đi chiếm đoạt đất đai tài sản của kẻ yếu.

Mỗi khi có chiến tranh xảy ra: Trẻ em là những phần tử đáng thương nhất. Chúng không biết tự vệ, chúng là những cành hoa Lê bị cắt xuống và vứt vào thùng rác.

Theo cơ quan Y Tế ở Gaza, tính đến tháng 7/2025 có ít nhất 18,457 trẻ em thiệt mạng sau 2 năm chiến tranh (không chỉ do bom đạn mà còn đói, khát, bệnh không được chữa trị).

NHỮNG CON VỊT HOANG DÃ

Vào một sáng chủ nhật cuối Xuân, tôi lái xe đi nhà Thờ, khi xe tới gần nhà Thờ thì bỗng dưng tôi phải thắng lại vì tất cả xe trước, sau, bên phải bên trái cùng dừng lại ở giữa đường. Tôi ngó đầu ra nhìn tưởng có tai nạn hay trục trặc hệ thống đèn giao thông, nhưng không phải... chỉ là một con vịt Mẹ, dắt đàn vịt con tám đứa băng qua đường. Mẹ vịt đi rất chậm, thỉnh thoảng dừng lại, quay đầu nhìn đàn con. Đám con ríu rít theo sau, đôi khi, một con rẽ đàn chạy khỏi hàng một lúc, rồi lại dáo dác quay vào. Tất cả xe hơi lớn nhỏ bốn bên đều ngừng lại, có người quay kính thò đầu ra, thưởng thức bức tranh vịt di động, có người mở hẳn cửa xe bước ra với cái phôn để chụp hình. Không ai nóng ruột lách lối để đi, không ai bấm còi đuổi vịt. Họ hân hoan tận hưởng cái niềm vui nhìn đàn vịt hoang dã băng qua đường, không biết xuất phát từ

Hình: Hoa Lê Trong Bếp - tmt

đâu, nhưng mẹ Vịt đang đưa đàn con qua một dòng xe cộ vào một công viên bên ngoài thành phố. Mẹ đi chậm rãi, tự tin, thỉnh thoảng kêu lên một tiếng nhỏ, như nhắc các con vào đàn. Mẹ vịt chắc biết mình đang cư trú trong một vùng đất an bình, không có ai chặn lại bắt con mình, làm thịt.

Đoàn xe đứng lại cũng tới 15 phút, không thấy ai xuống xe bắt một con về chơi hay xua đuổi đàn vịt đi cho nhanh để hết kẹt giao thông.

Những con vịt này không biết từ đâu tới, chúng có thể là những con vịt của một bà mẹ Vịt Thiên Di, chúng sẽ lớn lên trong những bãi cỏ công cộng, cạnh bụi lau hay gần một con rạch, con suối nào đó. Chúng có thể sẽ bị một con súc vật nào lớn hơn đàn áp chúng, nhưng chắc chắn chúng không bị con người dí súng vào xua đuổi, như con người đang đối xử với nhau.

Đôi khi làm một con vịt trời còn may mắn hơn một con người. Vì con người phải rời bỏ quê hương, tha phương cầu thực thì muôn vàn thống khổ.

11/3/2026 - tmt

Trương Văn Dân

Lời ngỏ về tập thơ BÀI CA THẾ KỶ 21

(Về thảm họa và các cuộc Chiến tranh)

***Canzoniere del xxi° secolo**. Nxb Pace (Bản tiếng Ý - 10.2025)*

***Bài ca thế kỷ 21**. Nxb Thuận Hóa 1.2026*

Trước hết tôi xin được thưa: tôi không phải “nhà thơ”, tuy lúc nhỏ, thời học lớp đệ tứ ở một thị trấn nhỏ, tuy có làm thơ tình vì con tim dậy thì lúc ấy đã bắt đầu biết rung động trước một bóng hồng.

Cũng trong năm đó, sự kiện Tết Mậu Thân (1968) thì thơ có thêm chủ đề thân phận và nỗi đau của con người trước cuộc chiến. Chừng vài chục bài thơ lẫn lộn được chép cẩn thận trong một tập giấy pelure nhiều màu... cho đến cuối năm 1971 nó cũng theo tôi qua Ý du học và hơn 40 sau, năm 2008 lại cùng tôi quay về Việt Nam.

Tất nhiên đó là những bài thơ xoàng, chỉ dành cho một vài bạn thân đọc chứ chưa bao giờ công bố. Năm 1973, bài thơ **“Vết thương hồng trên cánh chim câu”** được hội sinh viên sáng tác ở Paris đưa vào tuyển tập, tiếc là sau đó bị thất lạc. Rồi khi làm Trưởng ban Báo chí của Hội sinh viên Việt Nam tại Milano, tôi viết văn xuôi, chỉ thỉnh thoảng mới lạc vào vườn thơ. Có lẽ đến năm 1987 tôi có viết bài thơ cuối cùng rồi vì công việc mưu sinh nên hoàn toàn bỏ bút.

Mãi đến 1994 được đọc truyện ngắn *“Những ngày đánh mất”* của Dino Buzzati tôi hiểu được ý nghĩa sâu sắc về thời gian, xưa nay cũng là nỗi ám ảnh thường trực của tôi. Xúc động, tôi

liền dịch ra tiếng việt rồi gửi cho tạp chí *Thế Giới Văn* ở Mỹ. Bài được đăng và còn được Chủ bút khích lệ nên từ đó tôi mới dịch rồi viết, và bắt đầu cầm bút trở lại. Nhưng chỉ viết văn xuôi.

Tiếng thơ như đã ngủ im từ những ngày thơ ấu bỗng một hôm thức dậy.

Thức dậy vì cuộc chiến Nga – Ukraine!

Tôi viết về cuộc chiến này nhưng cũng là viết cho quê hương tôi, cho tất cả những cuộc chiến tranh từ trước đến nay ở bất cứ nơi đâu mà tôi đều cảm thấy vô nghĩa.

Tâm hồn tôi đau đớn khi nhận thấy bao nhiêu người đã chết trong cuộc chiến tranh này, với biết bao kẻ bị tàn tật và bao nhiêu gia đình mất nhà cửa. Tự dưng, như đất bằng dậy sóng, hàng vạn con người bị ném vào lò lửa chiến tranh, nhiều người trong số họ sẽ không bao giờ trở về nhà vì đã biến thành tro bụi. Nhiều người bị tàn tật và hóa điên vì những gì đã chứng kiến.

Hình ảnh hằng ngày trên TV… cùng những bài nhận định về nguy cơ chiến tranh thế giới thứ ba có thể nổ ra… đã bật trong lòng tôi những câu chữ. Nó giống như con sò đã nuốt nhầm hạt cát làm mình đau phải tự vệ bằng cách đem máu thịt của mình phủ lên và hóa thành các vần điệu "*có thể gọi là thơ*". Nó cần thiết như một trị liệu pháp.

Thơ hay không thơ, mới hay cũ, cách tân hay không… tôi chẳng quan tâm... và kết quả là bài thơ "*Thế chiến 12 đoản khúc*" ra đời.

Bạn Trần Ngọc Châu gọi đó là "Tiếng lòng không thể không viết".

Sau đó thì những bài "*thơ*" khác được tiếp tục viết. Nó mở đầu cho những suy tưởng về thân phận con người trong cõi sống vào đầu thế kỷ 21.

***

Tôi không viết cho Ukraine hay Nga mà viết cho quê hương tôi, cho các dân tộc khác đã bị bầm nát trong thế kỷ này, từ Trung Đông cho đến Châu Á và lan sang cả Đông Âu. Như Iraq, Libya, Afghanistan, Syria, Crimea,… Màu máu đỏ của nhân loại có khác gì máu đã mấy ngàn năm từng nhuộm đỏ đất nước tôi?

Nhìn những đoàn người tỵ nạn với hành trang ít ỏi, áo quần không đủ ấm dưới nắng cháy da hay mưa tuyết…, tôi không thể không nghĩ đến những thảm kịch tương tự mà người dân nước tôi đã từng gánh chịu.

Nạn nhân đó cũng chính là tôi và tất cả những người từng bất lực chứng kiến những khổ đau, mất mát... Ukraine chỉ là chất xúc tác để những cảm xúc buồn đau trong tôi lan rộng, nên viết về họ cũng là *viết cho tất cả những cuộc chiến đã và đang xảy ra.*

Bởi những hình ảnh chết chóc ở bất cứ nơi nào cũng giống nhau.

Những cái xác bị thiêu cháy thì da đen da vàng da trắng cũng chỉ là một khối thịt hóa thành than. Một sự bình đẳng đến nghẹn ngào và đau đớn!

***

Có lẽ tôi sẽ chẳng bao giờ quên hình ảnh những đoàn người gồng gánh, địu con chạy náo nhào khỏi các vùng chiến sự ở quê tôi. Có cụ già héo quắt, đôi mắt hoảng loạn, ôm cái xác trên tay. Có đứa bé thơ day vú mẹ cạn sữa dần, khóc đến khản giọng mà không hề hay biết người mẹ đã chết thảm bên đường di tản.

Trên Tivi sáng nay tôi thấy một người cha đang vuốt ve khuôn mặt đứa bé gái và nức nở bảo mọi người hãy nhìn xem cháu xinh đẹp biết bao. Cháu như đang ngủ nếu không có tấm vải liệm màu trắng. Trên một góc phố khác có cậu bé đang vật lộn trong mưa dầm mình trên con đường ngập lụt, cõng trên vai thi thể cứng đờ của một đứa em đã chết mà cậu chưa sẵn sàng xa nên không chịu bỏ lại phía sau.

Bỗng dưng tôi thấy trên khuôn mặt đờ đẫn của những đứa trẻ này khuôn mặt của chính tôi, của cả loài người đang quằn quại trong tuyệt vọng.

Với lương tâm con người, những gì đang xảy ra ở Ukraine là không thể chịu đựng. Để duy trì quyền lực, bán buôn vũ khí… người ta sẵn sàng chà đạp lên hàng ngàn xác chết của người già, phụ nữ và trẻ em vì tội lỗi của họ "là người Ukraine". Cái hố sâu thù hận giữa Nga và họ đột nhiên biến thành một vực thẳm không thấy đáy và có thể sẽ tồn tại trong nhiều thập kỷ, nhiều thế hệ.

Tôi đã khóc. Dù biết tiếng khóc ấy không làm ai no, không xoa dịu được những vết thương. Không an ủi được người đau khổ.

Bỗng dưng tôi nhớ đến những cái tên lạ lùng của những đứa trẻ ở quê tôi. Cha mẹ đặt tên con là *gạo*, là *cơm*, là *nhà*, *là xóm, là làng*… với mong ước lớn lên chúng sẽ có miếng ăn, có nhà để ở, có quê hương nguồn cội. Các sư cô hay các "ma soeur" còn đặt tên các bé ở các trại mồ côi là *mẹ*, là *cha,* là *anh,* là *chị*… để nó quên đi thân phận mồ côi, bị bỏ rơi hay được nhặt trước cổng chùa. Rồi đến tên các thôn xóm là An Lạc, Phú Hòa, Thạnh Mỹ… với ước vọng bình an, giàu có, hiền hòa, … bởi chiến tranh đã tàn phá mọi thứ, chỉ còn lại một đống tro tàn.

Hơn 50 năm qua, từ khi còn là một thiếu niên mới lớn, đến giờ đã trở thành một người qua tuổi 70 nhưng nỗi đau xưa trong lòng tôi vẫn còn âm ỉ như một căn bệnh không thể chữa lành.

Khi một người bị giết người ta luôn tìm hiểu nguyên nhân và truy lùng thủ phạm. Thế nhưng khi có hàng triệu người bị giết thì mọi người lại dửng dưng! Chẳng lẽ không ai là kẻ sát nhân? Hay tất cả chúng ta đều là đồng phạm vì đã câm miệng, thờ ơ?

***

Các bài thơ của tôi viết trong tập thơ **Bài ca thế kỷ 21 -Thơ về thảm họa và các cuộc chiến tranh** với ước mong là thế giới không còn chiến tranh, khẩn thiết kêu gọi mọi người cùng tưới mầm hòa bình, hóa giải mầm mống bạo lực, tham lam và sợ hãi. Vì chỉ do sợ hãi và nóng giận chúng ta mới chế ra bom hạt nhân, vì tham lam và mê muội nên chúng ta sản xuất vũ khí để kích động xung đột. Chiến tranh chỉ đến từ tâm trí chúng ta, nó đến từ sợ hãi, giận dữ và nghi ngờ rồi tự làm khổ mình và gây đau thương cho người khác.

Chúng ta đang sống trong một thế giới chia cắt và hận thù. Đã có nhiều người đánh mất niềm tin nên trong mùa Giáng Sinh đã đem đặt Chúa Hài Đồng giữa đống đổ nát của một trận bom.

Nhưng xin đừng bi quan mà hãy lan tỏa tình yêu vì đau thương và thống khổ đã có quá nhiều trên trái đất này.

Có thể câu chữ vụng về của tôi giống như tiếng gào trên sa mạc, nhưng tôi thiết tha kêu gọi những người có quyền lực và lợi ích hãy chấm dứt ngay những cuộc chiến tranh.

Tôi ước mơ được làm người, để sống với nhau, sống cùng nhau và sống cho nhau.

Bởi chiến tranh nào giải quyết được gì? Hơn 2500 năm trước đức Phật đã dạy:

"Chiến thắng gây hận thù,
Thất bại chuốc khổ đau,
Ai từ bỏ thắng bại,
An tịnh liền theo sau".

(Tương Ưng Bộ kinh, *Samyutta Nikàya* I-102)

Và những ai muốn sống an lạc tránh sợ hãi và khổ đau, hãy từ bỏ sát sanh:

"Hận thù tiêu diệt hận thù
Đời này không thể có,
Từ bi diệt hận thù,
Là định luật nghìn thu".

(Pháp Cú, *Dhammapada*, 5)

***

Có lẽ khi đến một tuổi nào đó, chừng 70, 80 lòng ta đã lạnh, tim ta đã khô, chuyện gia đình xã hội, cơm áo gạo tiền sau bao năm tháng đã không còn đè nặng trên vai, **thơ như lối thoát**, như cái phao giúp ta khỏi chết chìm trong biển đời trước khi bay về miền mây trắng?

Cuối cùng, tôi muốn gửi đôi lời tới những người đã đọc tập thơ này... Xin các bạn đừng quên, dù sao trái đất này cũng là thế giới tươi đẹp của chúng ta, nó xứng đáng được chúng ta đấu tranh để bảo vệ. Thờ ơ trước cái ác và đóng cửa lương tri liệu có phải là một điều không kém phần tàn ác?

Đời sống là một thiên đường khi chúng ta biết sống với nhau. Được sống trong một thế giới văn minh, trong một nền văn hóa có tình người rực rỡ. Bất kỳ nguồn gốc chúng ta ở nơi đâu trên trái đất, không phân biệt màu da, tôn giáo, ngôn ngữ, thói quen hay truyền thống... Chúng ta hãy nắm tay để đi cùng nhau chống lại chiến tranh để không còn ai bị hành hạ hay bắn giết chỉ vì tham vọng của một nhóm người và tôi tin chắc không có điều gì không làm được khi mọi người đều chung tay hành động.

Cần phải chứng minh là chúng ta đang có phương tiện tinh thần để chống lại sự tiêu diệt nền văn minh.

Chiến tranh chỉ là sự hủy diệt! Xưa nay chưa ai thấy có cuộc chiến nào nhằm khôi phục lại nhân quyền, tự do hay công bằng xã hội mà chỉ là sự tranh giành quyền lực, kẻ chiến thắng là ông chủ mới, chưa chắc tốt hơn ông chủ cũ mà nó vừa đạp đổ.

Cho dù bạn ủng hộ bên nào, bạn vẫn có thể yêu cầu ngừng bắn, thả con tin và ngừng giết chóc cũng như tiếp cận viện trợ không hạn chế.

Trong mọi quan hệ luôn có điều đúng điều sai nhưng tôi nghĩ không có lý do nào có thể biện minh cho bạo lực và chém giết. Sự hung hãn chỉ để phô bày tính yếu đuối của con người, nó chỉ đập phá chứ không bao giờ xây dựng được điều gì tốt đẹp.

Tôi luôn mơ xây một bức tường in các tranh vẽ, bài thơ hay và có chủ đề chống chiến tranh ở khắp nơi trên thế giới. Đặt bên những bức tượng ở nơi trang trọng nhất thành phố: Nó nhắc nhở mọi người đừng bao giờ quên những tội ác và đau khổ, để chúng ta không trở thành nạn nhân trong tương lai.

Chúng ta không thể quên vì sự lãng quên ấy tạo điều kiện cho cái mầm ác trỗi dậy rồi tiếp tục chiến tranh nhân danh những điều tốt đẹp.

Tôi mong các bạn không lùi bước trước cái ác và cùng đứng lên, bên nhau và vì nhau cho đến chừng nào chúng ta còn sống. Nếu bạn còn chần chừ thì xin hãy tưởng tượng là bạn đang sống bình yên ở một nơi nào đó rồi bỗng nhiên có một quả phi tiễn từ xa bay tới làm căn nhà đổ sập và người thân của bạn đang nằm dưới gạch đá hoang tàn. Bạn không thể chờ được nữa! Hãy cùng chúng

Lê Hứa Huyền Trân

MỘT NGƯỜI DƯNG QUEN THUỘC

Hồi còn nhỏ tôi không biết ông bà nội mình là ai, trong trí nhớ mang máng của tôi chỉ là có đôi lần chúng tôi gặp mặt nhưng rồi chẳng đọng lại được gì, có chăng chỉ là những kỷ niệm rất xấu mà tôi chỉ muốn quên đi. Chung quy lại, đôi khi tôi lại nghĩ, nếu tôi sinh ra với một hình hài khác, thân phận khác, nếu tôi không phải là một đứa con gái thì có lẽ ba mẹ tôi năm ấy đã không bị đuổi ra khỏi nhà khi trên tay bế đứa trẻ sơ sinh và phố xá lên đèn vào chiều ba mươi Tết. Tất cả chỉ vì ba tôi là con trai một trong gia đình và tôi được sinh ra trong một gia đình nặng về truyền thống con cháu nối dõi, cần cháu đích tôn.

Khi tôi còn bé, mỗi khi Tết về, khi bạn bè cùng lớp tôi tất tả khoe với nhau sẽ về quê ăn Tết tôi cũng hay vòi vĩnh ba mẹ cho về quê. Ông bà ngoại tôi mất sớm, anh chị em lại phân tán khắp nơi tìm kế sinh nhai nên có về quê cũng như không thế là tôi vòi ba chở về nội dù chưa bao giờ gặp mặt. Tôi còn nhớ khi ấy ánh mắt ba tôi buồn lắm, khi đó tôi chỉ mới là một đứa trẻ bước vào tiểu học. Tôi nghe ba mẹ bàn với nhau:

-Hay thôi cứ đi, đã mấy năm trôi qua có khi ông bà nghĩ khác…

Thế là hăm bảy Tết năm ấy cả nhà tôi bắt xe đò về quê. Háo hức khi bước sang một thành phố khác, háo hức khi lần đầu tiên được gặp ông bà và cả háo hức khi sẽ được kể cho lũ bạn nghe Tết này mình làm gì khiến tôi rạo rực. Nhưng đón tôi bởi người lần đầu tiên tôi gặp mặt lại chỉ là hai người đã lớn tuổi, gương mặt quắc thước, tráng kiện, căn nhà to lớn và sự hờ hững đến rợn người. Ngay khi ba tôi vừa bước vào nhà, người mà sau này tôi biết là ông tôi đã lấy cây gậy ông đang chống đuổi ra khỏi nhà:

-Ai cho mày bước vào nhà?

Ba tôi che cho mẹ con tôi không bị ông quật nhẹ nhàng bảo lại:

-Con tôi muốn về thăm ông bà dịp Tết này. Tết là dịp hiếm hoi cả gia đình sum vầy, mong ba quên chuyện xưa mà đoàn tụ,

-Tôi không có cháu !

Ngày còn bé, mỗi khi tôi vòi vĩnh về thăm quê, ba tôi luôn chối từ, có lẽ ba biết sẽ có ngày tôi phải nghe những điều như vậy. Nhưng những khi Tết về, khi thành phố trở nên vắng vẻ hơn bởi ai cũng xa rời phố thị để về miền quê yên ấm thì chỉ có gia đình tôi còn neo đậu lại để đón Tết. Sau này, tôi mới biết, lúc ấy ba nhớ ông bà, ba cũng muốn về quê nhưng không thể. Khi tôi bé, ba còn để tôi thấy ba buồn, khi chuyện đó xảy ra, sau này mỗi khi mùa Tết về ba lại tự dặn mình mạnh mẽ và luôn cố gắng cười để tôi đón năm mới trong hạnh phúc và không nghĩ về cái đớn đau mùa Tết năm ấy cũng như cảm xúc của ba nữa. Khi tôi vào cấp ba, dì tôi có khi lại nhà mới kể tôi nghe, ba tôi vốn là con một trong gia đình, nhà ông bà tôi cũng rất giàu có, ba đi lính rồi gặp và thương má tôi, hai người nên vợ nên chồng. Nhưng má tôi sức khỏe yếu, sau một lần sinh không thể sinh nữa, tôi lại là con gái...

Kể từ bận ấy, tôi đâm ra ghét ông bà tôi. Khi tôi lên cấp hai, nghe tin ông bà ngày một già yếu, cứ tới mỗi bận Tết ba lại chở tôi về thăm, hôm nào cũng bị đuổi ra khỏi nhà ngay sau khi đến nhưng ba vẫn tỏ ra rất vui.

-Ba ở xa đã không phụng dưỡng ông bà được nên ba phải về nhờ xóm giềng chăm sóc. Ít ra Tết này ba đã có thể thấy ông bà vẫn còn khỏe là ba vui rồi.

Nhưng tôi không nghĩ được như vậy, Tết những năm sau tôi luôn chối từ về thăm, với tôi, Tết đúng là mùa đoàn tụ, nhưng cũng là những giây phút thiêng liêng để ghi nhớ mãi, và tôi không muốn năm ấy với tôi toàn ký ức buồn.

-Con ghét ông bà!

Xem tiếp tr.80

▶ tôi góp phần phản đối để ngăn chặn chiến tranh trước khi quá muộn.

Bạn ơi, nên nhớ rằng chúng ta luôn thuộc về số đông, chúng ta là một sức mạnh to lớn có thể làm thay đổi mọi thứ. “Chúng ta có thể loại bỏ chiến tranh. Chúng ta có thể nấu thép xe tăng, tàu chiến thành tàu du lịch hay gom hết vũ khí trên trái đất đúc thành những chiếc chuông nhỏ và phân phát cho tất cả mọi người, mời tham gia vào một cuộc đại diễu hành vòng quanh thế giới để kêu gọi hòa bình.

Đồng loạt, đồng loạt những tiếng thơ trong **Bài ca thế kỷ 21 – Thơ về thảm họa và các cuộc chiến tranh** cũng là những tiếng chuông cùng lúc gióng lên, ngân vang trong không gian, truyền đến mọi quốc gia trên quả địa cầu để tỉnh thức tâm thiện của loài người.

Hà Bạch Trúc

CÓ MỘT MÙA XUÂN

Những ngày Tết trôi qua thật chậm.

Mùng một ...

Mùng hai ...

Mùng ba ...

Mùng bốn ...

Mùng năm ...

Biết bao giờ mới đến mùng bảy.

Mùng một, còn chịu được vì bận rộn với những nghi lễ và sinh hoạt ngày Tết trong gia đình. Mùng hai, cũng còn chịu được vì gặp gỡ bạn bè để chúc Tết nhau. Mùng ba, sáng sớm cúng đưa ông bà và đón ông Táo thì coi như đã hết Tết. Mùng bốn, mùng năm là thê thảm nhất. Người ta nói: "Mùng năm, mười bốn, hăm ba; Có đi thăm mẹ thăm cha cũng đừng". Vậy thì chắc chắn "người ta" không lên đường vào ngày mùng năm rồi, lại càng cữ đi xa.

Và kể từ mùng sáu là tôi bắt đầu chờ đợi tiếng chuông... Kể từ ngày quen Lang, tôi không còn thích ăn Tết. Trước kia, suốt năm chỉ chờ mong đến Tết vì Tết đem đến bao nhiêu điều vui thích, và chuyện gì hay ho cũng hẹn đến Tết sẽ làm. Bây giờ những ngày trước Tết là những ngày buồn bã của tôi, chứ không còn là những ngày nhộn nhịp phụ mẹ làm kiệu, làm mứt và nôn nao may sắm quần áo mới.

Ba ngày Tết và những ngày sau đó là khoảng thời gian dài diệu vợi mà tôi phải âm thầm chịu đựng. Năm nào cũng thế, Lang về ăn Tết với gia đình từ ngày hăm lăm tháng chạp đến mùng bảy mới vô lại Sài Gòn. Nhà Lang ở cách thành phố của tôi mấy trăm cây số, Lang vào Sài Gòn trọ học, cũng như trăm ngàn sinh viên trọ học khác mà đến bây giờ tôi mới biết.

Nhỏ em tôi rất tinh, nó biết mối tình của tôi với "người phương xa" nên những lúc thấy tôi thơ thẩn ra vào, hoặc thẫn thờ ngồi nhìn ra cổng, hay suốt ngày nằm dài trên giường hết đọc sách lại thở dài, lăn qua lăn lại trong khi mắt dán lên trần nhà, nó bực lắm. Nó chọc tôi: "Lắng nghe cây lặng bên thềm hả? Người ta tới bấm chuông thì biết liền, chứ hơi đâu mà nằm im lắng nghe như vậy! Ai biểu người ở gần không thương, lại đi thương người phương xa, cho cái cổ càng ngày càng dài!". Mỗi lần nghe nó nói như vậy, tôi tức lắm nhưng không cãi được.

Những ngày xuân trôi qua mà tôi nào có thưởng thức được gì, tôi rạc người trong nỗi chờ mong. Mấy hôm trước Tết đáng lẽ phải náo nức chờ mong Tết đến thì tôi đã bắt đầu buồn cho sự chia tay sắp tới. Nhiều lúc tôi tự nghĩ: "Sao cái gì mình cũng ngược với người ta; người ta thì chờ mong Tết đến, còn mình thì mong chờ cho Tết mau qua".

Tiền lì xì tôi được nhận trước Tết, những lời chúc xuân tôi cũng nhận trước lúc Lang lên đường. Tờ giấy bạc mới tinh nằm trong phong bì, kèm theo bài thơ nhỏ tôi không nhớ của ai (hay là của Lang?), nét chữ của Lang nắn nót chép trên tấm thiệp thay cho lời chúc Tết:

Đầu một ngày vội chi em thong thả,
Nhận dùm anh lòng nhỏ với chim khuyên.
Bước ngập ngừng từ những bước đầu tiên,
Năm sẽ ngỡ em vô cùng thương mến.
Rồi Lang bỏ tôi ở lại thành phố một mình.

Hai tuần dài như hai thế kỷ. Suốt hai "thế kỷ" đó, tôi mất hết ý niệm không gian và thời gian. Tôi nằm im nín thở, trí óc đình trệ, chữ nghĩa nuốt không vô, mọi chuyện gác lại một bên, tôi sống trong trạng thái không vui-không buồn-không suy nghĩ. Tôi ngủ vùi trong nỗi chờ mong, tựa như những củ hoa tu-lip ngủ vùi suốt mùa đông trong lòng đất lạnh. Những củ hoa nằm chôn dưới lớp tuyết trắng, chờ tia nắng ấm mùa xuân đến đánh thức để những chồi hoa xanh nõn giật mình trỗi dậy, trổ hoa khoe sắc rực rỡ muôn màu.

Rồi một ngày, thường từ mùng bảy đến mùng chín, vào giữa buổi trưa nắng vàng oi ả, có tiếng chuông reo làm tôi giật mình... Lang đến đánh thức tôi dậy, đưa tôi ra khỏi giấc ngủ mùa đông, cho tôi bàn tay âu yếm, ánh mắt nồng nàn và món quà xứ Thượng.

Hai đứa lang thang khắp các nẻo đường Sài Gòn, Chợ Lớn. Những hàng phượng vĩ ven đường chưa kịp trổ bông để reo mừng hai đứa, cũng chẳng có lá me rụng nát dưới gót chân nhưng hai đứa vẫn tung tăng khắp nơi không biết mệt. Bao nhiêu ngã tư đèn xanh đèn đỏ chứng kiến Lang dịu dàng hỏi nhỏ "Nắm tay nhé" mỗi khi hai đứa chuẩn bị qua đường. Những vòng bánh xe quay tròn đưa hai đứa đi ciné, đi chơi weekend Cholon đạp xe qua những ngõ ngách ngoằn ngoèo của những khu phố tàu tấp nập xe mì, xe hủ tíu, bò viên. Lang dẫn tôi đến nhà học trò ăn cơm, không quên dặn: "Nhớ nói cám ơn", bởi biết tôi ít nói mà lại không khéo nói. Lang mua một lúc hai cây kem, bắt tôi cầm cả hai ăn cùng một lúc "để người ta biết cô bé thích ăn kem, và chỉ khi ăn kem là mắt sáng nhất".

Khi Lang đàn và hát tặng tôi bài Nụ hôn đầu, trong tôi mùa xuân như bất tận.

Lần đầu ta ghé môi hôn,

Tranh vẽ: Cát Đơn Sa

Những con ve nhỏ hết hồn kêu vang.
Trời xanh cỏ biếc trưa vàng,
Nghìn cây phượng vĩ huy hoàng trổ bông.
(Trần Dạ Từ)

Nếu ngày xưa tôi thích Verlaine, Emily Dickinson, thì bây giờ tôi yêu Trần Dạ Từ, Từ Kế Tường, Đỗ Quý Toàn, Hoàng Anh Tuấn. Lang kể tôi nghe chuyện „Cô bé tuyệt vời" của Hoàng Anh Tuấn và tôi hiểu vì sao Lang gọi tôi "cô bé".

Lần đầu nghe Lang hát Mùa xuân yêu em tôi thấy sao giống hai đứa quá, giống những lúc hai đứa ngồi bên nhau mà có nói với nhau được bao điều.

Anh yêu em vì em vì em biết nói
Đã biết thưa: Thưa anh
Em còn biết gọi.
Sáng trời mưa khiến cho anh nhớ em
Bây giờ nắng
Anh nhớ em nhiều.
Ngồi xuống đây nghe chim là chim đang hót
Đồng cỏ như bàn tay
Trời trong mắt say.
Ta ngó nhau ôi còn biết nói gì
Hai đứa ngồi ngồi đó
Như hai hòn bi.
(thơ Đỗ Quý Toàn, nhạc Phạm Duy)

Tôi cảm động rưng rưng, tôi nghĩ Lang thật sự yêu tôi và chắc phải yêu nhiều lắm, bởi có lý do gì đặc biệt để Lang yêu tôi đâu. Có điều gì đó nhẹ nhàng quá đỗi xâm chiếm hồn tôi buổi sáng-buổi trưa-buổi chiều-buổi tối, ngày mưa ngày nắng lúc nào không hay. Lần đầu tiên tôi chấp nhận sự dịu dàng trân trọng của một người khác phái. Tôi hồn nhiên đón nhận mối tình đầu ngây thơ êm ái, tim tôi rung động theo từng nhịp thở của một người dưng khác họ mà tôi trót đem lòng nhớ thương.

…

Cho đến một ngày mùa xuân, Lang bỏ tôi đi không trở lại.

Lặng lẽ không một lời giải thích, ít ra một lời giải thích thỏa đáng. Có lẽ Lang nghĩ tôi ngây thơ quá, có giải thích cũng chắc gì đã hiểu? Hay khi yêu chẳng có lý do thì lúc chia tay cũng chẳng cần một lý do để giải thích? Lang không có can đảm để nói sự thật cho tôi biết, Lang chọn giải pháp hèn nhát, bỏ tôi ở lại một mình, với một lý do vu vơ giả tạo. Khi người ta thay đổi thì sự thay đổi đó chỉ cần xảy ra trong một giây phút. Và rồi mọi sự không còn như trước nữa.

Trong cơn bàng hoàng đau đớn, tôi chỉ kịp thốt lên một câu nói vô tình nhưng không ngờ chính xác: "Lang giết người ta mà còn muốn người ta cám ơn". Mỉa mai thay, trong suốt cuộc tình có lẽ đó là giây phút sáng suốt nhất của tôi.

Phải nhiều năm sau đó, tôi mới hiểu được câu nói của chính mình thốt ra trong lúc tột cùng đau đớn. Lang bỏ tôi đi nhưng còn ích kỷ muốn trói buộc tôi mãi mãi, dù chỉ bằng tình cảm. Dù đã bóp nát trái tim tôi nhưng Lang muốn tôi vẫn giữ mãi hình ảnh đẹp về người.

Chính trong những giờ phút yếu đuối nhất, đôi khi người ta khám phá ra sức mạnh của mình. Tôi tưởng tôi yếu đuối nhưng sự thật tôi dũng mãnh hơn nhiều. Trong con người mảnh mai đó chứa đựng một sức chịu đựng bền bỉ không ngờ. Tôi gói ghém mớ kỷ niệm vào tận cùng ký ức rồi tôi tự đứng lên, tự băng bó vết thương và tôi tự nhủ lòng phải giữ tâm hồn trong sáng, đừng đánh mất niềm tin ở con người và trong cuộc sống.

Nếu trong hồn ai cũng có những kỷ niệm vui buồn, những bóng ma dĩ vãng, thì có lẽ tôi đã làm lành được với bóng ma trong tâm hồn mình. Những kỷ niệm tôi đã chôn chặt từ lâu hôm nay bỗng chợt kéo về. Và tôi ngạc nhiên thấy chúng không còn làm trái tim tôi buốt nhói. Chúng đã biến thành những hình ảnh đẹp, những câu thơ của một thời đã mất. Tôi thấm thía hiểu rằng kỷ niệm không tự chúng tồn tại được. Sở dĩ chúng tồn tại là vì chúng đã biến thành tim, thành máu của ta khiến cho ta quên lãng chúng đi để rồi một ngày nào đó chúng bất ngờ xuất hiện trong một nụ cười, một nét chữ, một cái tên, một bài hát … Đã nhiều năm trôi qua. Tóc tôi vẫn dài, mắt tôi vẫn trong và tim tôi vẫn tràn đầy hạnh phúc mỗi độ xuân về nghe ai đó hát bài Mùa xuân yêu em. ■

Thu Hoài

BÓNG NGẢ HOÀNG LAN

Thoạt nhìn bà, những gì đang thấy bên ngoài, đôi khi có lẽ là hiện tượng, bởi lẽ bản chất bên trong đã khác biệt hoàn toàn; hoặc có khi, tâm chất đã mờ nhạt tự khi nào không hay biết!

Một thói quen đặc biệt khi nói đến ăn mặc, ngoài sự trau chuốt, kỹ càng về phong cách, đối với bà, áo quần không tươm tất khi bước ra ngoài, đó là sự xúc phạm với bản thân.

Từ lâu, bà yêu thích màu áo mà đã qua nhiều thập kỷ, kể từ khi chính thức lấy nhau - đó là màu áo vàng! Là sự chọn lựa duy nhất dành cho ngày kỷ niệm hôn nhân, đến mỗi năm.

Trong đó có chiếc áo, dẫu thời trang có thay đổi như thế nào, bà luôn trân trọng mong mỏi được mặc trong dịp kỷ niệm ngày cưới. Là món quà ông mua tặng đã nhiều năm, tự thuở tình duyên chớm nở ban đầu. Chiếc áo màu hoàng lan, tượng trưng cho thời vàng son, ưu ái.

Lần đầu tiên, nhìn bà mặc chiếc áo ấy - bề trái, xốc xếch ra ngoài, nút cài xô lệch một cách thản nhiên, ông sửng sốt! Chưa bao giờ thấy bà vô ý tứ đến vậy.

Tuy nao lòng xót xa, nhưng ông không thể làm gì khác hơn.

Đã hơn năm, không chỉ riêng cho ngày đặc biệt như hôm nay, người chồng đã luôn chuẩn bị mỗi buổi sáng, bằng cách đặt bộ đồ sẵn cho vợ theo thứ tự, cái gì nên mặc trước.

Một thói quen tưởng như rất bình thường với mọi người, nhưng công việc đó với bà đã bắt đầu trở nên phức tạp.

Vợ ông - người đàn bà đang bước vào giai đoạn giao mùa với căn bệnh lãng quên: Alzheimer's. Giai đoạn của nửa tỉnh; nửa mê. Có hôm bình yên; có hôm biến động.

Giai đoạn của giá trị thời gian. Giai đoạn của ý thức với cõi đời, rằng: khi bước đến cuối đường, tất cả sẽ trở nên vô nghĩa!

Nỗi mong mỏi, trì hoãn mỗi phút giây trở thành vô giá, không thể nào mua được! Muốn sống, được vui đã không còn ý nghĩa. Vì chắc chắn - không có gì có thể ngăn cản được sự đẩy xô, mà mỗi bước đi đang dần sắp phải sa vào nghiệt ngã.

Hình minh họa: Lương Nguyên Hiền

Nơi đó là rừng sâu, không lối thoát. Là không gian không có ngày đêm. Trong mờ mịt vô thường, ở đó không còn ai. Và tuyệt nhiên, quá khứ sẽ lần hồi tan biến. Không khác gì bộ nhớ trong máy vi tính cần thiết để lưu trữ những gì đã ghi nhận, nhưng khi dữ liệu dung nạp dần dà xóa sạch, mọi khả năng về cảm ứng sẽ không còn. Tất cả đều hủy diệt.

Mỗi điều khác nhau, khi mất dữ liệu, máy vi tính có thể khởi động lại bằng cách sao lưu từ một ổ nhớ khác. Nhưng tâm trí con người thì không — nó chỉ có một lần lưu, một lần xóa, và sự phục hồi bản sắc tâm linh, vĩnh viễn sẽ không còn.

Sự xuất hiện của Alzheimer hoàn toàn khác xa và ngược lại với sự ồn ào của dông bão, đến rồi đi. Alzheimer đến lặng lẽ, như một bàn tay vô hình, nhẹ nhàng nhưng tàn nhẫn, xóa dần những dòng ký ức đã từng ghi khắc bằng nước mắt và yêu thương. Càng đáng sợ, Alzheimer không hủy diệt linh hồn, nó chỉ tách rời linh hồn khỏi những ràng buộc của ký ức. Mang đến bi kịch cho tình người – nơi trái tim yêu thương vẫn còn nhịp đập, nhưng trí nhớ đã bay xa, lạc mất đường về.

Từng mảnh nhớ thương chắt chiu dành để; từng đoạn đời lung linh như ánh đèn soi sáng trong đêm đã bị sương mù của lãng quên, phủ chồng lên nhau như trầm tích. Giọng nói, tiếng cười, khuôn mặt trở nên vô cảm. Sự còn lại ở đó là màn hình trống rỗng.

Hôm nay là ngày mùa Đông - một ngày vô cùng đáng nhớ. Là ngày lễ kỷ niệm 60 năm hôn nhân của ông bà.

Nơi ông đưa bà đến là một nhà hàng yên tĩnh, nằm trong công viên lớn của thành phố. Vì luôn đặt trước, chỗ ngồi đặc biệt cũng đã chọn lựa sẵn cho mỗi năm. Đây là nhà hàng, mà trong suốt 60 năm qua, chưa một lần cả hai vắng mặt - cho ngày kỷ niệm lễ cưới của mình. Ngay cả thực đơn, những món ăn quen thuộc thuần khiết, yêu thích, hầu như không bao giờ thay đổi.

Thẫn thờ, xa vắng nhìn ông chừng như bà có ý muốn gì, nhưng im lặng! Rồi cúi nhìn xuống mặt bàn lấy ngón tay chà lấy vết vecni trên vân gỗ. Dấu vết nằm đó đã nhiều năm. Đã có mặt từ ngày ông bà đến với bữa ăn đầu tiên.

Nhìn bà, ông cố nhẫn nại chờ đợi. Tuy nhiên tự biết, ông không muốn sự im lặng sẽ loãng dần và mất hút trong không gian. Ông lên tiếng. Tiếng nói là lời kể bâng quơ. Như tiếng chuông đánh thức, gióng lên, về một chuyện tình, gợi ý:

- Anh quen cô ta nơi đây! Người con gái rất đẹp. Cô ta có nụ cười mùa xuân và thích màu áo hoàng lan. Anh và cô ta thường xuyên hẹn nhau nơi này. Năm đó, cô ta hai mươi và anh đã ba mươi. Em biết không? Hôm ấy như hôm nay. Trời cuối năm vào đông! Đó là ngày anh cầu hôn và được cô ta đồng ý...

Người đàn bà vẫn chăm chú cúi xuống, tiếp tục dùng ngón tay, không ngừng chà lấy mặt bàn nơi có tỳ vết đã nằm yên, cố định...

Duy trì, ông vẫn tiếp tục với câu chuyện, kể với âm giọng tự nhiên, thong thả, trong khi chờ thức ăn đem đến:

- Kế năm sau đó, vào tuần lễ trước khi bước qua thềm năm mới, hai đứa cưới nhau và cũng được tổ chức tại nhà hàng này. Một điều anh không bao giờ quên, khác với những cô dâu, trong ngày lễ đính hôn đa số mặc áo cưới màu trắng. Riêng cô ấy, lại thích chọn màu vàng. Màu hoàng lan tươi mát.

Tạm dừng lại với câu chuyện, ông móc ra trong túi áo một vài tấm hình. Nổi bật trong đó là hình ảnh cô dâu, với chiếc áo sắc lụa tươi vàng, đài các, đang hân hoan, hạnh phúc đứng bên chú rể. Càng rõ nét cho đôi thanh xuân, tươi trẻ, cả hai đang âu yếm hôn nhau trong sắc nắng mùa Đông.

Ông nhẹ lấy, đặt trên bàn và đẩy tấm ảnh về phía đối diện, trước mặt vợ mình.

Bà vẫn cúi xuống trong im lặng đến lạnh lùng. Ngón tay tiếp tục chà trên mặt bàn. Không một mảy may xao động.

Lắng đọng, bên người vợ đã gần cả một đời người. Ông mang tâm trạng của người đang níu kéo, giành giật với thời gian trước khi chiều buông. Và nếu, còn được phút giây nào, có thể giữ lại vợ mình - người đang sắp bước vào bóng tối của rừng già khi sương mù bên trong, đang bắt đầu trở nên dày đặc, ông không thể đành lòng thả trôi, buông xuôi trong tuyệt vọng!

Không dừng lại. Với sự xác định và lòng kiên trì, lần này, ông lấy ra một tấm ảnh khác có hình của một ngôi nhà. Dẫu khung cảnh đã cũ, mờ nhạt bởi tháng năm, nhưng đó là căn nhà xưa, mái ấm của một thời. Là nơi, âm vọng còn khua vang tiếng khóc chào đời của các con; tiếng vui đùa trẻ thơ dưới nắng vàng, giăng quanh khu vườn xanh lá. Và trong cảm nhận vô cùng, chừng như có hơi gió mát đang thổi về từ cuối vườn, ngang qua những lạch nước đang trôi đi, êm ả! Tưởng, có thể xuôi về lại nơi có bốn mùa Xuân Hạ Thu Đông!

Ngón tay của bà vẫn còn di chuyển tới lui trên mặt bàn, nhưng có phần chậm lại khi nhìn thấy tấm hình! Trong tận cùng, không biết có tiếng réo gọi nào đến gần hơn nữa không, cho bà ra khỏi nửa mê, về với nửa tỉnh….

Tuy nhiên, vẫn không thay đổi, những ngón tay tiếp tục chà tới lui trên mặt bàn. Khác chăng lần này, ngón tay run run, đang chà lên trên mặt nước - đọng lại từ những giọt nước mắt đang rơi, âm thầm, như những giọt sương cô quạnh, hiếm hoi, lẻ loi trong sa mạc.

Có phải những giọt nước mắt là những giọt lòng? Hoặc có thể, là những giọt linh cảm, đang cạn vét trong một linh hồn bơ vơ - thoi thóp.

Trong bất chợt không dự đoán, có tiếng nấc thảng thốt của bà, đang ngước nhìn ông, cùng lời nói van nài:

- Làm ơn đưa em ra khỏi nơi này. Em muốn về lại căn nhà, ngay trong đêm nay.

Đêm đó, cho dẫu là mùa đông buốt giá; cho dẫu bão tuyết có giăng đầy, bên một góc đời xa kia - có một lò sưởi vừa đủ cho ông bà, hai tâm hồn già nua đang níu giữ lấy nhau.

Ngoài kia, gió mùa đông đang kéo về. Trong khi thời khắc đi qua, không bao giờ dừng lại. ■

Trần thị Hương Cau

Mùa lá rụng

Còn một tuần nữa là Tết, mấy năm trước Diệp Anh vẫn còn đi làm, đi trực một ngày như mọi ngày nhưng từ năm năm nay đón cha mẹ về sống chung, cái rộn ràng đón Tết của cha mẹ cũng lây sang cô. Sau khi ly dị, Diệp Anh xin làm nửa ngày, chọn cách sống chậm, tập trung tận hưởng vào từng khoảnh khắc bình yên, tự tại. Nhà còn dư nhiều phòng, sắp đặt trong ngoài yên ổn, cô mang xe xuống đón cha già mẹ yếu về cho tiện bề trông nom. Cứ vào ngày hai mươi ba tháng chạp là Diệp Anh chở cha mẹ đi một vòng mấy chợ Á Đông, muốn sắm sửa gì cô chiều hết. Năm nay chắc phải bày vẽ rộn ràng hơn vì con gái của Diệp Anh đã gọi từ Mỹ thông báo sẽ mang chồng con về ăn Tết với mẹ. Diệp Anh phải xuống nhà kho lục lọi mãi mới tìm ra được cái khuôn gói bánh chưng cũ kỹ để gói chục cái bánh cho cả nhà, vì hai vợ chồng con gái cô thèm nhất là ăn bánh chưng mẹ gói. Cây mai thì ghé tiệm hoa mua một bó hoa liên kiều vàng rực chẳng thua gì hoa mai, chưng trong cái bình gốm men ngọc cao gần cả mét mà mẹ Diệp Anh cho cô sau khi cô mua nhà mới. Cái bình này suốt cả năm cứ đứng trầm tư trong góc nhà đến Tết mới đem ra cắm hoa vào là bừng sáng lên phòng khách như hồn xuân xa xưa đang nảy mầm tươi tắn trong những ngày đông giá lạnh lẽo xứ người.

Trong những ngày Diệp Anh đang hân hoan chuẩn bị trang hoàng nhà cửa và mua sắm đón Tết thì bất ngờ cô lại nhận được thiệp mời đám cưới của Tín, chồng cũ mà Diệp Anh đã li dị hồi năm năm trước. Không nén được tò mò, Diệp Anh vội vàng mở thư ra xem. Ui chà chà, thiệp đỏ mạ vàng choé to như quyển vở kiểu này chắc thuở từ VN sang chứ bên này làm gì có bán các loại thiệp du deo như vậy. Đám cưới sẽ tổ chức hai lần, một lần bên Việt Nam vào hôm nay, ngày đưa ông Táo và lần hai sẽ tổ chức bên Đức này vào rằm tháng Giêng. Bên trong thiệp có kèm cả hình cô dâu chú rể chụp trong Studio với phông ghép phía sau là Nhà thờ Đức Bà tại Sài Gòn đẹp lung linh mê hồn. Diệp Anh không khỏi bật cười khi nhìn thấy Tín với bộ vest trắng bó chặc lấy thân hình phát tướng phục phịch ở tuổi gần 60 trông chẳng khác nào đòn bánh tét được ních chặc, còn đầu thì đội tóc giả dầy cộp trông còn nhiều tóc hơn cả hồi đôi mươi. Cô dâu còn rất trẻ cỡ con gái của Diệp Anh, nhiều lắm là 30, thân hình thon gọn trong chiếc áo cưới đính đá lấp lánh với cái đuôi cá dài lê thê rất sang trọng nhưng khuôn mặt lại vẽ quá đậm, đeo lông mi nặng trịch, mái tóc đen huyền hoặc muôn đời của người phụ nữ Á Đông bị cô ta tẩy trắng rồi nhuộm vàng hoe như râu bắp, trông cứ y như sắp lên tuồng.

Diệp Anh tìm đọc đến tên cô dâu: Hồng Ngát. Nghe danh đã lâu nay mới diện kiến dung nhan. Trước giờ Diệp Anh toàn nghe Nhàn kể về cô Ngát làm nghề gội đầu cắt tóc massage mà mẹ Tín đã chấm cho anh. Nhàn là em họ bên ngoại của Tín, ngày xưa Nhàn ở chung ký túc xá với Diệp Anh cả sáu năm đại học nên hai đứa thân nhau vô cùng. Hôm Nhàn làm đám cưới chính Diệp Anh làm phù dâu cho cô ta, qua lần đó Diệp Anh quen Tín. Ngày xa xưa ấy Tín rất rụt rè, nhút nhát nên anh ta mới gây được sự chú ý của Diệp Anh, vì cô vốn dị ứng với các chàng trai mồm mép tép nhảy đang vây quanh cô vòng trong vòng ngoài.

Sau khi cưới, hai vợ chồng Tín và Diệp Anh cũng có gần hai mươi năm hạnh phúc và sinh được một cô con gái thông minh, ngoan ngoãn. Bên nhà Tín gọi từ Việt Nam sang thất vọng tràn trề vì không phải là cháu trai đích tôn mà họ trông chờ nhưng Diệp Anh đã quyết chỉ sinh một con là đủ, giới tính không phải là điều quan trọng. Trái với Tín, Diệp Anh tính tình cương trực, tháo vát, giỏi giang nên trong nhà việc gì Tín cũng để cho cô toàn quyền quyết định. Tín là Kỹ sư điện, lương lậu cố định trong khi Diệp Anh là Bác sĩ, lương vốn cao hơn, tháng nào trực nhiều cô cầm về gấp ba lương chồng là thường. Nhưng không vì vậy mà Diệp Anh coi thường chồng, cô luôn tôn trọng và tận trong thâm tâm đã cám ơn chồng là hậu phương đầy tin cậy, thay mình dạy dỗ con gái đến nơi đến chốn. Chỉ còn một khúc mắc nho nhỏ là Tín lúc nào cũng răm rắp đáp ứng mọi yêu cầu của cha mẹ anh, y như một cậu con ngoan trong gia đình, dù anh đã ngoài năm mươi.

Rạn nứt dồn dập xảy ra vào một mùa hè năm năm trước khi Tín bảo lãnh bố mẹ và em gái của anh sang Đức du lịch. Mùa hè đó đã để lại bao nhiêu là dấu ấn buồn phiền, khắc sâu trong tâm tưởng đến nỗi cho đến bây giờ vẫn chưa hoàn toàn phai nhạt. Lần đầu tiên gặp gỡ ở phi trường, mẹ Tín đã vội vàng cầm tay cô em gái của Tín đưa về phía Diệp Anh:

"Đây, tôi giao con gái tôi cho chị, chị tìm nơi nào môn đăng hộ đối mai mối cho em nó được ở lại, chứ ở Việt Nam bây giờ thì chán lắm. Đồng nghiệp trong đại học có bằng cấp Tiến sĩ như em Kim thì

vợ con hết rồi, còn mấy đứa trai trẻ thì lấc cấc, trình độ chỉ đáng xách dép cho em nó".

Diệp Anh quay sang nhìn cô Kim, Kim lúc ấy đã xấp xỉ 45, Giáo sư tiến sĩ ngữ văn người bé như cái kẹo, mặt mũi bình thường nhưng lại bị cằm vuông chằn chặn, trông nghiêm nghị cứng cỏi, đàn ông họ không chạy mất dép mới là lạ. Còn bố của Tín thì phán như thần phán:

"Tốt nhất là chị tìm các bác sĩ đồng nghiệp giới thiệu cho em nó, bác sĩ đầu ngành càng tốt vì em nó đang dạy đại học chứ không phải chỉ mới xong cấp ba đâu nhé. Con bé thợ may ở đầu ngõ học mới xong cấp hai mà cũng có ông Việt kiều kỹ sư hàng không Mỹ về rước qua đấy".

Diệp Anh chỉ im lặng lắng nghe mà trong lòng đầy ngán ngẩm. Quan niệm của cha mẹ lúc nào cũng cho con mình là nhất là cả một sai lầm to lớn vì cuộc sống vốn đa diện, núi cao sẽ có núi cao hơn. Riêng chuyện vợ chồng theo cô nghĩ không chỉ là duyên số, mà còn cần một quá trình tìm hiểu, quan tâm, sửa đổi để có thể hòa hợp với nhau chứ đâu phải cứ môn đăng hộ đối như những món hàng mang ra trao đổi thì thật vô cùng cổ hủ và phiến diện. Diệp Anh đủ trưởng thành chín chắn để thấy không cần thiết phải phản bác các ý kiến trái chiều vì cô biết suy nghĩ giữa hai thế hệ, giữa người sống trong nước và người ở nước ngoài đã vô cùng khác xa dịu vợi.

Nhà của Diệp Anh là loại nhà căn, hai tầng một gác. Tầng một là bếp và phòng khách, tầng hai có một phòng ngủ lớn và hai phòng ngủ nhỏ, một cho con gái và một phòng dành cho khách. Lúc ấy con gái Diệp Anh đã sang Mỹ du học nên phòng vẫn để trống. Còn tầng gác mái nghiên trên cùng là nơi Diệp Anh dựng mấy giá sách tài liệu y khoa cao kịch trần để làm việc và ít bàn ghế, xe nôi của con gái thời bé làm kỷ niệm. Nay bố mẹ Tín và cô Kim đến thì Diệp Anh phải mang hết đồ đạc, áo quần của con gái lên gác để phòng trống cho cô Kim, còn phòng dành cho khách thì mua thêm một cái giường đơn kê song song cho bố mẹ Tín ngủ. Sau khi vào nhà xem xét trong ngoài, bố mẹ Tín bỉu môi khó chịu liền:

"Tưởng nhà ở ngoại quốc là hoành tráng, ai dè còn thua cái nhà bốn tầng mặt phố của bố mẹ ở Sài Gòn. Tầng một cũng bếp và phòng khách còn ba tầng kia mỗi tầng hai phòng ngủ ở hai đầu. Tết đến họ hàng dưới quê lên cả chục người cũng còn dư chỗ".

Tín mắc cỡ sinh ra bốc phét :

"Nhà chỗ này gần tám ngàn Euro một mét vuông vậy mà tụi con mua trả luôn một lần, không nợ ngân hàng một xu".

Diệp Anh không nói chỉ lẳng lặng cúi đầu xuống bát cơm, nhà này cô đã mua trước khi đám cưới, định đón cha mẹ cô về ở chung nhưng tình cờ quen Tín, rồi đám cưới chóng vánh, anh chỉ xách va li áo quần vào chứ làm gì có chuyện "chúng con trả hết một lần". Thậm chí bàn ghế giường tủ cũng do Diệp Anh đặt mua và trả luôn tiền cho tiệm gửi người tới lắp ráp. Còn mấy bộ chén bát, bộ trà, nồi niêu toàn là do cha mẹ cô mừng hôm tân gia. Nhưng nể mặt chồng cô vẫn im lặng.

Qua mấy tuần kế tiếp, bố mẹ Tín ngày nào cũng thúc giục Diệp Anh mang đồng nghiệp về giới thiệu cho cô Kim. Diệp Anh có mang hình cô Kim vào nhà thương ướm lời nhưng đám đồng nghiệp của cô toàn những tay bổ bã:

"Lấy bà thì tôi lấy chứ em chồng bà thì cho vào viện bảo tàng là vừa".

Có một tay đã hai đời vợ rồi còn cười rú lên:

"Cô ấy không biết tiếng Đức thì lấy thế nào? Cô ấy có muốn sống thử thì cứ đến nhưng phải làm đám cưới để cô ấy được ở lại thì tôi chưa điên".

Bố mẹ Tín cứ đôi ba ngày chờ Diệp Anh đi làm về để dò hỏi nhưng toàn trớt quớt, riết ông bà sinh ra cáu kỉnh:

"Chúng tôi hỏi thật nhé, chị có hết lòng lo cho em nó không đấy? Chị không biết chứ con Kim nhà tôi lần này mà không kiếm ra một tấm chồng ngoại quốc phải trở về Việt Nam tay không là cả họ hàng hai bên ra bêu rếu chúng tôi không biết giấu mặt vào đâu cho hết đấy".

Tín cũng hỏi mấy thằng bạn già của anh, bạn Đức thì từ chối thẳng thừng, còn bạn Việt thì đều cán bô lô ba la lên, đã cất công lấy thì về nước rước một em đôi mươi tươi roi rói ngon lành, chứ em mày thì là loại "hàng tồn kho mất chìa khóa", anh đây chả dại.

Chắc Tín có nói khéo với cha mẹ hay sao đó nên ông bà cũng bớt găng với Diệp Anh trong chuyện mai mối cho cô Kim nhưng ông bà lại quay sang bới lông tìm vết, xét nét con dâu. Sáng nào cũng thấy Tín cần mẫn dậy sớm như mọi ngày làm điểm tâm trước khi đi làm cho cha mẹ và em gái trong khi Diệp Anh cứ ngủ vùi vì đêm trước mắc trực là bố mẹ Tín đã gai mắt lắm rồi. Sau một, hai lần im lặng, sang lần thứ ba ông bà buông lời mát mẻ:

"Con Diệp Anh coi vậy mà sướng hơn hai cái thân già này, đi làm về là có cơm dâng nước rót tận miệng".

Tín lí nhí: *"Đêm qua cô ấy trực mà dù không trực, cô ấy cũng không ăn sáng bao giờ".*

Mẹ Tín trề môi: *"Tại anh sợ nó quá nên nó mới được đằng chân lân đằng đầu. Không ăn cũng phải ngồi hầu trà, tiếp chuyện cha mẹ chồng chứ không phải cứ đem cái có đi làm ra mà trốn biệt trong phòng. Như vậy là coi thường cha mẹ chồng, là vô phép. Ông bà mình nói chả sai "dạy vợ từ thuở bơ vơ mới về" mà anh cứ chiều chị ấy quá nên chị ấy mới vênh váo như vậy. Mặt mũi Việt Nam chạy mà cứ đua đòi học theo gái Đức".*

Vô tình sao lần đó Diệp Anh đi xuống tới giữa cầu thang nghe xong lời mẹ Tín mà lạnh cả người, cô trở ngược lại lên phòng thay đồ, ngồi suy nghĩ thật lâu và đi xuống nhẹ nhàng thưa:

"Chiều nay con phải đi London hội nghị khoa học ba tuần mới về. Anh Tín ở nhà xin nghỉ phép đưa bố mẹ và cô Kim đi lên miền Bắc Đức hay sang Pháp thăm mấy người bà con của bố mẹ cho vui nhé".

Thật ra tuần sau Diệp Anh mới phải bay sang Anh nhưng phải sống với những người không hiểu cô thì cô không có nhu cầu giải thích đúng sai với họ. Nói như truyện chưởng là " nước sông không phạm nước giếng cho nó lành". Tín vội vã kéo cô vào phòng thì thào:

"Đưa cha mẹ với Kim đi chơi cũng được nhưng tháng rồi anh vừa đổi xe to hơn để chở bố mẹ đi đây đi đó, cái xe cũ bã quá, rồi mua vé máy bay từ VN qua và tặng tiền túi cho mỗi người 1000 Euro để mua sắm, trong Konto của anh còn chẳng bao nhiêu".

Nhà hai vợ chồng Diệp Anh có nguyên tắc là lương ai người đó giữ, hằng tháng mỗi người bỏ vào nồi một số tiền cần thiết để lo chợ búa, mua sắm, đi xinê... Các khoảng lớn như kỳ rồi sửa lại cả căn bếp, đóng tiền học, tiền sống cho con gái bên Mỹ thì lương Diệp Anh nhiều hơn nên cô nhận hết. Cha mẹ ai người đó trả hiếu tự mua quà biếu tặng sinh nhật, Noel... nhưng lần này Tín mời cha mẹ qua chơi quá tốn kém nên anh phải xuống nước cầu cứu vợ. Diệp Anh biết chồng đang kẹt nên sau một thoáng suy nghĩ cô mở máy tính ra chuyển khoản banking online cho chồng một số tiền bằng cả hai tháng lương của Tín nhưng cô không quên căn dặn:

"Một nửa em tặng anh lo cho bố mẹ, còn nửa kia tháng sau anh có lương vô anh góp dần trả em nhé".

Tín mắt sáng lên mừng rỡ cám ơn vợ rối rít nhưng Diệp Anh không ngờ cô Kim đi ngang phòng nghe được hết chuyện tiền bạc của hai vợ chồng và chạy ra tấu lại tất cả với cha mẹ.

Trước khi đi, Diệp Anh có gọi sang Mỹ rủ con gái bay sang hội ngộ với mẹ bên Anh, con bé sung sướng nhảy cỡn lên. Hai mẹ con đã có những ngày ấm cúng ríu rít bên nhau sau cả năm xa cách. Ba tuần sau trở về lại Đức, Diệp Anh đang vô cùng hân hoan với túi quà cáp cho bố mẹ Tín, cho cô Kim, cho chồng nhưng khi bước vào nhà lại thấy không khí gượng gạo ngộp ngạt khiến Diệp Anh cũng hồi hộp. Cô đoán ngay là có việc nhưng cô cũng không phải chờ lâu, bố mẹ Tín yêu cầu cô ngồi xuống nói chuyện. Bố của Tín đằng hắng nghiêm nghị:

"Chuyện cưới xin của em Kim chắc lần này chưa thu xếp được nhưng bác Tiến, anh họ đằng mẹ sống ở thủ đô Berlin, bác ấy nói mình có thể mua vợ hay mua chồng thì em Kim mới có thể hợp lệ ở lại. Chỉ là mua giả thôi, sau bốn hay năm năm gì đó thì làm đơn li dị là coi như mình có đủ giấy tờ. Quan trọng là chuyện tiền nong, bác Tiến có nhà hàng và có anh bếp trưởng cũng cỡ tuổi em Kim, họ muốn chung đủ 60.000 Euro thì tuần sau đi ký giấy hôn thú liền. Bố mẹ trông chờ vào chị cả đấy".

Diệp Anh quay sang nhìn chồng hỏi:

"Anh nghĩ sao, anh lo được 60.000 Euro cho Kim không?".

Tín lí nhí không dám nhìn vào mắt vợ:

"Lương anh hàng tháng trừ đi các thứ, rồi gửi về biếu bố mẹ dưỡng già thì đâu còn bao nhiêu...".

Mẹ Tín nóng nảy cắt lời con trai:

"Chị là chị dâu cũng như chị ruột, chồng không đủ thì vợ phải chung tay vào. Ngày xưa làm dâu người ta còn phải gánh vác cả giang san nhà chồng nữa kìa. Chị hiểu "Giang san" nhà chồng nghĩa là gì không, là con dâu phải lo cho cả cha mẹ chồng, anh chị em chồng, chứ không phải bo bo biết riêng gia đình mình thôi đâu. Bố mẹ chỉ có hai đứa con, đã tốn hao bao nhiêu tiền cho chồng chị vượt biên rồi, nay chỉ còn lo cho em Kim qua đây thôi. Hôm kia nghe con Kim kể lại là vợ chồng chị sống kiểu góp gạo thổi cơm chung, còn tiền dư của ai thì người đó tiêu, mẹ thấy chướng vô cùng. Sống như thế thì không phải đạo lý ngàn đời của người Việt đâu nhé. Của chồng công vợ thì tiền chị làm ra cũng là tiền chung cả thôi".

À thì ra cái tổ chuồn chuồn nằm ở đây, họ vì con gái mà muốn dồn tôi vào đường cùng. Diệp Anh hít một hơi thật sâu, cố gắng bình tĩnh nhất trả lời:

"Con chỉ có bổn phận với chồng và con của con thôi. Còn chuyện bên gia đình họ hàng chồng thì chỉ là vấn đề tùy tâm chớ không bao giờ nên ép buộc như thời xưa đâu mẹ ạ. Nhân đây con cũng xin làm rõ, nhà này là do con đi làm tự mua trước

cả khi con quen anh Tín và con đã có ý định rước bố mẹ con về sống báo hiếu, nhưng sau ngày kết hôn, con đành ưu tiên cho chồng và con của con để hai cha mẹ mình già lọm khọm sống với nhau. Thậm chí, hồi sanh con gái xong, sau khi nghỉ sản phụ ba tháng, cháu nó còn đỏ hỏn mà con cũng phải gửi về cho ông bà ngoại trông vì anh Tín lúc ấy mới ra đi làm, không dám bỏ việc. Từ hồi còn sinh viên con phải vừa học vừa làm hai, ba nơi, tới tận bây giờ trong nhà này vẫn là con phải gánh vác tất cả tốn kém, rồi một mình con chu cấp cho con gái con du học sang Mỹ, anh Tín đi làm chỉ phải lo cho bản thân và báo hiếu bố mẹ. Vì vậy nên con quyết rồi, anh Tín thương em gái thì anh ấy ra ngân hàng vay tiền giúp cho Kim, chứ con thì không".

Mẹ Tín bất chợt gào lên:

"Chị ăn nói cạn tàu ráo máng với cha mẹ chồng như vậy đó hả? Từ hồi qua đây thấy cái bộ dạng hểnh hểnh của chị là tôi biết tỏng rồi. Nói rõ cho chị biết, chúng tôi không phải đồ ăn xin, ngày mai chúng tôi về Việt Nam bán cái nhà cả ngàn cây vàng của chúng tôi rồi mua cái chung cư nhỏ hơn, tiền dư sẽ chuyển ngay qua cho thằng Tín lo cho em nó. Vợ chồng mà rạch ròi của anh của tôi thì giải tán nhanh cho nó nhẹ người. Tín, nghe mẹ, về Việt Nam mẹ cưới cho cả trăm đứa giỏi giang, biết điều hơn".

Diệp Anh không nói không rằng đứng phắc dậy, xách nguyên cả vali ra xe lái về nhà cha mẹ. Ba ngày sau, Tín gọi nói bố mẹ và cả cô Kim đều đã về Việt Nam với ba cái vé máy bay mới, hủy luôn ba cái máy bay đã mua khứ hồi từ trước. Diệp Anh về lại nhà, hai vợ chồng nói chuyện cả đêm mà vẫn không tìm được tiếng nói chung. Tín trách, *em lạnh lùng quá, lời em nói ra làm tổn thương bố mẹ anh, làm anh mất mặt trước cha mẹ là một thằng chồng chỉ biết bám váy vợ. Em không biết chứ ngày xưa bố mẹ có bao nhiêu vàng đều phải đóng cho anh đi tới lần thứ năm mới lọt, nên nay mọi yêu cầu có khi hơi quá đáng của bố mẹ, anh cũng không dám từ chối.* Diệp Anh cười khẩy: *tùy anh. Tôi thấy mình không làm gì sai quấy, tôi chỉ bảo vệ quyền lợi cho gia đình và con cái, tôi không thể sống theo khuôn phép mà cha mẹ anh đặt ra được.*

Tháng sau đó Tín về Việt Nam. Lúc qua lại anh muốn chia tay. Diệp Anh không thấy gì là bất ngờ. Tín vốn không vững lập trường, ở lâu với ai thì bị ảnh hưởng bên đó liền. Ra riêng mấy tháng sau, Tín mua ngay một căn hộ ở ven thành phố. Diệp Anh đoán chắc bố mẹ anh đã bán nhà và chuyển qua số tiền dư để mở đường cho cô Kim sang. Nhưng tất cả bây giờ không còn là chuyện mà cô phải quan tâm nữa. Diệp Anh kêu người tới cho hết bàn ghế, salon, rèm cũ. Sau đó sơn lại tất cả trong ngoài một mầu vàng nắng ấm áp để đón cha mẹ về sống chung. Cha mẹ đến chỉ với hai cái vali nhỏ gọn vì Diệp Anh đã sắm sửa hoàn toàn mới áo quần, đồ lót, giày dép cho cha mẹ. Cô để cha mẹ vào sống trong phòng ngủ của hai vợ chồng ngày xưa vì phòng này rộng nhất lại có phòng tắm riêng, có ban công lắp kính ba mặt như một gian phòng nhỏ để sáng cha mẹ ra uống trà, dù là mùa đông cũng không lạnh. Trong phòng thì giường mới nệm mới, thảm len mới thoáng đãng, ấm cúng. Cha mẹ Diệp Anh đã già lắm rồi, cũng không còn sống được bao lâu nên trả hiếu được cha mẹ ngày nào Diệp Anh mừng ngày đó. Nói là làm cho cha mẹ nhưng thật ra là cho chính mình, con cái lớn rồi cũng bay đi hết chỉ còn cha mẹ là hơi ấm cho đời ta. Diệp Anh bây giờ đi đâu cũng mong về nhà, ăn một bữa cơm dù thanh đạm với cha mẹ cũng thấy ngon. Sáng ra đi làm cha kêu uống chén trà cho ấm, mẹ hỏi mặc đủ áo chưa vậy mà Diệp Anh cũng rưng rưng.

Chiều xuống tự dưng điện thoại reo vang. Của Nhàn, bạn thân của Diệp Anh đang về Việt Nam ăn Tết. Con bé không đợi Diệp Anh hỏi han đã tía lia cả tràng:

"Chuyện động trời mi ơi, sáng nay đám cưới lão Tín làm ngoài nhà hàng sáu sao hoành tráng quá sá. Lúc cô dâu chú rể sắp trao nhẫn cưới thì có mấy thằng mặt mày bặm trợn chạy vào cùng chồng của con Ngát. Hắn tới đòi lại tiền bán đất mà con Ngát đã lừa gia đình ôm hết vô Sài Gòn mở hai, ba tiệm làm tóc, gội đầu, làm nail gì đó, bỏ lại cả chồng và hai con ngoài tận miền Trung. Nghe thằng chồng nói là con Ngát có với hắn hai con rồi, đứa lên ba, đứa lên năm mà con Ngát vẫn đành đoạn dứt áo ra đi. Thằng chồng tìm đỏ mắt từ Bắc chí Nam, tốn bộn tiền thuê thám tử mới tìm ra con vợ lừa đảo của mình. Mẹ lão Tín từ hôm ở Đức về cay cú mi lắm, đi đâu cũng oang oang tuyên bố, kỳ này bà phải cưới một con dâu giàu có, ngoan ngoãn cho con trai để cho cái con dâu cũ bên Đức sáng mắt. Nghe con Ngát nổ banh lồng chợ nên bà bác tao tưởng nó là "doanh nhân thành đạt", tháng thu về cả tỷ đồng, ép lão Tín về cưới. Nay thì tanh bành, tiền mất tật mang, xấu hổ để đâu cho hết..."

Kể một hồi Nhàn kết luận:

"Ai tới tham dự cũng ngao ngán, gia đình cha mẹ Tín mê giàu nên bị hố nặng lãnh ngay sao quả tạ. Đúng là làm trò cười cho thiên hạ, chọn đám cưới hôm nay ngày đưa ông Táo về trời, nên có tới

Hoai Niem Nguyen

11 IHRE LIEBE

Wenn ich lange nicht mehr bei meinen Eltern war,
Dann sehne ich mich nach dem Geruch und dem Geschmack
Von Fischsoße, Limette, Zucker, Chili und Knoblauch.
Wenn sie erfahren, dass ich bald komme,
Wollen sie Wochen vorher wissen, wann genau.
In meinem inneren Auge sehe ich meinen Vater am Bahnhof auf mich wartend,
Um mit mir die zehn Minuten zu gehen.
Was ich essen möchte.
Bánh cuốn, sage ich zum Beispiel.
Eines meiner Leibgerichte.
Als Kind musste ich den Teig befüllen und rollen.
Aß jede zweite Rolle während dieser Arbeit.
Fand die Arbeit schrecklich mühselig.
Kochen für andere,
Sich die Zeit nehmen für eine geduldige Hingabe,
Eine schöne Art tiefe Zuneigung auszudrücken.
Erst recht, wenn gemeinsame Worte fehlen.

Bei meinen Eltern.
Meine Mutter bereitet morgens *bánh cuốn* vor.
Nicht aufwändig, sagt sie
Und steht seit Stunden in der Küche.
Ich beobachte sie, wie sie den Teig vom Topf schabt,
Sie ihn befüllt und rollt.
Ihre alten, faltigen Hände.
Zittrig und steif vom Rheuma,
Gekennzeichnet von jahrelanger, harter Arbeit.
Tätigkeiten weit unter dem heutigen Mindestlohn.
Ihr Rücken inzwischen krumm.
Sie bewegt sich zwischen den Töpfen.
Ein Dampf füllt unbeirrt die Küche.

Das Gedicht „11 Ihre Liebe“, *das die Autorin für die Veröffentlichung in der Zeitschrift Viên Giác ausgewählt hat, ist dem Band* „Mit fünf traf ich meinen Bruder“ *entnommen und erscheint mit freundlicher Genehmigung des* re:sonar verlags. *Das Werk wurde erstmals 2022 veröffentlicht und 2026 in vierter Auflage neu herausgegeben. ISBN: 978-3949048227. www.resonarverlag.de.*

Zur Autorin: *Hoài Niệm Nguyễn, geboren 1988, floh als Kind gemeinsam mit ihrer Familie aus Südvietnam nach Deutschland. Sie wuchs in einer Kleinstadt in Norddeutschland auf. Seit 2023 lebt und arbeitet sie in Berlin.*

Nguyễn Hoài Niệm – Thế Hùng dịch Việt

11 TÌNH YÊU THƯƠNG ẤY

Mỗi khi lâu quá tôi chưa về thăm ba má,
Trong lòng lại dậy lên nỗi nhớ cái mùi, cái vị
Của nước mắm, tỏi, ớt với chanh, đường.
Hễ ba má hay tin tôi sắp về,
Là mấy tuần trước đã hỏi
Chính xác là bữa nào?
Trong mắt tôi hiện ra mồn một
Hình ảnh ba đứng đợi ở sân ga,
Chỉ để đi bộ với tôi chừng mười phút về nhà.
Má hỏi tôi muốn ăn món gì.
Bánh cuốn, tôi nói ngay - thí dụ vậy.
Một trong những món tôi thích nhứt.
Hồi nhỏ tôi phải phụ trét bột,
cho nhân vào giữa rồi cuốn lại.
Đang làm mà ăn vụng
Hai cuốn thì một cuốn đã trôi vô bụng.
Hồi đó thấy cực ghê lắm.
Nấu ăn cho người khác,
Chịu dành thời gian vì chăm chút nhẫn nại,
Là một cách rất đẹp
Để bày tỏ một tình thương sâu đậm.
Nhứt là khi
Không có lời nào để nói với nhau.

hai ông một bà leo lên sân khấu diễn hài...".

Cúp máy, Diệp Anh thở dài thườn thượt không còn lời nào để nói. Có tiếng mẹ gọi trong bếp xuống cúng đưa ông Táo về trời, Diệp Anh ơi. Cúng ông Táo mẹ chỉ cúng đơn sơ gà luộc, đĩa xôi, canh măng, trái cây... cầu cho gia đạo bình yên là đủ. Nhìn cha mẹ già cười hiền lành, mãn nguyện là Diệp Anh cũng thấy lòng êm ấm, mùa xuân đang lẫn quất đâu đây.

Chuyên mục "THẾ HỆ 2+: TIẾNG LÒNG TUỔI TRẺ HẢI NGOẠI"

(bắt đầu từ Viên Giác 271 - Tháng 2/2026 – Thế Hùng phụ trách)

Thế hệ 2+ Việt Nam sinh trưởng ở hải ngoại, lớn lên giữa nhiều nền văn hóa khác nhau nhưng vẫn mang trong tâm cội nguồn văn hóa và những giá trị nhân bản Việt. Chuyên mục này của Tạp Chí Viên Giác mong giới thiệu những tâm tư tuổi trẻ hải ngoại – những cảm nhận, suy tư và trải nghiệm liên quan đến văn hóa, tôn giáo, đời sống và bản sắc Việt trong bối cảnh thế giới rộng mở. Khung bài viết: khoảng 800–1500 chữ (có thể dài hơn khi cần thiết). Chúng tôi cũng hoan nghênh những sáng tác thuộc các thể loại khác như thơ, nhạc, hội họa. Bài gửi, xin vui lòng ghi rõ họ tên, nơi cư trú và vài dòng giới thiệu ngắn về tác giả. Ngôn ngữ: tốt nhất là tiếng Việt; trong trường hợp không tiện viết tiếng Việt, có thể gửi bằng tiếng Đức hoặc tiếng Anh, Viên Giác sẽ hỗ trợ chuyển sang Việt ngữ.

** Kurzinfo (Deutsch)*

THẾ HỆ 2+: Junge Stimmen aus der vietnamesischen Diaspora

Beiträge zu Kultur, Buddhismus und vietnamesischer Identität sind herzlich willkommen.

Textlänge: 800–1500 Wörter (bei Bedarf länger). Auch andere Beiträge wie Lyrik, Musik oder bildnerische Arbeiten sind willkommen. Bitte Name, Wohnort und eine kurze Autorenangabe beifügen. *Sprache*: nach Möglichkeit Vietnamesisch; falls nicht möglich, gerne Deutsch oder Englisch – wir übernehmen die Übersetzung ins Vietnamesische.

** Short Notice (English)*

THẾ HỆ 2+: Voices of Young Vietnamese Abroad

We welcome contributions and reflections on culture, Buddhism and Vietnamese identity.

Length: 800–1500 words (longer if necessary). Other forms such as poetry, music or visual arts are also welcome. Please include your name, place of residence and a brief author's bio. *Language*: preferably Vietnamese; if this is not possible, German or English is fine – we will translate into Vietnamese.

Ở nhà ba má.
Sáng sớm má đã chuẩn bị món *bánh cuốn.*
"Có gì đâu mà cực," má nói vậy,
Mà đã đứng trong bếp mấy tiếng đồng hồ rồi.
Tôi nhìn má cạo lớp bột dính trên nồi,
Rồi cho nhân vô, cuốn lại.
Đôi bàn tay già nua, nhăn nheo của má.
Run run, cứng lại vì căn bệnh thấp khớp,
Mang dấu của bao năm vất vả nhọc nhằn.
Những công việc hồi đó
Giờ tính ra chưa bằng mức lương tối thiểu.
Lưng má giờ đã còng xuống.
Lúc má đi qua đi lại giữa mấy cái nồi.
Hơi nước lặng lẽ bốc lên
Phủ đầy căn bếp. ■

Bài thơ "11 Ihre Liebe", *do chính tác giả chọn để gởi đăng trên Tạp chí Viên Giác, được trích từ tập sách* "Mit fünf traf ich meinen Bruder - Lên năm tuổi, tôi đã gặp lại anh trai" *và được nhà xuất bản* re:sonar cho phép. *Tác phẩm được xuất bản lần đầu vào năm 2022 và tái bản lần thứ tư vào năm 2026. ISBN: 978-3949048227202*6. *www.resonarverlag.de.*

Về tác giả: *Nguyễn Hoài Niệm, sinh năm 1988, đã cùng gia đình vượt biên từ miền Nam Việt Nam đến Đức lúc còn nhỏ. Cô lớn lên ở một thị trấn nhỏ tại miền Bắc nước Đức; từ 2023 sống và làm việc tại Berlin.*

Từ Khoa Vũ Ngọc Châu (Huynh trưởng BHD GĐPT VN tại Âu Châu)

ĐIỂU TÁNG

Nếu như ai có cơ hội đặt chân đến thảo nguyên Tây Tạng, bạn có thể sẽ rùng mình nghe về một phong tục tang lễ đặc biệt và độc đáo của người Tạng, đó là nghi lễ Thiên táng hay còn gọi là Điểu táng. Không ai biết tập tục này có từ bao giờ, thay vì chôn cất người thân qua đời, thì người Tạng mang xác thân nhân lên núi làm mồi cho đàn chim kền kền đói. Nghi lễ này có ý nghĩa sâu sắc về mặt văn hóa và tâm linh ở vùng Himalaya. Là một phần trong tín ngưỡng Phật giáo Tây Tạng. Nó mang ý nghĩa cho sự giải thoát của linh hồn khỏi thể xác.

Có hai hình thức Thiên táng: Đơn giản và long trọng.

-Cách đơn giản: Người dân du mục và dân nông

thôn hẻo lánh thường thi hành cách này: Mang xác người đã khuất lên núi để bọn kền kền tự tìm đến.

-Cách long trọng: Các Lạt-ma sẽ cầu nguyện cho người đã khuất được đặt ở tư thế ngồi (nếu có thể) hoặc nằm trong vòng 24 giờ, thi hài được tắm rửa sạch sẽ, bọc trong vải liệm trắng và tiếp tục thực hiện các nghi thức Phật giáo. Sau đó một người đàn ông, thân nhân trong gia đình hoặc bạn thân, sẽ đảm nhận việc đưa thi hài đến nơi cử hành Thiên táng. Hành trình đến nơi Thiên táng bắt đầu lúc sáng sớm. Các thành viên trong gia đình cùng đến chùa tụng kinh và cử nhạc tang lễ, nhưng giữ một khoảng cách nhất định với người quá cố.

Tại nơi thiên táng, trên sàn đá bằng phẳng, thi thể người quá cố được đặt nằm xấp xuống mặt đá. Các Rogiapa (nhân viên an táng) hoặc các vị Lạt-ma sẽ đốt cây bách xù để tạo thành mùi khói bay khắp không gian, chiêu dụ các loài chim kền kền đến hoàn tất việc xử lý thi thể. Một điểm đáng chú ý là các Rogiapa khi thực hiện nhiệm vụ chặt xác thi thể, không một chút dáng vẻ trang nghiêm nào mà thay vào đó là sự trò chuyện, cười đùa như khi đang làm một việc tay chân nào khác. Theo giáo lý Phật giáo Tây Tạng, điều này giúp linh hồn người đã khuất không luyến tiếc thế gian, dễ dàng rời khỏi thân trung ấm và bước sang kiếp sau.

Đa số người Tây Tạng theo Phật giáo Kim Cang thừa, họ tin tuyệt đối rằng các linh hồn người khuất sau khi rời khỏi cơ thể thì phần thân xác tứ đại chỉ là phần thừa thãi.

Chim kền kền được tôn kính như linh vật, chúng được gọi là «thánh đại bàng». Người Tây Tạng tin rằng việc an táng người đã khuất bằng cách nuôi kền kền cũng giống như ngày xưa Đức Phật lấy thân xác nuôi hổ dữ để hổ khỏi hại các sinh vật khác.

Có một điều cấm kỵ trong quá trình tang lễ Thiên táng: Người lạ không được phép tham dự buổi lễ vì người Tây Tạng cho rằng điều này sẽ mang lại những điều tiêu cực cho sự siêu thoát của linh hồn.

Vào giữa tháng 7 năm 2025, 6 Anh Chị Em chúng tôi trong Gia Đình Phật Tử VN tại Âu Châu hữu duyên được tháp tùng theo chuyến hành hương Tây Tạng do thầy Hạnh Tấn tổ chức, chúng tôi được tham dự một lễ đưa đám ma theo nghi thức Thiên Táng, cách gọi của người Tây Tạng, còn theo cách gọi của người Tàu và Việt Nam thì gọi là Điểu Táng.

Sáng ngày 12/7/2025, từ xã Reting, đoàn chúng tôi thăm quan tu viện Drigung Til (4465m), cái nôi của của dòng Drikung Kagyu, một trong 8 nhánh Phật giáo Mật tông Tây Tạng, một tu viện đồ sộ nằm ven theo dốc núi dài 120 km, nhìn xuống thung lũng Shorong. Tu viện được thành lập năm 1179 bởi Lama Kyobpa Jigten Sumpon (1143-1217).

Khi vừa đặt chân đến sân tu viện, chúng tôi đã chứng kiến lễ di hài của một đám ma 7 thi thể. Một nửa vòng tròn được tạo gồm 30 vị Lạt-ma ngồi xếp bằng trong tư thế đọc kinh cầu nguyện, đối diện với 7 thi hài bọc vải liệm ngồi giữa vòng tròn, hướng đầu về phía các Lạt-ma. Tất cả thân nhân, tang quyến đều ngồi phía sau lưng các thi hài này, tạo thành nửa vòng tròn còn lại. Trong đám tang này, các thi hài đều được tẩm liệm trong tư thế ngồi xếp bằng, hai tay đặt trên lòng 2 chân xếp bằng, giống như ngồi thiền, đầu gục xuống phía trước (dĩ nhiên, vì chết rồi thì làm sao ngẩng đầu được nữa). Và trong tư thế ấy, thân nhân bọc các thi hài bằng vải liệm trắng, rồi đặt trong các bao tải màu nâu, nhìn bên ngoài tựa như những bao rác lớn, không thể biết được bên trong là thi thể đàn ông hay đàn bà, già hay trẻ,... cảnh tượng đám ma thì lúc nào cũng buồn, các Lạt-ma gõ trống, lắc chuông đọc kinh và thuyết linh cho những hương linh đã mất đang ngồi đối diện. Thân nhân ở phía sau cũng niệm kinh và thỉnh thoảng khóc thương người quá cố, họ không gào khóc mà chỉ âm thầm quẹt nước mắt.

Sau khi chúng tôi lên chánh điện lễ Phật, lúc trở ra sân thì nghi thức lễ di hài vừa xong, tất cả các Lạt-ma đều đứng lên và xếp hàng một đi theo con đường bên trái chùa lên núi, năm thi hài thì được chất lên một chiếc xe thùng chạy lên núi, còn hai thi hài khác: Một thi hài do chính một thanh niên thân nhân khoảng 30 tuổi cõng sau lưng ràng dây vải vào người vác lên, theo sau thanh niên này là một thanh niên khác trẻ hơn đi kèm, thỉnh thoảng nâng xác người mất lên khi xác này có vẻ tuột xệ xuống khỏi lưng anh trai đang cõng. Hai anh em thay phiên nhau cõng thi hài lên núi. Một thi hài khác thì được đặt vào một chiếc thùng cột giữa hai đòn dọc, và cũng được hai thanh niên thân nhân khuân lên núi. Đường từ sân chùa lên đến nghĩa trang thiên táng trên núi khoảng bốn km, tuy không xa, nhưng là đường núi, hơi dốc, cao đến 400 m, có đoạn có nấc thang gỗ để đi lên, nhưng có đoạn đi trên đường đất đá, nên khá vất vả. Tôi đi sau hai anh em cõng xác người mẹ (mà sau này tôi mới biết đó là xác một phụ nữ, và đoán là mẹ của hai anh em nọ), không biết bà ta mất vì lý do gì mà trên đầu máu và nước vàng rỉ ra thấm quanh vải liệm, tuy đã khô, nhưng đi gần, mình vẫn ngửi thấy mùi tanh của máu. Đến một trạm nghỉ chân

Hình minh họa do AI tạo

giữa lưng chừng núi, nhân lúc hai anh em họ thay phiên cõng xác, tôi vượt lên phía trước để không phải ngửi mùi tử thi nữa.

Khi đưa tiễn người mất lên nghĩa trang thiên táng, chỉ có đàn ông được đi (phần nhiều là chồng, con trai hoặc cháu trai), còn tất cả phụ nữ, con gái, sau khi lễ cầu siêu ở dưới sân chùa xong thì đều ra về, hoặc vào chùa tiếp tục cầu siêu cho người mất.

Cuối cùng thì mọi người cũng lên đến nghĩa trang thiên táng, tất cả các thi hài đều được đặt trên một sân gạch tròn, bằng phẳng, rộng khoảng 100 m2, cao khoảng một mét so với mặt đất. Tại nghĩa trang cũng có một nhà tang lễ, chỉ các Lạt-ma, tang quyến và các nhân viên nghĩa trang mới được vào trong đó. Họ tiếp tục nghi thức lễ cầu siêu và thuyết linh. Ban đầu một người gác nghĩa trang không cho chúng tôi vào, họ cấm người lạ như đã nói ở trên, nhưng nhờ sự can thiệp của anh hướng dẫn viên, chúng tôi được vào bên trong khuôn viên nghĩa trang. Vì được yêu cầu trước, toàn bộ du khách tham quan không được phép quay phim, chụp ảnh lễ thiên táng của người Tạng, chúng tôi tuân thủ, nhưng bây giờ mới thấy tiếc vì không có một tấm ảnh hay một đoạn phim nào làm kỷ niệm cho cái đám tang có một không hai được mục kiến trong đời này. Có vài người Tàu cũng lén chụp ảnh, lúc đó mình còn trách họ là không biết tôn trọng luật lệ người Tạng (!!!, thật mâu thuẫn!).

Cạnh sân thiên táng có hai lò đất giống như lò sưởi nhỏ trong nhà bên Tây, dùng để đốt cây bách xù, một loại thảo mộc. Khói của bách xù sẽ giúp cho hàng trăm con kên kền đánh mùi bay về nghĩa trang. Khi chúng tôi lên đến nghĩa trang thì chúng nó đã tụ tập chung quanh cả bầy có đến hàng 5, 6 chục con. Con nào con nấy to, lúc chúng ngẩng đầu lên có thể cao hơn đầu người 1,60m, khi bay cánh của nó giang rộng khoảng 3m. Chúng to lắm, lông cánh màu nâu thẫm hoặc đen, lông cổ có một đoạn trắng, đầu hói, mỏ quặp xuống, hai chân móng vuốt sắc bén. Vì các thi hài còn bọc vải liệm, chúng đứng đợi chung quanh, cổ thụt vào, mắt lờ đờ vẻ uể oải, mỏi mệt.

Và giờ tiễn đưa cuối cùng rồi cũng đến. Sau nghi thức lễ cầu siêu trong nhà tang lễ, các Lạt-ma lần lượt xuống núi trở lại chùa. Và khoảng bốn người nhân viên tang lễ cầm móc sắc và dao phay bước ra từ nhà tang lễ, họ cạ dao vào móc sắc như mài dao, vừa đi vừa cười nói vui vẻ, lần lượt bước lên sân gạch. Lúc này đàn kên kền biết nghi thức đã xong, chúng sấn tới, người ta phải cầm chổi, gậy cản chúng lại, để các nhân viên tang lễ làm công việc cuối cùng, đó là: Họ dùng móc sắt lật úp các thi hài xuống, đầu cắm xuống sàn sân, lưng và mông chổng lên trời, họ dùng dao xẻ rách vải liệm, vạch ra những thân xác trần truồng, xác người đàn bà do hai anh em nọ cõng như đã kể ở trên, được họ cắt đứt bím tóc, liệng ra xa. Bốn người họ thay phiên nhau vừa làm việc vừa cười nói vui vẻ như đang mổ lợn, mổ trâu. Khi các vải liệm bị cắt và vạch ra khỏi xác, thì mùi tử khí đã làm đàn kên kền không còn kiên nhẫn được nữa. Chúng như bị để đói bao năm hay sao mà đồng loạt xông lên, người ta không thể xua đuổi hay cản được. Trong thoáng chốc, chúng đã phủ kín bảy xác người, bốn Rogiapa bó tay, bước ra khỏi sân thiên táng. Từ xa, tôi chỉ nhìn thấy chúng dùng những móng nhọn của chân, sức mạnh của mỏ cào, xé rách da thịt xác chết và rúc đầu vào ăn ngấu nghiến. Có hai con ngửa đầu lên giành nhau một khúc ruột, cuối cùng khúc ruột đứt và chúng nuốt chửng vào cổ. Một con khác gắp ra một quả tim (tôi đoán là tim), vì là chim, chúng không có răng để cắn, nên nó há to mỏ mà nuốt trọn vào cổ, cổ nó phình ra đưa dần thức ăn vào bầu diều. Lúc chưa ăn, lông cổ con nào cũng trắng, bây giờ thì phần lông cổ con nào cũng bê bết máu đỏ. Những ngón tay, ngón chân được chúng mổ đứt và nuốt gọn, những phần gân thịt, được chúng dứt, xé rồi nuốt một cách dễ dàng...

30 phút trôi qua, những con đã no chúng giãn dần ra, những con còn đói, tiếp tục bữa ăn. Thật không tin vào mắt mình nữa, bảy cái xác bây giờ chỉ còn là bảy bộ xương bê bết máu thịt còn vương dính, không còn phân biệt ai là đàn ông, ai là đàn bà. Để không cho du khách đến gần sân thiên táng, nhân viên nghĩa trang đã căng dây vàng xanh giới hạn vùng quan sát cách sân khoảng 30, 40 m. Tôi tìm được vị trí khoảng 30 m, nên được xem như gần nhất và mục kiến gần như trọn vẹn. Đời người, ai cũng một lần rời thế gian này, thân

xác phải trở về với đất, nhưng trong bốn cách an táng: Thổ táng (chôn xuống đất), hoả táng (thiêu), thủy táng (ném xuống nước) và thiên táng (cho chim ăn), tôi thấy cảnh thiên táng này sao phũ phàng quá, và nghĩ thầm: Chắc chắn người Việt Nam chúng ta không thể chấp nhận cách an táng kiểu này!!! Thân xác cha mẹ, anh chị em chúng ta không thể như thế được!! Người ta có thể cho rằng mình chấp Ngã, chấp Tướng, thì hương hồn khó siêu thoát!!! Nhưng người Tây Tạng thì họ có lý do vô cùng chính đáng để thiên táng người thân. Khi tìm hiểu, tôi mới biết :

1/ Đất nước họ toàn núi đá, đất trồng trọt chỉ vừa đủ bề dầy để trồng các loại rau, củ, vì sâu dưới 50 cm hay 1m là đá.

2/ Đất nước họ rất hiếm vùng có cây cao để lấy gỗ, nên gỗ ưu tiên dùng làm nhà, bàn ghế. Thì đâu ai dám làm quan tài để chôn, hoặc làm củi để đốt!!! Chỉ những nhà giàu!!!

3/ Nếu họ chôn nông bằng cách chất đá chung quanh xác chết, thì sẽ gây ô nhiễm môi trường.

4/ Họ không cho kền kền ăn thì chính gia súc (trâu, dê, cừu) của họ sẽ bị làm mồi cho kền kền!!!

5/ Vì ở độ cao trên 4 – 5.000 m trở lên, nên khí hậu lạnh và thời gian tuyết phủ nhiều hơn thời gian khô nóng, do đó xác chết khó mục rữa, nếu người ta chôn vào mùa thu, đông, thì đến mùa hạ, xuân, xác có nguy cơ bị đào lên và cũng bị chim ăn!!! (rốt cuộc cũng bị chim ăn). Và gây ra tình trạng ô nhiễm môi trường nếu không được phát hiện, hoặc có thể bị tha đến các sông suối, làm ô nhiễm nước sinh hoạt. Chi bằng, tự cho chim ăn, thì người ta kiểm soát được cách hủy diệt xác chết một cách vệ sinh hơn!!!

Kền kền ăn xác chết, nên phân chúng thải ra hôi thối hơn các loại chim ăn ngũ cốc, và phân chúng lại vun bón xanh tươi cho các cánh đồng cỏ, trở thành thức ăn cho trâu (trâu Tây Tạng gọi là yack), dê, cừu, được người dân Tây Tạng chăn nuôi thả rông trên các cánh đồng cỏ. Người Tây Tạng lại ăn thịt gia súc, lấy sữa trâu, dê, cừu uống, lấy bơ của trâu để thắp đèn. Hệ sinh thái cứ thế mà cân bằng hết đời nọ sang đời kia, và đã trải qua mấy ngàn năm trên cao nguyên nóc nhà của thế giới này.

Ngoài an táng bằng cách Thiên táng, người Tây Tạng cũng có Tháp táng, Hỏa táng, Thủy táng, và Thổ táng. Nhưng 3 cách sau rất hiếm được áp dụng vì xa xỉ và nguy hiểm cho môi sinh như vừa nói ở trên.

Tháp táng là cách an táng cao cấp và thiêng liêng nhất ở Tây Tạng, cách này chỉ dành cho các vị Lạt-ma, ban thiền Lạt-ma và các Guru (các vị tăng sĩ hoá thân). Một khi Lạt-ma qua đời, thân xác sẽ được ướp một loài thảo mộc quý hiếm, đồng thời dát vàng và nghệ khắp cơ thể, được đặt ngồi trong tư thế xếp bằng hai chân khoanh tròn. Sau một hoặc hai ngày, tang lễ được tổ chức với kèn, trống, tụng kinh, thi hài được chuyển đến đặt ngồi trên bệ một tòa tháp xây sẵn khoảng một đến hai mét vuông, và sau đó được úp lên bằng một bảo tháp bằng đất nung hình chuông, rồi người ta trét kín kẽ tiếp giáp giữa tháp và bệ lại, quét vôi trắng chung quanh tháp.

Hỏa táng là cách an táng ít cao quý hơn cách tháp táng, cách này cũng dành cho các nhà sư, các quan chức hoặc các nhà giàu. Thi thể được đặt trên giàn hỏa gỗ và rơm để đốt cháy. Sau đó tro cốt được đặt trong hộp gỗ hay bình đất nung, mang chôn trên đỉnh núi, hay có thể thả bay trong gió, hoặc thả xuống sông, suối.

Còn Thủy táng, thì thi thể được bọc trong vải liệm trắng, cột theo một phiến đá rồi thả chìm xuống sông nếu nơi đó có sông lớn, cách này giống như người Ấn độ thường an táng khi thả xác xuống sông Hằng. Nhưng ở Tây Tạng cách thủy táng ngày nay bị cấm, vì các con sông lớn khởi nguồn từ cao nguyên Tây Tạng đều là những sông lớn làm nguồn nước uống cho hàng chục triệu người vùng hạ lưu, ví dụ như sông Dương Tử, sông Mê-kông (Cửu Long) đều có phát xuất từ cao nguyên Tây Tạng.

Còn Thổ táng như người Việt mình thì không ai áp dụng vì dễ lây lan bệnh dịch và linh hồn người mất được xem như bị đọa vào địa ngục.

Ở Tây Tạng còn có một cách an táng khác là Vách táng, thường được áp dụng ở miền Nam Tây Tạng, thi thể người khuất đặt trong một quan tài gỗ rồi được treo lủng lẳng ở vách núi, tránh không cho cầm thú hoặc kền kền ăn xác.

Ngày nay nước Tây Tạng đã bị Tàu chiếm, người Tàu tràn sang Tây Tạng ở đông như kiến, đường sá các thành phố toàn các cửa hàng người Tàu, các cao ốc, thương xá, trung tâm thương mại, doanh trại quân đội toàn người Tàu, tên đường phố cũng tên tiếng Tàu. Người Tạng rút đời sống về các vùng nông thôn, chăn nuôi gia súc và trồng trọt để mưu sinh. Các tu sĩ bị cô lập trong các tu viện, có những tu viện trước 1959 chứa đến 2000 tăng sinh, thì nay (2025) chỉ còn 200 tăng sinh. Chính vì người Tàu cư ngụ đông và họ không chấp nhận phong tục thiên táng như người Tạng, nên họ dùng cách hoả táng bằng khí đốt trong các nghĩa trang Tàu hoặc đưa về Tàu. Vì có nhiều núi, nên người Tàu dùng các trụ quạt tạo phong điện, và những tấm pin mặt trời phủ nằm dọc theo sườn núi tạo quang điện. Hàng ngàn quạt phong điện và hàng ngàn tấm pin mặt trời được lắp đặt khắp nơi. Ngày xưa Tây Tạng phải mua điện từ Ấn Độ thì ngày nay Tây Tạng sáng trưng khắp các thành phố nhờ nguồn điện thiên nhiên này. Và dẫn đến các nhà hoả táng bằng điện cho người Tàu. Dần dần người Tạng giàu có ở các thành phố lớn cũng bỏ phong tục thiên táng, mà dùng hỏa táng. Phong tục thiên táng chỉ còn áp dụng cho người nghèo và những vùng nông thôn trên khắp đất nước Tây Tạng.

Không đợi đến lúc bữa ăn của đàn kền kền chấm dứt, vì phải tiếp tục cuộc hành trình, đoàn chúng tôi xuống núi, quay lại tu viện Dringung Til. Khi xuống đến sân tu viện thì đã thấy hai chiếc xe của công ty vệ sinh thành phố vừa chở thêm hai thi hài đến, các thi hài này được đặt dưới tầng hầm nhà quàn của tu viện để sáng hôm sau tiếp tục đưa lên núi thiên táng. Anh hướng dẫn hóng chuyện ở đâu đó nói lại: «đã có năm thi thể được đặt dưới tầng hầm nhà quàn chùa nữa rồi!!!!» ■

Tiếp theo tr.56 Lúc ấy ba tôi đã sững người, nhưng ông chỉ im lặng. Cái im lặng của ông làm tôi hiểu, ông không thể ngăn cản suy nghĩ của tôi vì ba không thể tìm ra dù chỉ một lý do để tôi có thể thương hai người ấy. Nhưng, tối đó, lần đầu tiên tôi thấy ba khóc, có lẽ ba bất lực trong việc gắn kết chúng tôi lại với nhau. Mẹ tôi đã nói chuyện với tôi đêm đó rất lâu, về nỗi đau của ba, nhưng rốt cuộc ba cũng chỉ là một người con…

Những năm cấp ba, gia đình tôi lại đón Tết với nhau và ba không ép tôi về thăm ông bà nữa.

Lên đại học, tôi xa ba mẹ đi học xa. Tôi giấu ba mẹ chuyện dọn tới trọ gần nhà ông bà, và cũng giấu ông bà thân phận thật của mình. Ông bà tôi vốn khó tính ít giao tiếp với người lạ, nhưng vì tuổi già sức yếu, có một cô sinh viên trẻ đến dọn sát bên, khi cần lại nhờ nên cũng dễ thân. So với lần đầu gặp từ non bảy tám năm trước, ông bà có phần yếu hơn, thỉnh thoảng, khi đi học về tôi lại tạt sang nhà phụ bà nấu cơm, trong những phút yếu lòng bà hay kể:

-Bà có một thằng con trai, có đứa cháu gái…

Nhưng rồi bà khựng lại như sợ ông nghe, tôi chợt hiểu bả cũng nhớ chúng tôi nhưng chắc ông là người cương quyết nên bà không dám cãi. Ông hay đau lưng, những lúc học bài rảnh rỗi xong tôi hay ghé nhà với lý do nhà không có tivi nên qua coi tạm, ông bà vốn đã già, khu phố lại buồn tẻ, có trẻ trong nhà xôm tụ nên cũng hối tôi qua. Hôm nào tôi không qua là cứ ngóng, khi tôi qua tôi lại hay đấm lưng cho ông, bóp chân cho bà:

-Vì con ở xa ông bà con nên khi nhìn thấy ông bà con thấy nhớ lắm, được chăm sóc ông bà như thế này, con cảm giác như đang chăm sóc ông bà con ấy.

Ông lúc này cũng đăm chiêu:

-Ta cũng có một đứa cháu, chắc trạc tuổi con như giờ.

-Vậy cháu ông đâu rồi?

-Nó ở xa – Ông nói mà đôi mắt đỏ hoe – Ngày trước, ta suy nghĩ không kỹ, đuổi cả nhà con ta đi. Giờ già rồi, thấy tất cả đều không còn quan trọng nữa, lại chẳng biết nó ở đâu. Thấy cháu như thế này, tự nhiên ta nhớ con ta, cháu ta quá.

Rồi ông khóc rưng rức làm bà cũng khóc theo. Tôi chợt nhận ra dòng máu chảy trong tôi đang có sự xáo trộn mãnh liệt, tự nhiên tôi lại thấy thông cảm cho ông bà vì nền móng cổ hủ tồn tại trong người nhưng rồi những phút cuối đời cũng không thể thắng nổi tình thân. Nhất là khi người ta càng già đi người ta càng dễ cảm thấy cô đơn, chỉ muốn có thể ở mãi bên con cháu, nhất là khi mỗi độ xuân về, người người đoàn tụ.

Tôi nắm tay ông bà hít một hơi thật sâu kể tất cả sự thật cho ông bà nghe, ông bà đi hết bất ngờ này tới bất ngờ khác, ông có hơi khựng người như chưa chấp nhận được nhưng dường như ông sợ chỉ một phút giây sai lầm sẽ hối hận nên vội ôm chầm lấy tôi, còn bà cứ túc tắc:

-Thảo nào bà cứ thấy thân quen lắm…

Những ngày cận Tết này bắt đầu trời trở lạnh thêm, nhưng câu chuyện của gia đình tôi, sự ấm áp tất cả giờ chỉ mới bắt đầu. Cho tới giờ tôi vẫn không biết cách thức lúc ấy tôi làm có sai không nhưng tôi chỉ biết, có những thứ trước khi quá muộn màng thì hãy nên gìn giữ, nhất là tình thân. Và nếu có quay lại, chắc tôi vẫn sẽ làm như vậy.

Mùa Tết sum vầy. Cuối cùng cũng đã về. ■

Diệu Danh

THÀNH KÍNH TƯỞNG NIỆM ÔN

Hòa Thượng Thích Phước An, Tăng Trưởng Hội Đồng Giáo Phẩm Trung Ương Viện Tăng Thống GHPGVNTN

Hôm nay thứ ba, mùng 2 Tết năm Bính Ngọ, con thành tâm thắp nén tâm hương để kính ngưỡng lên Ôn, vị Thầy mà con mới biết trong những ngày Ôn lâm bệnh vào ngày 28.1.2026 khi thầy Thích Thiện Minh từ trong nước gửi về hình ảnh Ôn nằm điều trị ở bệnh viện 22/12 thành phố Nha Trang đang phải thở dưỡng khí, Ôn mặc bồ quần áo màu xanh dương đậm, con hỏi thầy Thiện Minh: "Vị này là ai vậy thưa Thầy?". Thầy Thiện Minh đáp: " HT Tăng Trưởng Thích Phước An ở Đồi Trại Thủy Phật Học Viện Hải Đức Nha Trang ". Cái tên Phật Học Viện Hải Đức Nha Trang đã làm cho con như rất gần gũi, xúc động, khi đó thật sự con nghĩ chắc Ôn sẽ khỏi bệnh và ra viện thôi.

Sau đó con gửi hình Ôn bệnh cho Thượng Tọa Thích Nguyên Tạng để xin cầu an cho Ôn, con được thầy Nguyên Tạng nhắn tin: "Ôn đã tỉnh rồi", con mừng khấp khởi vì con không ngờ Thượng Tọa gần gũi với Ôn, kèm theo những hình ảnh thầy Nguyên Tạng ngồi bên Ôn uống trà nơi học viện Hải Đức Nha Trang trên đồi Trại Thủy, lúc đó con mới hiểu được nghĩa trùng trùng duyên khởi, kèm theo thầy Nguyên Tạng gửi con xem lá thư viết cho HT Phương Trượng nội dung như sau:

(...) *Con vừa có nói chuyện điện thoại với sư huynh Thông Mẫn để thăm hỏi và được biết về tình trạng bệnh duyên của Đức Trưởng lão HT Thích phước An. Theo lời Sư Huynh cho hay, tối qua Ngài đã có dấu hiệu hồi tỉnh. Chúng con thành tâm cầu nguyện đây là sự chuyển biến khả quan, chứ không phải là hiện tượng hồi dương trước giờ viên tịch.*

Hôm qua, chư vị Trưởng Lão đã vân tập và bàn thảo sơ bộ về hậu sự của Đức Trưởng lão. Theo sự thống nhất chung, lễ tang sẽ được cử hành tại chùa Hải Đức Nha Trang, nơi Ngài đã an trú và phụng sự Giáo hội Phật Giáo Việt Nam Thống Nhất suốt hơn 50 năm qua (...)

Hai hôm sau con lại nhận được thông bạch Kỳ an cho Trưởng lão HT Thích Phước An từ Viện Tăng Thống Hội Đồng Giáo Phẩm Trung Ương gửi đến Chư tôn tịnh đức Tăng già nhị bộ, thiện tín Phật tử trong và ngoài nước tùy thuận nhân duyên tổ chức các khóa lễ kỳ an, mang năng lượng công đức tu tập, phụng hành Phật sự của tứ chúng nhất tâm hồi hướng kỳ nguyện cho Đức Trưởng lão Hòa Thượng Tăng Trưởng Hội Đồng Giáo Phẩm Trung Ương Viện Tăng Thống GHPGVNTN được bệnh duyên tiêu trừ, tứ đại điều hòa, cửu trụ Ta Bà hoằng dương chánh pháp, lợi lạc quần sanh.

Thứ năm ngày 5.2.2026 nhằm ngày 18.12. Ất Tỵ từ nước Úc xa xôi, Thượng Tọa Thích Nguyên Tạng đã viết bài *Kinh Kim Cang Trong Từng hơi Thở* để tán thán công đức Ôn Phước An với tất cả sự kính ngưỡng của Thượng Tọa lên Ôn. Chúng con đọc từng chữ, từng câu Thượng Tọa diễn đạt như sống được những giây phút màu nhiệm đầy xúc động này: *Vào ngày 1.2.2026, trong căn phòng tĩnh lặng nơi Ôn Phước An đang điều trị tại bệnh viện 22/12 thành phố Nha Trang, hình ảnh TT Giác Nghĩa (Trụ trì chùa Vạn Đức & chùa Phước Trí Nha Trang) cầm quyển Kinh Nhật Tụng chậm rãi tụng kinh Kim Cang âm Hán-Việt, đã trở thành một khoảnh khắc không thể nào quên...*(xin xem bài viết này trên trang nhà Quảng Đức)...

Kèm theo trong bài viết, hình ảnh TT Giác Nghĩa ngồi bên Ôn đọc những lời kinh, Ôn nằm đó với tư thái thanh thản hòa điệu như lắng nghe, chiêm nghiệm lời Phật không có vẻ gì mệt nhọc, con rất mừng, tấm lòng thao thức của Ôn qua tư tưởng Ức Trai Nguyễn Trãi trong hai câu thơ được TT Nguyên Tạng diễn bày làm con xúc động không ít:

"Chắc chi thiên hạ đời nay
Mà đem non nước làm rày chiêm bao"

Đặc biệt TT Nguyên Tạng có giới thiệu ba cuốn sách của Ôn viết:

- Đức Phật trên cõi phù du
- Đường về núi cũ chùa xưa
- Hiu hắt Quê Hương bến cỏ hồng

nhìn hình ảnh trên bìa cuốn sách hiền hòa, êm đềm, con ước gì một ngày không xa con sẽ có được trên tay những cuốn sách để thấy được hình ảnh Ôn qua ngòi bút. Chúng con theo lời hướng dẫn của Thượng Tọa thành tâm kính nguyện lên Mười Phương Chư Phật cho Ôn mau khỏi bệnh.

Sáng ngày 8.2. 2026, vừa thức dậy con được tin nhắn của Thượng Tọa Nguyên Tạng: "Ôn Phước An chuẩn bị đi rồi, chị lo đọc bài thầy viết cho Ôn sớm nhé", kèm theo hình ảnh HT Thông Mẫn cùng quý Thầy bên lần tràng hạt niệm Phật bên giường Ôn, con nghe nhói trong tim, có thể nhanh như vậy sao?

Con tới bàn thờ kính cẩn cầm cuốn *Đại Thừa Kim Cang kinh luận* lên đọc: Văn Thù Bồ Tát hỏi Phật: Sao gọi là vô dư Niết Bàn? Thế Tôn nói: *Cứ tâm mình lặng yên không lay động, các Đức Phật trong ba đời đều đi theo con đường này, đi đến chỗ tâm bất động nên được chỗ thọ hưởng không vui mà vui, lại không có cái vui nào hơn cái vui này nên gọi là vô dư Niết Bàn.*

Hình ảnh Ôn lại hiện ra trong bài viết của Thượng Tọa Nguyên Tạng: *"Ôn Phước An bỗng mở mắt, nhẹ nhàng nhắc lại từng chữ: Thị cố Tu-bồ-đề, chư Bồ-tát Ma-ha-tát ưng như thị sanh thanh tịnh tâm, bất ưng trụ sắc sanh tâm, bất ưng trụ thanh, hương, vị, xúc, pháp sanh tâm, bất ưng trụ thanh, hương, vị, xúc, pháp sanh tâm, ưng vô sở trụ nhi sanh kỳ tâm". Ấy vậy mà Ôn nhớ rõ mồn một, nhớ như hơi thở ra vào. Nhớ như dòng máu ấm vẫn lặng lẽ chảy về tim.*

Qua lời tâm sự của TT Giác Nghĩa, TT Nguyên Tạng nhận ra rằng Kinh Kim Cang nơi Ôn Phước An không còn là chữ nghĩa, mà đã trở thành mạch sống, là tâm hành, là chỗ an trú thường nhật của một bậc tu sĩ sống trọn đời với Bát Nhã.

Kính bạch Giác Linh Ôn,

Phải chăng đây là bài pháp cuối cùng, đầy sống động mà Ôn đã giảng cho chúng nghe con lần cuối, hơi thở quyện theo lời kinh Đức Phật dạy để cho chúng con thấy rằng tất cả đều không có tự tánh mà do duyên hợp.

Hình ảnh Ôn bệnh, nhắc nhở từng lời kinh Kim Cang đã khiến chị Thanh Phi, là một thi sĩ thơ Phật Giáo của tu viện Quảng Đức viết thành bài thơ dâng lên Ôn làm mọi người đều xúc động:

"Người tâm tĩnh lặng nghe kinh
Không chuông, không mõ lặng thinh kinh về
Kim Cang nghe thoát cơn mê
Trụ nơi vô trụ tứ bề thinh không
Nghe kinh thấu rõ tiếng lòng
Kim Cang soi sáng, trăng trong lặng lờ"

Sáng 9.2.2026 nhằm ngày 22 tháng chạp năm Ất Tỵ con được tin Ôn đã quẩy gánh về Tây giữa đất trời vừa lập Xuân, cành mai trong tuyết còn đơm nụ vàng, từng cánh hoa chưa kịp tỏa hương báo hiệu sự chuyển vận của tự nhiên như trong thông bạch Tang lễ HT Thích Đức Thắng đã viết, nước mắt con trào rơi! Ôn ơi, sáng qua nhờ TT Nguyên Tạng nhắc nhở nên dù đang bị cảm nặng con đã nghe theo lời dạy của TT đọc dù giọng con chưa được tốt, nếu không con sẽ ân hận, con cảm ân Thượng Tọa biết là bao!

Nhờ TT Nguyên Tạng con biết được hành trạng của Ôn suốt một đời tu gắn bó cho Giáo Hội âm thầm, từ vụ Biến Lương Sơn với biết bao thăng trầm, Ôn vẫn trụ ở Phật Học Viện Hải Đức, nơi đào tạo Tăng tài, Ôn và HT Tuệ Sỹ như một mạch nguồn đạo nghĩa, âm thầm nhưng bền chặt, lặng lẽ và sâu xa, đủ sức nâng đỡ cả một đời tu giữa phong ba thời đại, trong bài viết "Thầy Tuệ Sỹ và Phước An, những dấu chân âm thầm trên con đường thôn dã quê hương của thầy Từ Ân mà con đã được đọc. Khi được hỏi đại ý Giáo hội còn những ai, HT Tuệ Sỹ chậm rãi nói khẽ: "Nha Trang mình còn có Phước An", câu trả lời nằm gọn trong bốn chữ bao dung ấy. **Còn có Phước An** - như một vì sao mai le lói, chưa đủ sáng để gọi là bình minh, nhưng đủ để người đi đêm không lạc đường.

Nếu quê hương Việt Nam là một con thuyền chưa chạm bến, thì hai Thầy là những người lặng lẽ ở lại, không rời thuyền khi sóng nổi, không tìm bến khác khi gió ngược. Các Thầy ngồi đó giữa tròng trành năm tháng để con thuyền không hóa thành vô chủ giữa dòng.

Các Thầy không chọn lối thoát cho riêng mình, cũng không nhảy xuống để tự cứu lấy phần yên ổn cá nhân. Các Thầy chọn ở lại với vận mệnh chung, để cùng con thuyền ấy đi qua những mùa biển động, qua những khúc sông không ánh đèn, qua những đêm dài mà im lặng trở thành hình thức cao nhất của thủy chung.

Ôn còn mãi mãi nơi này, trên ngọn đồi Trại Thủy Viện Phật Học Hải Đức Nha Trang, đã đào tạo bao thế hệ Tăng tài, đến rồi đi... trầm lặng, vĩnh cửu theo thời gian.

"Mạc vị Xuân tàn hoa lạc tận
Đình tiền tạc dạ nhất chi mai"

Con kính thành đảnh lễ Giác Linh Ôn ■

Xuân Bính Ngọ vắng Ôn Phước An

KÊU GỌI ĐÓNG GÓP MỘT MÉT VUÔNG XÂY DỰNG HỌC VIỆN PHẬT GIÁO VIÊN GIÁC

Học Viện Phật Giáo Viên Giác sẽ là một cơ sở giảng dạy về Phật học, các Ngôn ngữ Pali, Sanskrit, Tây Tạng & Việt tại Hannover, Đức (có giảng kèm tiếng Anh và tiếng Đức). Công trình xây dựng gồm 5 tầng, mỗi tầng 1000 mét vuông.

Dự kiến vào ngày 30.5.2026 lúc 11 giờ sẽ tổ chức Lễ đổ bê-tông Cột trụ đầu tiên của Học Viện.

Chúng tôi kêu gọi cúng dường một hay nhiều lần cho một mét vuông xây dựng, trị giá 1.500,- Euro. Cúng dường xin chuyển vào tài khoản sau đây:

Người nhận: Pagode Viên Giác
Nhà Bank: Sparkasse Hannover
IBAN: DE 90 2505 0180 0910 5706 55
BIC (SWIFT-Code): SPKHDE2HXXX

Thích Thiện Thuận

BƯỚC CHÂN VÔ TẬN

(Kính lễ đức hạnh và tâm nguyện lợi sanh của Hòa thượng Phương trượng chùa Viên Giác, Đức Quốc, thượng NHƯ hạ ĐIỂN)

Trong giáo lý Duyên khởi, một đóa hoa sen nở không tự nhiên mà có, nó kết tinh từ bùn nhơ, nước sạch, ánh sáng và bàn tay người chăm sóc. Cũng vậy, sự vững chãi của Phật giáo Việt Nam tại Úc Châu hay Âu Châu hôm nay không tự nhiên thành hình, mà chính là kết quả của những nhân duyên thâm sâu, được vun bồi bởi những bước chân hoằng pháp không biết mỏi mệt của các bậc Cao tăng. Trong số đó, Hòa thượng Thích Như Điển - Phương trượng chùa Viên Giác ở tại Đức Quốc - hiện thân như một "Như Lai sứ giả", viết tiếp những trang sử truyền bà Phật pháp huy hoàng của Phật giáo Việt Nam nơi hải ngoại.

Nơi Hòa thượng, phảng phất tinh thần "Vị pháp vong xu" qua các thời đại mà không phải luận bàn thêm ý vị, nơi đó chỉ là sự trác tuyệt về nhân cách, sự cao thâm về lão thông giáo nghĩa, sự tinh tế về tương giao xã hội, và cả sự nghiêm túc về tổ chức hoằng pháp.

Nhìn vào hành trình của Hòa thượng, dẫu gần tám mươi tuổi vẫn không quản ngại 30 tiếng bay, vượt vạn dặm trùng dương để chứng minh cho Khóa Tu Học Phật Pháp Úc Châu kỳ 23, chúng con lại bồi hồi nhớ về những bậc tiền nhân.

Lịch sử ghi dấu Ngài Pháp Hiển[1] ở tuổi lục tuần vẫn đơn độc sang Tây Trúc[2] tìm kinh; Ngài Huyền Trang[3] với đại nguyện *"Ninh hướng Tây thiên nhất bộ tử, bất hồi Đông độ bán bộ sinh"*[4] (Thà bước một bước về phương Tây mà chết, còn hơn lùi lại phương Đông nửa bước mà sống). Tại Việt Nam, những bậc cao tăng như Khương Tăng Hội[5] hay Tỳ-ni Đa-lưu-chi[6] cũng đã vượt ngàn dặm xa xôi để gieo hạt giống Bồ-đề vào đất Giao Châu[7] xưa để có nền tảng vững chãi cho tòa nhà Phật giáo Việt Nam được kiên cố và lan tỏa tinh thần phụng

---

1 Pháp Hiển (法顯; 337 - khoảng 422): Đại sư và dịch giả Phật giáo Trung Quốc, người đã đi bộ từ Trung Quốc đến Ấn Độ, thăm nhiều địa điểm Phật giáo thiêng liêng ở Tân Cương, Pakistan, Ấn Độ, Nepal, Bangladesh và Sri Lanka từ năm 399 đến năm 412 để sưu tầm các bản kinh của Phật giáo. Cuộc hành trình của Đại sư được ghi lại trong tác phẩm *Phật quốc ký* (佛國記).

2 Tây Trúc: cách gọi của Trung Quốc đối với Ấn Độ cổ đại.

3 Huyền Trang (玄奘; khoảng 602-664): thường được gọi là Đường Tam Tạng hay Đường Tăng, là một cao tăng Trung Quốc, một trong bốn dịch giả lớn nhất, chuyên dịch kinh sách Phạn ngữ ra tiếng Hán. Đại sư cũng là người sáng lập Pháp tướng tông (法相宗), một dạng của Duy thức tông (唯識宗) tại Trung Quốc. Danh hiệu Tam Tạng được giới tăng sĩ tôn xưng để tôn vinh Ngài là người tinh thông cả Tam tạng Kinh điển Phật giáo.

4 宁向西方一步死，不回东土半步生

5 Khương Tăng Hội (康僧會; ? - 280): được xem là thiền sư đầu tiên được ghi nhận trong lịch sử Phật giáo Việt Nam. Trong *Việt Nam Phật giáo Sử luận*, tác giả Nguyễn Lang cho rằng Khương Tăng Hội là Sơ Tổ của Thiền tông Việt Nam. Nhưng pháp Thiền, cũng như các tài liệu Phật giáo mà Khương Tăng Hội truyền bá, dịch thuật là Kinh *An Ban Thủ Ý* - tức là thiền quán hơi thở chứ không phải Thiền tông.

6 Tỳ-ni Đa-lưu-chi (毘尼多流支, ? - 594): là một Thiền sư người Ấn Độ là môn đệ đắc pháp của Tam tổ Tăng Xán từng sang Trung Quốc tham học. Cuối đời, Ngài xuống phương Nam truyền pháp và được tôn xưng là Tổ khai sáng thiền phái Tỳ-ni-đa-lưu-chi tại Việt Nam.

7 Giao Châu (交州): một châu hoặc phủ thời xưa, bao trùm vùng đất miền Bắc Việt Nam ngày nay. Ban đầu, Giao Châu còn bao gồm một phần đất của Quảng Tây và Quảng Đông thuộc Trung Quốc ngày nay.

sự - nhập thế khắp mọi nơi.

Hòa thượng Thích Như Điển chính là sự tiếp nối sống động của tinh thần ấy. Lần thứ 50 Ngài đến Úc không chỉ là một con số, mà là 50 lần Ngài đem trái tim từ bi và trí tuệ làm nhịp cầu, nối liền truyền thống Phật giáo Việt Nam và hiện đại, nối liền cội nguồn dân tộc với xứ sở tha phương, nối liền tình đời ý đạo đến với bà con Việt kiều Hải ngoại.

Không có gì là quá, khi Hòa thượng thấu hiểu triết lý duyên sinh và sự xác lập nguồn cội ngay trong đời sống tha hương với hạnh nguyện của một tu sĩ Phật giáo thuần túy suốt hơn nửa thế kỷ.

Trong ánh sáng của triết lý Duyên sinh, không có sự bắt đầu hay kết thúc độc lập. Khi Hòa thượng nhắc về kỷ niệm năm 1978 với chú Sa-di Thích Đồng Trung, hay khoảnh khắc cụ bà Diệu Từ đảnh lễ sau 47 năm gặp lại, chúng con nhận ra rằng: Mỗi lời pháp của Hòa thượng gieo xuống năm xưa đã trở thành cái nhân lành, để hôm nay quả đẹp là một nền Phật giáo Úc Châu trang nghiêm, vững chãi.

Đặc biệt, tâm huyết của Hòa thượng trong việc đề nghị tôn xưng Ngài Đàm Hoằng là Sơ Tổ tông phái Tịnh độ Việt Nam là một đóng góp học thuật mang tính lịch sử. Kinh *Pháp Hoa* dạy rằng: *"Chư Phật vì một đại sự nhân duyên duy nhất mà xuất hiện ở đời, đó là khai thị chúng sinh ngộ nhập Phật tri kiến"*. Việc Hòa thượng truy tìm căn nguyên, xác lập dòng truyền thừa cho Tịnh độ tông không chỉ là công tác khảo cứu, mà là lòng hiếu thảo với Tổ sư, là trách nhiệm bảo tồn mạch đạo cho muôn đời sau.

Không thể phủ nhận sự uyên bác của Người tại phiên vấn đáp Phật lý, minh chứng về trí tuệ soi sáng thực tại trong đời sống của bậc chân tu thạc đức: Tại Portsea, 61 câu hỏi từ căn bản đến chuyên sâu đã được Hòa thượng giải đáp bằng phong thái từ tốn, khiêm cung, tận tường. Đây chính là tinh thần Vô sở úy của bậc hành giả Đại thừa. Ngài không chỉ giảng giải chữ nghĩa trong kinh *Kim Cang, Pháp Hoa*, mà Ngài biến chúng thành những liều thuốc trị liệu cho những nỗi đau rất thực: bất hòa gia đình, bệnh tật, vô thường.

Thiền ngữ có câu: *"Sắc thân là bọt nước, trí tuệ là đại dương"*. Dẫu thân xác có mỏi mệt vì những chuyến bay đêm, nhưng trí tuệ của Ngài vẫn thường chiếu như ngọn đuốc, giúp hàng hậu học chúng con quay về soi sáng chính mình, sống đúng với tinh thần Giới - định - tuệ giữa một xã hội đầy biến động.

Một hành trình không nghỉ, minh chứng hạnh nguyện lợi tha bất từ bì quyện của Người: Sau khi khóa tu viên mãn, Ngài vẫn tiếp tục dấn thân: từ Mildura xa xôi đến Adelaide dâng hương tưởng niệm Ân sư, rồi Sydney thăm bào huynh , sau đó lại sang Thái Lan, Ấn Độ... Bước chân Ngài đi đến đâu, hoa sen chánh pháp nở rộ đến đó. Ngài sống trọn vẹn với tôn chỉ: Phụng sự chúng sanh là cúng dường chư Phật.

Nghĩ đến sự quên nhọc tự thân khi ngược xuôi hoằng pháp suốt nửa thế kỷ khắp các châu lục của Hòa thượng, con chợt nhớ lời nhắn của Đại sư Thật Hiền[8] trong tác phẩm *Phát Bồ-đề tâm văn* mà phấn chấn tâm tư về đạo mạch Phật pháp được trường lưu, hiển hách qua hạnh nguyện của Người: "*Nguyện lập thì có thể độ chúng sanh, tâm phát thì Phật đạo có thể thành. Nếu không phát tâm rộng lớn, không lập cái nguyện vững bền kiên cố, thì dù trải qua nhiều kiếp như số vi trần, cũng vẫn y nhiên ở trong vòng luân hồi.*"[9] Đáng kính thay!

Hòa thượng chính là đại thọ giữa tòng lâm, là bóng mát cho chúng con nương tựa. Ngài dạy chúng con bằng chính cuộc đời Ngài: ***Rằng hoằng pháp không phải là ngồi trên tòa cao, mà là dấn thân vào những nơi gian khó nhất với một tâm thế khiêm cung nhất.***

Chúng con xin thành tâm đảnh lễ, cầu nguyện Hòa thượng pháp thể khinh an, tuệ đăng thường chiếu, để chúng con còn mãi được sưởi ấm dưới ánh sáng từ bi, trí tuệ của Ngài. ■

Viết tại thư phòng chùa Vạn Thiện, núi Thị Vải
27/01/2026.

---

8 Đại sư Thật Hiền (實賢, 1686-1734): hiệu Tỉnh Am, là một vị cao tăng đời Thanh của Trung Quốc. Ngài vừa đồng thời là tổ sư của Thiền tông và Thiên thai tông, vừa được tôn xưng là vị tổ thứ 11 của Tịnh độ tông tại Trung Quốc.

9 願立則眾生可度；心發則佛道堪成。苟不發廣大心，立堅固願，則縱經塵劫，依然還在輪迴。

TIN SINH HOẠT CỘNG ĐỒNG

Đại Nguyên thực hiện

CHƯƠNG TRÌNH TRỢ GIÚP THƯƠNG PHẾ BINH VNCH (ĐỢT XVII)

Sáng thứ Bảy, ngày 24/01/2026 những Thương Phế Binh Việt Nam Cộng Hòa (TPB-VNCH) đến từ 19 Tỉnh Thành Miền Nam đã về Giáo xứ Đức Mẹ Hằng Cứu Giúp, 38 Kỳ Đồng, Quận 3 để nhận sự trợ giúp của quý vị ân nhân trong và ngoài nước.

Tổng số TPB-VNCH quy tụ cho lần thứ XVII là 259 người. Chương trình đã trao quà, tiền xe đi lại, khám chữa bệnh, phát thuốc, hỗ trợ viện phí, "bữa ăn yêu thương" cho các ông TPB-VNCH.

Trong đó, số tiền giúp cho TPB-VNCH gồm:

– Số tiền còn lại từ đợt trước (đợt XVI ngày 31/05/2025): 576.244.835 VND

– Số tiền quý ân nhân trong và ngoài nước ủng hộ từ ngày 01/06/2025 đến ngày 24/01/2026: 727.869.679 VND

– Cùng với số tiền được Linh mục Trương Hoàng Vũ bàn giao là : 1.946.805.205 VND

Tổng số tiền có là: 2.674.674.884 VND

Cụ thể, chương trình đã dành phí cho đợt XVII là: 562.300.000 VND

Còn lại: 2.112.374.884 VND

Chúng tôi xin chân thành cảm ơn quý ân nhân trong và ngoài nước luôn đồng hành trợ giúp để chương trình trợ giúp TPB-VNCH được hoàn thành trong tình bác ái chia sẻ Kitô giáo. Xin Thiên Chúa chúc lành cho quý vị, nhất là ban bình an, tình yêu thương cho các ông TPB-VNCH! (Truyền Thông Đền Đức Mẹ Hằng Cứu Giúp)

TẾT BÍNH NGỌ CỦA HỘI NGƯỜI VIỆT TỴ NẠN CS tại Đức.

(Viên Giác số Xuân 271 nhận tin trễ chưa đăng tải là: Bremen, Nürnberg, München, Stuttgart, Recklinghausen...)

-Hội Người Việt Tỵ Nạn Cộng Sản tại Bremen e.V. tổ chức Tết Nguyên đán Bính Ngọ tại Bremen vào Thứ bảy 21.2.26

-Hội Người Việt Tỵ Nạn Cộng Sản tại Nürnberg & vùng phụ cận tổ chức Tết Nguyên đán Bính Ngọ tại Nürnberg vào Thứ bảy 14.3.26 Südpunkt - Zentrum für Bildung und Kultur, Pillenreuther Str.147, 90459 Nürnberg

-Hội Người Việt Tự Do München và Bayern tổ chức văn nghệ Tết chiều ngày thứ Bảy 28.2.2026 từ 16:00 đến 22:00 tại Jugendtreff Hasenbergl 's Dülfer, Dülferstraße 34, 80933 München. Chương trình bắt đầu từ 17 giờ cho đến 22:00 có phần xổ Tombola lấy lộc đầu năm.

-Chùa Tâm Giác München: Ngày 21.2.2026 từ 17:30 Chi Hội Phật tử Việt Nam tỵ nạn CS München và vùng phụ cận. Tổ chức văn nghệ mừng Xuân chủ đề *„XUÂN AN LÀNH“.* Tại ATSV Kirchseeon e.V., Sportplatzweg 7, 85614 Kirchseeon.

-Recklinghausen. Thứ bảy ngày 28.2.2026 từ 18:00 chương trình văn nghệ mừng xuân Bính Ngọ chủ đề *„TÔI YÊU TIẾNG NƯỚC TÔI“* tại Bürgerhaus Süd Körnerplatz 2. Recklinghausen 45661.

XUÂN YÊU THƯƠNG TẠI BODELSHAUSEN:

Chiều 14.02.2026, tại Bodelshausen, Hội Xuân Bính Ngọ với chủ đề "*XUÂN YÊU THƯƠNG*", của cộng đoàn Công giáo Việt Nam thuộc giáo phận Rottenburg, Stuttgart khai mạc với thánh lễ trang nghiêm, quy tụ đông đảo giáo dân Việt – Đức. Không chỉ là ngày hội văn hóa, đó còn là một lời nhắc về hành trình tìm Tự Do của người Việt tỵ nạn. Linh mục trẻ Lê Anh Tuấn, thế hệ thứ hai của thuyền nhân tỵ nạn CS, giảng về biểu tượng Con Ngựa: can đảm, độc lập và tự do. Những giá trị ấy từng giúp dân tộc Việt Nam đứng vững trước các thế lực ngoại xâm và chế độ độc tài. Người Việt định cư ở Đức hội nhập rất thành công tốt đẹp, thế hệ thứ hai rất thành đạt trên con đường học vấn... và không quên tri ân bà Christel Neudeck và cố TS Rupert Neudeck. Cảm ơn chính quyền và nhân dân Đức đã mở rộng vòng tay nhân ái cứu vớt hơn 11.000 thuyền nhân Việt Nam ở biển Đông trên hành trình vượt biển tìm Tự Do. Nước Đức là quê hương thứ II của người Việt tỵ nạn CS.

Sau thánh lễ là phần sinh hoạt văn nghệ qua

nhiều mục: múa lân, đơn ca, hợp ca, trình diễn áo dài, võ thuật... Hội xuân ấm áp, chương trình văn nghệ rất hấp dẫn, ca sĩ Vĩnh Điệp với nhạc phẩm "Ta Phải Nhớ" vang lên như một lời nhắc: Nhớ những người lính chiến đấu cho tự do cho miền Nam đã hy sinh, những thuyền nhân vượt biển chết bị phong ba bão táp đánh chìm ghe tàu, bị hải tặc cướp giết ...

Toàn bộ tiền lời của hội xuân được dành cho hai dự án: hỗ trợ trẻ khuyết tật mồ côi tại Việt Nam và ủng hộ sáng kiến nhân đạo của bà Christel Neudeck. Xuân nơi xứ người là sự kết nối giữa đức tin, ký ức và trách nhiệm...

-WESTMINSTER California. Thứ bảy ngày 21.2.2026 Cộng Đồng Người Việt tại nam California diễn hành Tết tưng bừng thực hiện trên đường Bolsa, trước Thương xá Phước Lộc Thọ là khán đài chính, hàng chục ngàn đồng hương tới tham dự. Các cơ quan truyền thông, truyền hình trực tiếp tường trình.

Quan khách tới tham dự có Thứ trưởng Hải Quân Hoa Kỳ ông Hùng Cao, hai Dân Biểu liên bang Derek Trần và Lou Correa; nơi cấp tiểu bang có Dân Biểu tiểu bang Trí Tạ, tại Quận Cam tham dự Diễn Hành Tết có Giám sát viên Janet Nguyễn, và dĩ nhiên là có phía chủ nhà: Thị trưởng Westminster là Nguyễn Mạnh Chí, Phó Thị Trưởng là Mark Nguyễn, các nghị viên Nam Quan Nguyen, Amy Phan West , Carlos Manzo và nhiều quan chức khác ở cấp Học khu, trường học... Tổng cộng, có 80 phái đoàn tham dự Diễn Hành. Theo ước tính trong bản thông cáo của Thành phố Westminster, số người tham dự có khoảng hơn 15,000 người.

Được mời phát biểu, Thứ trưởng Hùng Cao nói rằng có một loại cây đặc biệt là rễ ngắn, nhưng khi mọc gần nhau thì các rễ các cây đan vào nhau và giông bão không đánh ngã các cây này được.

Thị trưởng Charlie Nguyễn Mạnh Chí trong bài diễn văn nhấn mạnh chủ đề là Xuân Đoàn Kết: "Năm Bính Ngọ tượng trưng cho sự mạnh mẽ, tự do, và kiên trì và mời chúng ta cùng nhau bước vào năm mới với sự tự tin và quyết tâm. Trong tinh thần này, chúng ta cùng nhau chào mừng "Xuân Đoàn Kết" với tinh thần tập thể gắn bó cộng đồng. Trải qua những thay đổi và thử thách và qua việc tiếp tục gìn giữ các truyền thống văn hóa, cộng đồng chúng ta vẫn luôn gắn bó và kiên cường. Diễn hành Tết là một lễ hội rực rỡ thể hiện tinh thần đoàn kết, và hy vọng một tương lai thịnh vượng.

Chương trình văn nghệ (như múa, nhạc cảnh quê hương của Câu Lạc Bộ Tình Nghệ Sĩ, sôi động qua tiếng trống của Đoàn Trống Thiên Ân, pháo nổ liên hoàn do 5 nghị viên khai hỏa... Đoàn múa lân có 8 con lân múa trong nghi thức khai mạc.

Xướng ngôn viên „MC" cô Leyna Nguyen, người từng là gương mặt truyền hình CBS và cô từng thắng giải Emmy cho các hoạt động xuất sắc trên làn sóng TV. Nhạc sĩ Nam Lộc (cũng là người nổi tiếng trong hoạt động di trú giúp cộng đồng trong chức vụ Giám đốc Bộ phận Di trú & Tỵ nạn tại Tổ chức Từ thiện Công giáo, Tổng Giáo phận Los Angeles (CCLA).

Diễn Hành Tết rất trang nghiêm, đại diện các Tôn giáo trong cộng đồng Việt (Hội Đồng Liên Tôn) phát biểu, phía Hoa Kỳ do Tuyên Úy Sở Cảnh Sát Westminster phát biểu... Diễn Hành Tết 2026 là cuộc diễn hành về văn hoá trường tồn của người Việt hải ngoại.

Thông báo nhờ đăng của Liên Hội Người Việt Tỵ Nạn tại Cộng Hòa Liên Bang Đức e.V. (Bs. Hoàng Thị Mỹ Lâm).

Liên Hội NVTNCS tại CHLB Đức kính mời quý Đoàn thể và Cá nhân đến tham dự lễ Tưởng niệm Ngày Quốc Hận lần thứ 51 tại Berlin vào *Thứ bảy 25.04.2026 từ 13:30 giờ đến 22:00 giờ* với chương trình như sau:

*Từ 13:30 đến 14:30 giờ:: Biểu tình trước Sứ Quán Việt Cộng, Elsenstr. 3 / 12435 Berlin.

*Từ 16:00 đến 17:30 giờ: Biểu tình tại Brandenburger Tor, Pariser Platz/10117 Berlin và tuần hành đến Reichstagsgebäude, Platz der Republik 1, 11011 Berlin.

*Từ 18:30 đến 22:00 giờ: Hội thảo và văn nghệ chủ đề Tự Do và Nhân Quyền Việt Nam.

Liên lạc:

Ông Nguyễn Văn Rị, Tel. 0155 6224 8081 ■

hộp thư Viên Giác

Trong thời gian qua VIÊN GIÁC đã nhận được những thư từ, tin tức, tài liệu, bài vở, kinh sách, báo chí của các Tổ Chức, Hội Đoàn, Tôn Giáo và các Văn Thi Hữu khắp các nơi gửi đến.

- **Đức**: HT Thích Như Điển, Ngô Văn Phát, Đại Nguyên, Thi Thi Hồng Ngọc, Tịnh Ý, Nguyên Hạnh HTD, Thiện Tâm (GĐPT), Trương Ngọc Thanh, Lương Nguyên Hiền, Diệu Danh, Hương Cau.
- **Pháp**: Hoang Phong, Chúc Thanh.
- **Bỉ**: Nguyên Trí Hồ Thanh Trước.
- **Thụy Sĩ**: Trần Thị Nhật Hưng. Song Thư TTH.
- **Ý**: Trương Văn Dân, Huỳnh Ngọc Nga.
- **Áo**: Nguyễn Sĩ Long.
- **Hòa Lan:** Hà Bạch Trúc, Nguyễn Hoàn Nguyên.
- **Hoa Kỳ**: Thích Chúc Hiền, Tuệ Nga, Lâm Minh Anh, Nguyễn Minh Tiến, Tiểu Lục Thần Phong, Thu Hoài.
- **Việt Nam**: Ht. Thích Thái Hòa, Bs. Đỗ Hồng Ngọc, Tịnh Bình, Lê Hứa Huyền Trân, Tôn Nữ Mỹ Hạnh, Nguyễn An Bình

*** THƯ & SÁCH BÁO**

-Đức: Buddhismus aktuell 1/2026. Tibet & Buddhismus Nr.133.

-Pháp: Bản Tin Khánh Anh số 147.

-Taiwan: Hai Ch'ao Yin Bi – Monthly Volume 107/01-2026.

CẢM TẠ

Nam Mô A Di Đà Phật,
Ngày 13/02/2026 là ngày an táng thân phụ chúng con tại Aurich, Đức quốc, là

Ưu Bà Tắc Thái Văn Mùi, Pd. Đức Thăng

Sanh ngày 01 tháng 01 năm 1931, mất ngày 10.02.2026, nhằm ngày 23 tháng 12 năm Ất Tỵ, thượng thọ 95 tuổi.

- Chúng con xin thành tâm kính lễ tri niệm thâm ân: Hòa Thượng Phương Trượng, chư Tôn Đức Tổ Đình Viên Giác và chư Tôn Đức Tăng Ni từ các tự viện khác ở nước Đức.
- Chúng tôi xin chân thành cảm tạ quý Ban Hướng Dẫn GĐPTVN tại Hải Ngoại, quý Ban Hướng Dẫn GĐPTVN tại Hoa Kỳ, Canada, Úc Đại Lợi, Âu Châu, quý Ban Hướng Dẫn GĐPTVN tại Pháp Quốc, Đức Quốc đã gửi điện thư phúng điếu chia buồn; quý vị quan khách, quý Bác Gia Trưởng, quý anh chị Huynh Trưởng đến từ khắp miền nước Đức; GĐPT Chánh Giác, GĐPT Minh Hải, Chi Hội Phật Tử Aurich-Norddeich; quý bà con thân hữu, sui gia, bạn bè gần xa đã không quản ngại đường sá xa xôi, thời gian bận rộn, đến thăm viếng, phúng điếu, cầu nguyện, chia buồn và tiễn đưa thân phụ chúng con về nơi an nghỉ cuối cùng.

Trong lúc tang gia bối rối, nếu có điều gì sơ suất trong việc tiếp đón kính mong chư Tôn Đức và toàn thể quý vị niệm tình hoan hỷ lượng thứ cho.

Chúng con/ chúng tôi đã nhận được số tịnh tài phúng điếu trong ngày tang lễ là 4.000€ (không tính số chuyển thẳng vào trương mục Chùa Viên Giác) và đã chuyển tất cả để cúng dường công trình Xây dựng Học Viện Phật Giáo Viên Giác. Nguyện cầu hồng ân Tam Bảo, chư Long Thiên Hộ Pháp thùy từ gia hộ cho công trình xây dựng Học Viện sớm được thành tựu.

Nam Mô Hoan Hỷ Tạng Bồ Tát Ma Ha Tát.

Thiện Mỹ Thái Văn Anh & toàn thể tang quyến

PHÂN ƯU

Nam Mô Tiếp Dẫn Đạo Sư A Di Đà Phật
Được tin
Thân phụ của Đạo hữu Thiện Mỹ Thái Văn Anh, Huynh trưởng Trưởng Ban Hướng Dẫn GĐPTVN Âu Châu là:

Cụ Ông Thái Văn Mùi, Pd. Đức Thăng

Sanh năm 1931, đã vãng sanh vào ngày 10.02.2026, nhằm ngày 23 tháng 12 năm Ất Tỵ,
tại Aurich, Đức quốc. Thượng thọ 95 tuổi.
Nhất tâm cầu nguyện Hương Linh Phật tử Pháp danh Đức Thăng, Trượng Thừa Oai đức Tam Bảo và
Đại nguyện của Đức Bổn Tôn A Di Đà Như Lai,
VÃNG SANH TỊNH ĐỘ.
Thành kính Chia Buồn
và Nhất Tâm Cầu Nguyện.

HT Phương Trượng, Thượng Tọa Trụ Trì và Tăng Ni Chúng Tổ Đình Viên Giác Hannover | Hội Phật Tử Việt Nam Tỵ Nạn tại CHLB Đức | Ban Hướng Dẫn GĐPTVN tại CHLB Đức | Ban Biên Tập và Cộng Tác Viên Tạp Chí Viên Giác.

PHÂN ƯU

Nhận được tin buồn

Phật Tử Trần Thị An,
Pháp danh: Diệu Lạc

Sanh ngày: 25.12.1936
Mất ngày: 24.02.2026
(nhằm ngày 08.01 năm Bính Ngọ)
Thượng thọ 91 tuổi

Chi Hội Phật Tử VNTN tại Saarland-Trier & VPC chân thành Phân Ưu cùng gia đình. Đồng thời thành kính cầu nguyện cho Hương linh Đạo Hữu Diệu Lạc Trần Thị An sớm được vãng sanh miền Cực Lạc.

Được tin buồn

Cụ Bà TÔ THỊ TƯ
Pháp Danh Nguyệt Thiện Châu

Sinh năm 1935

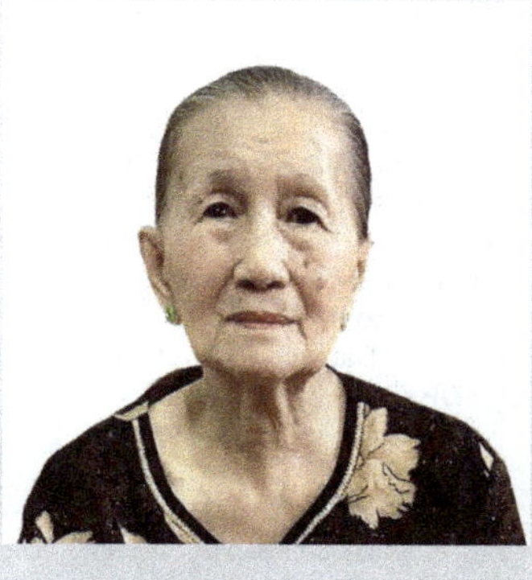

là thân mẫu anh Dương Ngọc Hải (Bremerhaven),
đã vãng sanh lúc 16 giờ 15, ngày 19 tháng 2 năm 2026, (nhằm ngày 03 tháng Giêng năm Bính Ngọ),
tại tỉnh Long An. Việt Nam.
Hưởng Đại Thọ 92 tuổi.

Chúng tôi thành kính chia buồn với gia đình quý anh chị Ngọc Hải và Hoàng Oanh cùng toàn thể tang quyến. Thành tâm nguyện cầu Hồng Ân Tam Bảo thùy từ gia hộ hương linh Cụ Bà sớm vãng sanh về Cực Lạc Quốc.

Đồng thành kính phân ưu.
Gia đình Hà & Trung (Bremen) | Gia đình Hằng & Út (Bremen) | Gia đình Hoa và Hùng (Bremen) | Gia đình Lan & Kiên (Bremen) | Gia đình Nga († Long- Bremen) | Gia đình Phấn & Liêm (Osterholz-Scharmbeck) | Gia đình Phượng & Dieter (Bremerhaven) | Gia đình Phượng & Định (Bremen) | Gia đình Thanh Mỹ (Việt Nam) | Gia đình Thanh Thủy (Việt Nam) | Gia đình Trang & Việt (Bremerhaven) | Gia đình Tuyền và Đạt (Bremerhaven).

phương danh cúng dường

(Tính đến ngày 28.02.2026)

Trong thời gian gần đây, Chùa Viên Giác có nhận được tiền của quý Đạo Hữu gửi bằng cách chuyển qua Ngân Hàng hay bằng Bưu Phiếu, nhưng không ghi rõ mục đích. Thí dụ như Cúng Dường, Tu Bổ Chùa, Ấn Tống Kinh, Pháp Bảo v.v...

Ngoài ra có Đạo Hữu nhờ người khác đứng tên chuyển tiền nhưng không rõ chuyển tiền giùm cho ai để Cúng Dường hoặc thanh toán vấn đề gì. Do đó khi nhận được tiền, Chùa không thể nào ghi vào sổ sách được.

Để tránh những trở ngại nêu trên, kính xin quý Đạo Hữu khi chuyển tiền hoặc gửi tiền về Chùa nhớ ghi rõ Họ & Tên, địa chỉ đầy đủ và mục đích để Chùa tiện ghi vào sổ sách.

Ngoài ra khi quý vị xem Phương Danh Cúng Dường xin đọc phần trên cùng là tính đến ngày?... tháng?.... để biết rằng tiền đã chuyển đi ngày nào và tại sao chưa có tên trong danh sách.

Chùa có số Konto mới và Tu Viện Viên Đức cũng đã có số Konto (xin xem phía sau). Kính xin quý vị thông cảm cho.

Thành thật cám ơn quý Đạo Hữu.

Danh sách PDCD của quý Đạo Hữu & Phật Tử, chúng tôi xin phép chỉ đánh máy một lần chữ **ĐH** (Đạo Hữu) ở bên trên.

TAM BẢO

ĐH. A Mui Va 10€. Alice Kou 10€. Ân Đức Hứa Hiền & Minh Hiền Hứa Phú Kiều 150€. Anja Pekmöller 20€. Au Chau 20€. Bà Lưu Anh 50€. Bang Trong Ngo 30€. Bành Tâm Sơn 10€. Blumenthal 40€. Bùi Thị Dung 10€. Bùi Thị Hồng 50€. Bùi Thị Huệ 50€. Bùi Thị Liễu 20€. Bùi Thị Như Trang 60€. Bùi Thị Thái 10€. Bùi Thị Thanh 10€. Bùi Thị Tú 5€. Bùi Thị Tường Vy 10€. Bùi Thị Yến 30€. Bùi Thúy Hằng 10€. Bùi Văn Dân 50€. Cao Thái Dương 10€. Cao Thị Cúc 20€. Caroline Maaß 5€. Chi Thanh Leuchtweis 200€. Christian Leupold 30€. Chu Thị Bích Thủy 40€. Chung Thái An 30€. Chương Quốc Bảo 10€. Đàm Thị Lan 1,40€. Đặng Chi Bê 20€. Đặng Thị Hà 20€. Đặng Thị Hải 50€. Đặng Thị Kim Thu 20€. Đặng Thị Song Nhi 50€. Đặng Thị Tư 10€. Đặng Thị Tuyết 20€. Đặng Thị Vân Hà 20€. Đặng Văn Lương 20€. Đăng Vy 40€. Đào Diệu Linh & Nguyễn Thành Trung 50€. Đào Thị Hiền 20€. Đào Thu Thoa 20€. ĐH Đồng Nhan La Thị Ngọc Dung 50€ HHHL Lâm Thừa Trí Pd Thông Thiện. Diệu Đức Đỗ Thị Mai 20€. Diệu Hạnh 100€. Diệu Ngọc Nguyễn Thị Thu & Đồng Thành Nguyễn Thị Phương 20€ HHHL Mẹ Nguyễn Thị An Pd Đồng Sanh. Diệu Thanh Nguyễn Thị Minh (Bác năm Cà Mau) 50€. Đinh Quý Văn 10€. Đinh Thị Phương 50€. Đinh Thị Thu Hà & Giang Tuấn Vũ 20€. Đinh Thị Vân 20€. Đinh Thị Việt Anh 50€. Đinh Văn Quý 20€. Dirk Buhrau 20€. Dirle Buhma 20€. Đỗ Hữu Huy 10€. Đỗ Mỹ Anh 30€. Đỗ Nhật Linh 70€. Đỗ Quang Tùng 50€. Đỗ Thị Dung 10€. Đỗ Thị Kim Liên 20€. Đỗ Thị Thúy Vân 50€. Đỗ Thúy Quỳnh 20€. Đoàn Bảo Công 20€. Đoàn Bích Ngọc 30€. Đoàn Quý Trung 20€. Đoàn Thị Hồng Hạnh 30€. Đoàn Thị Huệ 100€. Đoàn Thị Hương Giang 70€. Đoàn Thị Tuyết 20€. Đoàn Thúy Hằng & Đỗ Công Minh 30€. Đoàn Văn Hùng 50€. Đồng Bạch Nguyễn Thị Liên 20€. Đồng Bình Bùi Thị Thái 30€. Đồng Diệu Tạ Thu Hiền 100€. Đồng Duyên Đặng Thị Mỹ Hạnh 20€. Đồng Nghiêm 50€. Đồng Nhã Bùi Thị Trang 240€. Đồng Phước Phạm Thị Lanh 50€. Đồng Thanh Nguyễn Lan Hương 20€. Đồng Thảo Phạm Thị Thu Hiền 30€. Đồng Thuận Ngô Thị Chinh 40€. Đồng Vinh & Đồng Lộc 20€. Đồng Niệm Dương Việt Đức 40€. Dương Phụng Hảo 10€. Dương Quốc Tăng 100€. Dương Thanh Sang & Hà Thị Minh Nguyệt, Dương Thanh Thanh và Dương Thanh Long 50€. Dương Thị Bích Ngọc 20€. Dương Thị Quỳnh Hoa Pd Đồng Hạnh 100€. Dương Thị Thu Thủy 20€. Eddie Lương 100€. Fam. Chong 20€. Fam. Choo 20€. Fam. Đào 30€. Fam. Đỗ Thị Hồng, Nguyễn, Hồ Ngọc Thạch, Hồ Thanh Tú & Hồ Ngọc Khuê 50€. Fam. Dương 20€. Fam. Huỳnh & Chludow Huỳnh 50€. Fam. La 10€. Fam. Le - Eitner 100€. Fam. Nguyễn 50€. Fam. Nguyễn Hữu Cường 20€. Fam. Phạm (Phạm Thị Thu Thủy) 50€. Fam. Sam-Eremin 50€. Fam. Trần Chí Thành 60€. Fam. Trần Thiện Học, Thiện Hậu, Thiện Chi & Thiện Thảo 200€. Fam. Ich Mool, Chris Mool, Stefanie Sharman & Sobhan Eson 20€. Gđ. Chử Thị Thành 50€. Gđ. Đặng Thanh Nhã 10€. Gđ. Đặng Văn Liên & Huỳnh Thị Ngọc Liên 40€. Gđ. Đh Thiện Học 100€. Gđ. Đỗ Thị Dung & Đỗ Mạnh Hoàng và Đỗ Maria Thủy Tiên 50€. Gđ. Đoàn Thị Cúc (Quân) & Trần Thị Huệ 60€. Gđ. Đồng Nhẫn Dương Xuân Trường 50€. Gđ. Dương Minh Tâm, Nadine & Michelle 50€. Gđ. HL Dương Thị Út Pd Đồng Kim 100€. Gđ. Lê Thị Thúy Huê, Kim Ngọc Trang & Kim Ngọc Huyền 50€. Gđ. Minh & Thủy 100€. Gđ. Nguyễn Đình Thiện & Ngô Thị Thơm 40€. Gđ. Nguyễn Thị Hà Phương 5€. Gđ. Nguyễn Thị Thùy Linh & Nguyễn Thị Lan Anh 40€. Gđ. Phạm Thế Hải & Phạm Thị Tám 100€. Gđ. Phạm Thị Nhung, Vũ Tuấn Anh và Vũ Thị Khánh Ngọc 50€. Gđ. Sư Cô Hạnh Ân 100€. Gđ. Thiện Học 50€ (Rằm tháng chạp). Gđ. Trần Minh Trung & Nguyễn Thị Thanh Thủy 50€. Gđ. Trần Tú Quỳnh & Nguyễn Vinh Sơn 10€. Gđ. Trịnh Thu Hòa 50€. Gđ. Uyên Tuấn 100€ cầu bình an & hòa bình thế giới. Gđ. Võ Thuật Bremen 20€. Gđ.Pt Bùi Thị Thái Pd Đồng Bình 20€. Gđ.Pt Đồng Hoa Nguyễn Thị Thu Hương 20€. Gđ.Pt Đồng Lạc Nguyễn Hùng Anh 20€. Gđ.Pt Minh Đức Huỳnh Văn Thương 40€ HHHL Hồng Thị Hóa Pd Diệu Liên & HL Diệp Đồng Ngươn Pd Đồng Sanh. Gđ.Pt Nhuận Chánh Trần Văn Việt & Ngọc Cẩn Trần Thị Lan 50€. Gđ.Pt Thiện Như Nguyễn Thị Thanh Kiều 50€. Gđ.Pt Trần Tuấn Anh & Đinh Thị Phượng 50€. Gđ.Pt Vũ Thùy Linh & Đồng Ngân 30€. Gđ.Pt. Diệu Thiện, Thiện Minh, Thiện Phúc & Trung Hạnh 20€. Gđ.Pt. Tâm Mỹ, Đồng Hòa & Đồng Nhã 50€. Gia Nghi Hồng 100€. Giang Thị Ngọc 20€. Giang Thu Tra 10€. Hà Liên 20€. Hà Thị Hồng 50€. Henrik Stadnischenko 15€. HHHL Bà Ngô Mỹ Châu 20€. HHHL Nguyễn Kim Huê Pd Hoa Khải 20€. HHHL Nguyễn Thế Cường 20€. HHHL Nguyễn Thị Hà Pd Thiện Hải 300€. HL Dương Thị Út Pd Đồng Kim 70€. HL. Đồng Lan Châu Ngọc Lan 50€. HL: Minh Tôn & Thanh Hòa 20€. Hồ Hồng Hương (Fam. Đỗ) 40€. Hoan Thị Quyên 20€. Hoang Dion Hung 20€. Hoàng Dung Doan 10€. Hoàng Hữu Long 50€. Hoàng Mạnh Thuần 20€. Hoàng Minh Tuấn 50€. Hoàng Thị Cẩm Viên 10€. Hoàng Thị Đính 50€. Hoàng Thị Hoa 400€. Hoàng Thị Hòa 20€. Hoàng Thị Hường 20€. Hoàng Thị Lan Phương 30€. Hoàng Thị Lụa 20€. Hoàng Thị Thu Hương 30€. Hoàng Thị Thùy Dương 20€. Hoàng Thị Vân Anh 20€. Hoàng Thu Hà 10€. Hoàng Thủy Tiên, Mihamed Tizyam & Boby Hoàng Tizyam 15€. Hoàng Trọng Vinh 20€. Hoàng Văn Chiến 1.000€. Hoàng Văn Hải 10€. Hoàng Văn Tuyển 20€. Hoàng Yến 50€. Huệ Linh Đỗ Nguyễn & Jan Phillip Nguyễn 10€. Hui-Ding Ernsting-Lo 20€. Huỳnh Ngọc Quyên 10€. Huỳnh Phi Phi 100€. Huỳnh Thị Hà Hưng 20€. Huỳnh Thị Ngọc Liên 20€. Huỳnh Thúy Diễm 20€. Huỳnh Diễm Thúy 20€. Jennifer Drees 250€. Jenny Martin Tran 20€. Jeroln Van Kempen, Tri Quang Lang, To Nu Lang & Alwin Van Kempen 20€. Kim Kräger Dung Pd Đồng Hạnh 5€. Kim Trạch & Dương Trạch 20€. Klaus Brinhop, Marina, Ya Wen Yang & Yasemin, Jie Yi Yang 60€. Lâm Minh Tú 30€. Lâm Tấn Khôi & Trần Kim Sương 20€. Lê Đình Hiệp 20€. Lê Đức Anh 40€. Lê Đức Hiền 5€. Lê Hải Thúy 10€. Lê Hải Vân 20€. Lê Hồng Nhung 50€. Lê Hồng Sơn 50€. Lê Minh Hà 50€. Lê Minh Trang 20€. Lê Nguyễn Hương Trà 70€. Lê Nguyên Quỳnh Trang 20€. Lê Quang Thịnh cùng gia quyến 20€. Lê Thị Anh Đào 50€. Lê Thị Kim Oanh 30€. Lê Thị Loan 20€. Lê Thị Thanh Hiền & Tạ Thị Minh Thúy 10€. Lê Thị Tuyết 20€. Lê Thị Vân 5€. Lê Văn Dung 50€. Lê Văn Phương 50€. Lee Lục Nhan Khanh 20€. Lê-Nguyễn Hương Trà 20€. Lê-Nguyễn Thị Anh 20€. Li Xiao Li 20€. Liên Nguyên Oetker 10€. Liên Tố Linh 10€. Linh, Jenny & Lisa 100€. Liu Yuan Sing 20€. Lương Lệ Bình 50€. Lương Lệ Bình Sarah 20€. Lương Mỹ Bình 30€. Lương Thị Phước 50€. Lutdu Thong Kham Savath & Bùi Quang Anh 20€. Lưu Kim Châu 50€. Lưu Thanh Hải 30€. Lưu Tuyết Hoa 70€. Lưu Văn Trung 50€. Lý Cẩm Trúc 50€. Lý Diệu Anh 70€. Lý Hồng Tiên 150€. Lý Huỳnh Ai Khanh 70€. Lý Khánh Minh (Thầy Hạnh Bổn) 1.686,12€. Mã Lệ Tuyết 20€. Mạch Mừng Tân 50€. Mai Diệu Hồng 50€. Mai Hoàng Anh 50€. Mai Hương 20€. Mai Thanh Hà 20€. Mai Thu Hương 20€. Meyer Nguyễn Thị Yến 50€. Michelle Kon 10€. Mui Trinh 20€. Nadja & Christoph 20€. Nanwiyada Huke, Heinz Huke & Taegmee Boonmee 20€. Ngạc Văn Tú 20€. Nghiêm Thị Cúc, Nguyễn Đức Phi & Nguyễn Jan Trung Đức 20€. Ngô Thị Kiều Diễm 20€. Ngô Thị Ngọc Tịnh 50€. Ngô Thiếu Lai 40€. Ngô Thiếu Lan 70€. Ngô Thu Hằng 2€. Ngô Văn Đồng 50€. Ngô Văn Thuận & Nguyễn Thị Thanh Hồng 50€. Ngô-Vương Vy-Vy 30€. Ngu Anh Vinh 50€. Nguyễn Thanh Hằng 50€. Nguyễn Anh Ngọc 10€. Nguyễn Anh Tuấn 70€. Nguyễn Ánh Tuyết 50€. Nguyễn Bích Liên 20€. Nguyễn Cao Trúc Ngân 10€. Nguyễn Đình Chương 100€. Nguyễn Đức Quang 20€. Nguyễn Đức Thành 100€. Nguyễn Hoàng Liên Sơn 608,88€. Nguyễn Hồng Phong 20€. Nguyễn Hồng Quý 50€. Nguyễn Hồng Sơn 60€. Nguyên Hương 40€. Nguyễn Hữu Minh 50€. Nguyễn Hữu Tài 10€. Nguyễn Kenng Thinh 20€. Nguyễn Kim Loan 30€. Nguyễn Mạnh Hùng 20€. Nguyễn Minh Nga 10€. Nguyễn Minh Thông 20€. Nguyễn Ngọc Bích 50€. Nguyễn Ngọc Đức 50€. Nguyễn Ngọc Hương 20€. Nguyễn Ngọc Lan 20€. Nguyễn Ngọc Lucky Thuận Pd Đồng Tâm 20€. Nguyễn Ngọc Thông 50€. Nguyễn Ngọc Tony Thanh 20€. Nguyễn Nữ Tú Oanh 10€. Nguyễn Phụng Phúc 10€. Nguyễn Phước Hạ Uyên 20€. Nguyễn Phước Hải 20€. Nguyễn Phước Hòa 20€. Nguyễn Phương Mai 20€. Nguyễn Phương Nội 20€. Nguyễn T. T. Hương 15€. Nguyễn T. T. Nhung 20€. Nguyên Thăng 20€. Nguyễn Thị Bảy 10€. Nguyễn Thị Bích Hằng 20€. Nguyễn Thị Bình 30€. Nguyễn Thị Cẩm 10€. Nguyễn Thị Chín 10€. Nguyễn Thị Đoàn 20€. Nguyễn Thị Gọn 10€. Nguyễn Thị Hậu 30€. Nguyễn Thị Hoa 70€. Nguyễn Thị Hoàng Thảo 20€. Nguyễn Thị Hồng Anh 10€. Nguyễn Thị Hồng Nhung 20€. Nguyễn Thị Hương 70€. Nguyễn Thị Khánh 20€. Nguyễn Thị Kim Chi 20€. Nguyễn Thị Lan Hiền 30€. Nguyễn Thị Leon & Cao Tuấn Tâm 50€. Nguyễn Thị Liên 20€. Nguyễn Thị Liễu & Phạm Thái Tuế 50€. Nguyễn Thị Lượt 20€. Nguyễn Thị Mai Hương 20€. Nguyễn Thị Mậu 10€. Nguyễn Thị Nga 30€. Nguyễn Thị Ngọc Anh 100€ HHHL Thái Văn Mùi Pd Đức Thắng. Nguyễn Thị Ngọc Huệ 20€. Nguyễn Thị Ngọc Lan 25€ HHHL Mẹ Nguyễn Thị Phụng Pd Đồng Phước. Nguyễn Thị Ngọc Trâm 45€. Nguyễn Thị Ngọc Tuyền 30€. Nguyễn Thị Phương Loan 60€. Nguyễn Thị Quỳnh Chi 50€. Nguyễn Thị Thanh Hải 20€. Nguyễn Thị Thanh Hằng 10€. Nguyễn Thị Thanh Tân 20€. Nguyễn Thị Thanh Thủy 50€. Nguyễn Thị Thập 20€. Nguyễn Thị Thiên Thiên 7€. Nguyễn Thị Thiết 10€. Nguyễn Thị Thìn 150€. Nguyễn Thị Thơ 20€. Nguyễn Thị Thư 50€. Nguyễn Thị Thu Hà 20€. Nguyễn Thị Thu Thanh 30€. Nguyễn Thị Thu Thủy 20€. Nguyễn Thị Thu Thủy & Nguyễn Viết Tấn 50€. Nguyễn Thị Thùy Dương 20€. Nguyễn Thị Trâm 20€. Nguyễn Thị Tuyết Mai 20€. Nguyễn Thị Vân Anh 30€. Nguyễn Thị Xuân 20€. Nguyễn Thị Xuyến 20€. Nguyễn Thu Hương 20€. Nguyễn Thùy Hương 20€. Nguyễn Thúy Phượng 20€. Nguyễn Tiến Dũng 20€. Nguyễn Trung Hiếu 50€. Nguyễn Tuyết Minh 50€. Nguyễn Văn Bình 30€. Nguyễn Văn Hiếu 50€. Nguyễn Văn Hướng 10€. Nguyễn Văn Lâm 50€. Nguyễn Văn Nguyên & Nguyễn Thị Khay 50€. Nguyễn Văn Quý & Võ Thị Ngọc Thanh 20€. Nguyễn Văn Trụ 30€. Nguyễn Viết Thống 20€. Nguyễn Xuân Nghiêm 40€. Nguyễn Thị Phương Anh 100€. Nhữ Thị Nguyệt 50€. Phạm Chí Huy 40€. Phạm Đức Hiếu 20€. Phạm Đức Thọ 20€. Phạm Minh Chiếu 50€. Phạm Minh Hoàng 20€. Phạm Minh Trang 20€. Phạm Quang Hải 100€. Phạm Quang Tiền, Phạm Vân Anh, Phạm Quang Dũng & Phạm Kiều Anna 50€. Phạm Quỳnh Anh

10€. Phạm Quỳnh Nga 50€. Phạm Thanh Lê 20€. Phạm Thị Ánh Tuyết 100€. Phạm Thị Bảo Yến 10€. Phạm Thị Bích Liên 50€. Phạm Thị Bích Ngọc 40€. Phạm Thị Hà 10€. Phạm Thị Hòa 40€. Phạm Thị Khuyên 10€. Phạm Thị Minh Hiếu 10€. Phạm Thị Ngoan 50€. Phạm Thị Thanh Huyền 10€. Phạm Thị Thu 10€. Phạm Thị Thu Trang 20€. Phạm Thị Xuân Hương 50€. Phạm Thu Hà 20€. Phạm Thu Hà & Trần Văn Việt 45€. Phạm Tiến Hạnh 50€. Phạm Văn Hùng 70€. Phạm Việt Anh 20€. Phan Ngọc Anh 100€. Phan Quang 60€. Phan Quang Hai 10€. Phan Quốc Tuấn 20€. Phan Thanh Thiên Pd Thiện Vĩ 20€. Phan Thị Bích Thủy 10€. Phan Thị Hồng Viên 10€. Phan Thị Thoa 40€. Phan Thị Thu Liễu 20€. Phan Văn Thanh 50€. Philip Thái 5€. Phùng Chí An 50€. Phùng Mạnh Cường 20€. Phùng Ngọc Tuấn 20€. Phùng Thị Bích Thủy 20€. Piotr Jonczyk 20€. Pt Đồng Chiếu Đặng Thị Hồng Vinh 50€. Pt. Đồng Hoa 20€. Pt. Nguyễn Thị Loan 40€. Pt. Phạm Thị Thanh Hiền 100€. Pt. Phạm Thu Hà & Trần Văn Việt (tức Nhuận Chánh) 50€. Quách Ái Trung 20€. Quản Thị Nhuận 30€. Quảng Phúc Đỗ Hoàng Việt Anh 50€. Quảng Tâm Đỗ Ngọc Kim Linh 10€. Quảng Tấn Vũ Anh Tuấn 100€. Quyên Lan 20€. Ruppelt Mai 20€. Sầm Tô Hà 20€. Sandra Mai 50€. Su Sa Unc Heinc - Tran 20€. Susanne 10€. Suuisa 10€. Thắm 30€. Thanh Lan Vũ Thị Thanh Huyền 20€. Thanh Otto 20€. Thị Liêng Thăng 20€. Thị Thu Hà Gille 20€. Thiện Độ Ngô Quang Đức 150€. Thiện Phú Lê Bích Lan 40€ HHHL Phạm Văn Cường Pd Đồng Phú Liên Trì. Thiện Sắc Trương Thị Anh Hoa 10€. Thu Hà (HM) 10€. Tiêu Hiến An 20€. Tiêu Thị Kim Anh 30€. Trần Bích Thuận 20€. Trần Bùi Châu 20€. Trần Chí Hiếu & Nguyễn Thị Phương Anh và Trần Hữu Đức, Trần Đức Anh 20€. Trần Đại Phong 20€. Trần Hoài Thanh 20€. Trần Hoàng Anh 20€. Trần Hùng Linh 20€. Trần Kim Ngà 50€. Trần Kinh Hưng 200€. Trần Ly Ai Phương 20€. Trần Mai Bảo Ngọc 5€. Trần Minh Thắng 5€. Trần Ngọc Huy Florian & Ting Xu 50€. Trần Ngọc Sơn 10€. Trần Ngọc Thủy 20€. Trần Ngọc Trí, Trần Thị Diệu Hiền, Ngụy Sơn Hùng, Ngụy Chơn Tâm và Ngụy Hữu Đức 50€. Trần Nguyễn Thanh Hiền 30€. Trần Nguyệt Băng 60€. Trần Quế Lăng 20€. Trần Tê Muối 20€. Trần Thị Ánh Dương 25€. Trần Thị Ánh Hồng 50€. Trần Thị Anh Vân 10€. Trần Thị Hải 40€. Trần Thị Hằng 30€. Trần Thị Hảo 10€. Trần Thị Hậu 10€. Trần Thị Hiền Lương 20€. Trần Thị Hoài Thanh 20€. Trần Thị Lý 10€. Trần Thị Mai 30€. Trần Thị Mai Christina, Paul Geipel & Bardh Sokoli 50€. Trần Thị Như Tâm 50€. Trần Thị Phương (Nguyễn Bá Dũng) 20€. Trần Thị Quang 100€. Trần Thị Thanh Hương 20€. Trần Thị Thu Thảo 15€. Trần Thị Trúc Mai 20€. Trần Thúy Hằng (Hường) 100€. Trần Trà My 20€. Trần Tuấn Anh 10€. Trần Văn Diệc 20€. Trần Văn Lâm 50€. Trần Văn Ngọc 40€. Trần Văn Vinh 30€. Trang Kim Anh 40€. Trang Lê Liên To & Trang Văn Hy 50€. Trần-Phan Hương Thảo 20€. Trịnh Anh Tuấn 50€. Trình Hoàng Thắng 20€. Trịnh Thị Hiền 10€. Trịnh Thị Phong Lan Pd Đồng Lan 130€. Trịnh Thi Sao 20€. Trịnh Thu Hiền 10€. Trịnh Văn Tuấn 50€. Trương Ngọc Nga 20€. Trương Thị Bình 30€. Trương Thị Thu Trang 20€. Tse Kam Loi 20€. Từ Thị Xuân 20€. Tuệ Đăng Nguyễn Thị Hải Yến 20€. Tuyết Chanh Knöchel 5€. Viên Trang 70€. Võ Kiều Oanh 50€. Võ Lan Hương 10€. Võ Quang Châu 50€. Vũ Bùi Mai Trâm 50€. Vũ Diệu Khánh Linh 5€. Vũ Giang 50€. Vũ Minh Nguyệt 50€. Vũ Quốc Huy 50€. Vũ Quốc Thịnh 20€. Vũ Thị Bích Phương 40€. Vũ Thị Hà 50€. Vũ Thị Khánh Ngọc 50€. Vũ Thị Thảo 20€. Vũ Thủy Tiên 50€. Vũ Trọng Anh 1.220€. Vũ Trọng Huy 10€. Vũ Trọng Thứ & Lê Thị Thược 20€. Vũ Tuấn Anh 150€. Vương Lệ Xuân Pd Cát Tường 10€. Vương Thị Hồng Hà 20€. Vương Tuyết Vân 70€. William Thái & Gangging Treng 50€. Xiang-Quoi Tegtmeyer (Chen) 10€. Yanfei Shen Schönberner 10€. Yangxi Tan 20€. Yangxi Tan 20€. Ye Qigi 50€. Ye Yongbi & Ye Xudong 50€. Yongli Xu, Alisa Mavaya Jononyk & Piotn Jononyk 40€. Zhan Wie Ming & Lay Zhan Ngọc Vui 50€. Nguyễn Thị Anh Tú (Aachen) 100€. Tâm Hiệp (Ahlten) 10€. Nguyễn Thị Chín (Arnsberg) 20€. Phạm Phương Anh (Ascheslebem) 50€. Chi Hội Phật Tử Aurich 300€. Fam. Trần - Giang (Bad Lauterberg) 20€. Lê Thị Niên (Bad-Zwischenah) 50€. Lữ Phúc Trung (Barntrup) 50€. Dennis (Barrien) 10€. Pt. Ngô Thị Thức (Barsinghausen) 30€. Trần Thị Thúy Hoa (Beimerstetten) 10€. Thiện Hằng & Trung Đạo (Benthe) 50€. Gđ. Vũ Trọng Huy & Phạm Thị Bình và Vũ Nam Phong (Berlin) 20€. Huỳnh Kim Thủy & Phạm Minh Tân 30€. Long Thanh Quan 100€. Gđ. Pt Đồng Phước (Bielefeld) 50€. Gđ. Thu Hiền Wittkowsky Pd Huệ Lương 40€. Hà Văn Chung 30€. Lương Thị Hường 20€. Lương Thị Kim Phụng 80€. Nguyễn Thị Kim Tuyến 20€. Trần Kim Anh, Trần Huy Anh và Trần Trương Anh 60€. Đỗ Hữu Hiếu (Braunschweig) 10€. Fam. Hữu Nguyên 30€. Gđ. Phan Công Tân 20€. Hải, Hồng, P. Anh & Huy 20€. Phan Thị Thu Huyền 60€. Phương Schmidt 20€. Trần Thị Hương 50€. Vũ Minh Thoa 10€. Vũ Thị Hoàng 50€. Chi Hội Phật Tử Bremen 100€. Đặng Thị Kim Loan 40€. Đức Khoa 20€. Gđ. Loan Bốn 20€. Gđ. Minh Duyên 50€. Mạnh Tùng 20€. Phan Thị Bích Thủy 10€. Phong Hùng 100€. Trần Thị Thúy Linh 70€. Trương Chân Sơn 80€. Hồ Xuân Danh (Bremerhaven) 40€. Võ Huy Thịnh (Bünde) 20€. Đinh Chánh & Kim Loan (Burgdorf) 100€. Trần Thị Kim Phúc 60€. Trịnh Thông 50€. Đặng Thị Phương Hoài Linh (Burgwedel) 20€. Võ Thị Trà 20€. Đào Thị Huyền (Celle) 20€. Fam. Barth 100€. Fam. Dương Hứa 130€. Fam. Lâm Sáng 20€. Nguyễn Thị Liên 30€. Nguyễn Thị Minh Hạnh 50€. Trần Văn Hoàn 10€. Trương Nhật Thu 50€. Stefan Bittner (Chemnitz) 50€ +đèn cầy. Ẩn danh (Darmstadt) 10€. Fam. Nguyễn Minh Hải (Delmenhorst) 100€. Mai Thanh Hương (Detmond) 30€. Nguyễn Thị Mai Hương, Nguyễn Mạnh Huy Louis & Nguyễn Đăng Thị Ngọc Diệp (Dieburg) 100€. Phạm Văn Việt (Duderstadt) 20€. Đỗ Văn Đài (Duisburg) 20€. Gđ. Thiện Lý Tăng Bích Phân 50€. Lê Minh Hoàng 50€. Nguyễn Thị Liễu 10€. Đào Thị Hồng Nguyên (Edewecht) 100€. Lương Châu Hiếu (Einbeck) 20€. Nguyễn Hữu Khương & Nguyễn Thị Thành (Eisenach) 50€. Nguyễn Văn Phong 20€. Lý Thị Hoa (Erfurt) 30€. Pt. Nguyễn Kim Quy (Erlangen) 50€. Lương Thị Huê (Esens) 20€. Nguyễn Thị Hoa 20€. Đỗ Việt Hùng (Essen) 20€. Nguyễn Hồng Anh 20€. Dương Thị Tâm Pd Nhân Phượng (France) 20€. Trương Khánh Quang 100€. Cô TN Hạnh Bình và Gđ.Pt Huỳnh Lê Diệu Hiền, Thiện Hậu, Thiện Huy, Thiện Xuân, Thiện Mỹ và Pt Thiện Đức Huỳnh Lê Diệu Phước (Frankfurt) 1.000€. Ngô Thị Thắng 200€. Pt. Đồng Phước & Thiện Đức 300€. Võ Huy Thăng 20€. Nguyễn Thị Cầm (Freiberg Sachsen) 70€. Fam. Đoàn & Mai (Garbsen) 10€. Fam. Nguyễn Minh Tuấn 50€. Hoàng Lan & Thị Nụ Nguyễn 10€. Nguyễn Thị Hạnh (Sandra) 50€. Nguyễn Thu Hiền & Sepher Rasfijant 10€. Hồ Văn Minh (Gau-Algesheim) 25€. Phan Thị Bé (Gifhorn) 10€. Loenmann Huệ Chi (Gohren) 20€. Trần Văn Minh (Goslar) 40€. Lê Việt Hai (Göttingen) 30€. Nguyễn Thị Thương 40€. Huyền Trân (Gronau/L) 20€. Lưu Thúy Nga (Gütersloh) 20€. Nguyễn Phương Thảo (Hà Nội/Việt Nam) 5€. Eki & Familie (Hamburg) 50€. Jenny Lâm 20€. Nguyễn Khánh Linh & Nguyễn Đức Lâm Sonny & Nguyễn Ben 100€. Nguyễn Thị Hương Lan (Lan Nails) 100€. Nguyễn Thị Kim Anh 10€. Staron, Jennifer Ngọc Phượng 120€. Sui Long Lâm 10€. Sư Cô TN Thông Chân 100€. Gđ. Nguyễn Thanh Bình (Hameln) 20€. Lê Thu Huê 20€. Pt. Vũ Thị Huê & Mạc Văn Trường 100€. Trịnh Xuân Phong 20€. Vũ Hồng Thanh 20€. Vũ Thị Hồng 50€. Gđ. Tạ Thanh Bình (Hammburg) 100€. Ẩn danh (Hannover) 100€. Ẩn danh (người Hoa) 50€. Anh Duẩn 50€. Bohn-Nguyên, My 20€. Đào Thu Minh 20€. Diệu Cần Nguyễn Thị Tiến 30€ HHHL Phạm Thị Bình Pd Diệu Thắng. Diệu Ngọc Nguyễn Thị Thu 20€. Đỗ Thị Thanh Tâm 30€. Gđ. Đặng Đình Thoa & Đường Thúy Hằng 20€. Gđ. Pt Ngọc Cẩn Trần Thị Lan 100€. Gđ. Thiện Học 100€. Jolie Kỳ 20€. Lê Thị Lan 30€. Lê Văn Thùy 50€. Lương Tô Tử 50€. Nguyễn Đức Thắng 10€. Nguyễn Thị Đát 10€. Nguyễn Thị Huệ & Michael Stoppel 20€. Nguyễn Thị Liên 30€. Nguyễn Thị Thanh Hà 20€. Nguyễn Thị Tuyết Nhung 20€. Pt. Đồng Xuân Hoàng Thị Lợi 10€. Pt. Đồng Xuân Hoàng Thị Lợi 10€. Thiện Phú Lê Bích Lan 10€. Tô Quang Vinh 20€. Trần Hoàng Việt 50€. Trần Nguyệt Băng & Quách Ai Trung 50€. Trần Tuấn Đạt 75€. Võ Huy Thuận 20€. Vũ Thị Hoa 20€. Vũ Thị Thu Huyền 40€. Nguyễn Phúc Hưng & Hoàng Thị Thanh Hằng và Nguyễn Hùng Cường, Nguyễn Thùy Linh (Harstedt) 40€. Nguyễn Thanh Thủy (Helmstadt) 50€. Gđ. Quách Tuấn (Helmstedt) 50€. Lê Đình Thuần 50€. Nguyễn Thị Thanh Hằng 20€. Thanh Hao Ky & Thị Mỹ Phương An 100€. Lâm Văn Hoàng (Hemmingen) 50€ HHHL Cha Lâm Văn Tốt & Mẹ Trần Thị Phụng. Trần Thị Ánh Tuyết (Herten) 50€. Gđ.Pt Nguyễn Quang Chánh & Nguyễn Thanh Thủy (Heustedt-Ulzburg) 50€. Becker Hubert, Wan Hwa Anja, Tai Fong Shyang (Hildesheim) 40€. Gđ. Hàn Chi (Hà Hữu Hán) 30€. Gđ. Phạm Văn Tuấn 100€. Nguyễn Thị Kim Nhung 90€. Phạm Thị Thùy Nga 50€. Thiện Hà Phạm Văn Tuấn 50€. Thiện Nhật Phạm Thị Thùy Nga 50€. Trần Thị Bích Nga (Hohenstein-Fr.) 50€. Gđ. Nguyễn Văn Còn & Lê Thị Vân (Ibbenbüren) 100€. Gđ. Phạm Thị Minh Luyên (Isernhagen) 20€. Hà Phước Mai (Isselburg) 120€ HHHL Ông Trần Cao tự An, Bà Trần Thị Lương, Hà Văn Tư, Bà Triệu Thị Sanh, Anh Trần Cao Châu và em Bùi Tuyết Nga. Bùi Thị Thiệt (Jaderberg) 50€. Gđ. Linh & Uyên (Karlsruhe) 100€ HHHL mẹ Lê Thị Bé. Vũ Cao 20€. Gđ. Tạ Tân Phạm Thái Tuế (Kassel) 100€. Phạm Đăng Anh Tuấn Pd An Dũng & Huệ Kiết và Thiện Bảo 100€. Fam. Văn Công (Kiel) 100€. Nguyễn Bá Mỹ (Kleinostheim) 50€. Trần Thị Mỹ Dung (Kleve) 20€. Gđ. Trần Văn Khoa (Köln) 120€. Nguyễn Thị Kim Chi (Laatzen) 50€. Phan Thị Kim Lan 200€. Pt. Trần Văn Thích & Nguyễn Thị Vân Anh 20€. Tăng Quốc Cơ 40€. Trương Mỹ Phương 50€. Nguyễn Thị Bạch Mai (Landshut) 60€. Fam. Nguyễn (Nguyễn Thị Thinh) (Lehrte) 40€. Nguyễn Thị Loan 50€. Nguyễn Thị Thu 20€. Pham Ngọc Hải & Nguyễn Thị Thu Hương 30€. Huỳnh Kim Kỳ (Leverkusen) 50€. Trần Thị Nguyên (Limburgerhof) 20€. Ẩn danh (Lippstadt) 50€. Phạm Thị Trang (Löhne) 30€. Hùng & Linh-Quách (Lübeck) 30€. Fam. Lý Quốc Thu & Lý-Nguyễn Thị Lan Phương (Lüdenscheid) 50€. Hoàng Thị Mát (Trà) (Magdeburg) 20€. Tri Minh Nga 10€. Gđ. Nguyễn Thị Kim Thanh & Nguyễn Thị Thu Hằng (Mainz) 100€. Trần Thị Nhuần (Mainz) 50€ HHHL Phu quân Hoàng Văn Lịch. Phạm Doãn Dương (Mannhheim) 100€. Lý Hoa Pd Diệu Liên (Meppen) 30€. Vũ Thị My (Metzingen) 20€. Bs. Trương Ngọc Thanh & Nguyễn Thị Huyền Linh (Minden) 100€. Nguyễn Ngọc Dan 13€. Phạm Thị Sen 50€. Trần Thị Thu 50€. Viên Hảo Hồ Thị Thu Hà (Münster) 100€. Gđ. Lục Tô Hà (Nienburg) 20€. Lee Lục Nhan Khanh 40€. Võ Văn Thắng 20€. Vũ Trọng Thử 30€. Gđ. Ngô & Phạm (Nienburg Wesen) 60€. To Ha Phan & Tu Trac Dam (Nienburg/W) 20€. Nguyễn Hiếu Nghĩa (Norderney) 20€. Trần Văn Danh & Trần Thị Phúc (Nürnberg) 50€. Lư Vương Tuyết (Oberhausen) 10€. Đào Thị Liên (Oldenburg) 30€. Gđ. Nguyễn Thị Lan Anh, Eddy Hoàng Reins 20€. Fam. Huỳnh Hoài Phú (Osnabrück) 30€. Huỳnh Cun Sầu 50€. Gđ. Thiện Trí (Paderborn) 20€. Nguyễn Văn Lợi 100€. Gđ. Bùi Đức Dũng (Papenburg) 30€. Eric Buoi Man (Peine) 20€. Hoàng Thị Hiền 20€. Nguyễn Nhiên (Pfuhl) 20€. Gđ. Phạm Thị Nhung (Quedeinburg) 100€. Nguyễn Thu Hiền (Rastede) 50€. Trần Trung Sơn 30€. Nguyễn Văn Toàn & Trần Thị Mỹ Hạnh (Rattelsdorf) 50€. Vũ Thị Ánh Tuyết (Rattingen) 10€. Bà Nguyễn Thị Liên (Recklinghausen) 50€. Nguyễn Tiến Vinh 20€. Dương Kim Oanh (Ronnenberg) 30€. Nguyễn Thị Kim Thanh 10€. Trần Cao Lệ Sương 20€. Nguyễn Thị Hằng (Rotenburg Wümme) 20€. Tôn Quốc Vinh & Bùi Thị Việt (Saarbrücken) 20€. Bùi Thúy Hằng (Salzgitter) 10€. Nguyễn Thanh Nga (Salzhemmendorf) 10€. Bích Ngọc Rüttiger (Sandberg-Langenleiten) 10€. Tô Khải Đức (Scheinfurt) 30€. Phan Thị Hạnh (Schinölln) 20€. Ngô Nhật Thành (Schleir) 30€. Danh Thị Hà (Schleiz) 10€. Trần Thị Xuân Thủy (Schwäbisch-Hall) 30€. Gđ. Nguyễn Văn Đống (Seelze) 10€. Fam. Nguyễn (Sehnde) 10€. Nguyễn Thị Hải Oanh (Solingen) 50€. Nghiêm Thị Thu Bình (Sömmerda) 20€. Xuân Richter 30€. Hùng Hường (Sondershausen) 50€. Lê Thị Liễu 10€. Nguyễn Thanh Tịnh (Springe) 10€. Thiện Phước Nguyễn Phú Đức 50€. Nguyễn Thị Thái Lan (Staßfurt) 20€. Nguyễn Minh Nguyệt (Steinhude) 40€. Gđ. Đinh & Trần (Stuhr) 50€. Nguyễn Công Thành 20€. Bùi Thị Thu Hiền (Suhl) 50€. Nguyễn Thị Mai Hương 20€. Trần Công Trúc 50€. Nguyễn Thị Quỳnh Hoa (Suhl/Thüringen) 10€. Mark, Iuane Ky Yan & Jaro Zi Xuan Schuttalbers (Wang) (Twistringen) 100€. Gđ. Bùi Văn Học & Vũ Thị Hường (Uelzen) 20€. Au Nhung (Vechta) 20€. Dương Thị Huyền 10€. Gđ. Nguyễn David 30€. Lê Quang Định 20€. Nguyễn Quang Vinh 5€. Nguyễn Văn Duyển 30€. Nguyễn Văn Ngọc 20€. Gđ. Hoàng Thị Hồng Ngân (Viersen) 20€. Tâm Đồng Trần Hải Hòa & Hứa Thị Dục Tú (Vögisheim) 40€. Đàm Thanh Thiện (Wernigerode) 20€. Lê Công Viên 100€. Nguyễn Thị Liễu 30€. Nguyễn Lê Dân & Nguyễn Thu Thủy (Wittlich)

10€. Lê Thị Hiền (Wittmund) 20€. Enrico Michael & Phan Thị Hạnh (Thị Hạnh Phan-Michael), Bùi Phan Lâm, Noah Minho Siewier (Wolfsburg) 20€. Trần Thị Hoài 30€. Triệu Duy Tuyên 10€. Trần Thị Nhài (Würzselen) 70€. Nguyễn Thị Thu Hà (Zulenroda/Triebes) 50€. Quý Phật tử ẩn danh 160€.

* Gđ. Đh Đồng Chiếu (Hannover) 100€. Gđ. Đh Ngọc Cẩn (") 100€. Gđ. Đh Đồng Phước (Bielefeld) 100€. Đồng Liên Nguyễn Thị Kim Hoa 100€. Ẩn danh 20€. Đồng Hạnh (Hannover) 50€. Thiện Nghi (") 50€. Ẩn danh (") 20€. Nguyễn Đức Hoàn (France) 100€. HHHL Dương Thị Út Pd Đồng Kim 50€. HHHL Nguyễn Thị Hà Pd Thiện Hải 50€. Thiện Vũ & Thiện Niệm (USA) 855€. Trần Thị Ba (Reutlingen) 50€. HT. Thích Trường Sanh chùa Giác Nhiên (Tân Tây Lan) 188€. C.H.P. (Úc Châu) 625€. Gđ. Thiện Mỹ Thái Văn Anh (Aurich) 500€ HHHL Thân phụ Thái Văn Mùi. Bùi Thị Nữ (") 20€. Ẩn danh (") 20€. Cô Thông Chân (Hamburg) 100€. TT. Thích Hạnh Tấn (Schönfeld) 300€. Ni Sư TN Hạnh Thông (") 100€. Đồng Thiện Tiên và gia đình 2.000€ Diệu Hương (Berlin) 100€. Lý Hương (Bad Iburg) 50€. Ni Cô Thông Chân (Hamburg) 100€. Bùi Thị Thái 20€. Phạm Thu Hà & Trần Văn Việt 50€. Đồng Liên Nguyễn Thị Kim Hoa (Hildesheim) 50€. Gđ. Ngọc Cẩn (Hannover) 200€. Cao Phan Dũng & Nguyễn Thị Thư 50€. Thiện Giáo (Göttingen) 50€. Quảng Ngộ & Diệu Hiền (Hannover) 50€. Mark & Ivone (Twistringen) 100€. Tâm Vân và gia đình (Finland) 50€. Thúy Nga 30€. Gđ. Minh Đức 30€ HHHL Diệu Liên và Đồng Sanh. Nguyễn Thị Ngư (Canada) 135€. Thiện Liễu (Berlin) 100€. Hồ Vĩnh Giang & Phấn (Laatzen) 70€. Diệu Phúc (Hannover) 50€. T.N. Thông Chu (Schönfeld) 50€. Minh Huệ Bekker (Münster) 100€. Gđ. Đh Thiện Đức (Singen) 1.000€ HHHL Đh Thiện Hương Nguyễn Thị Vân. Tu Viện Viên Đức (Ravensburg) 300€. TT Hạnh Hòa (Nürnberg) 100€. Ni Sư Tịnh Nghiệp (Frankfurt) 100€. Ẩn danh (") 100€. Thanh Hải & Đồng Quý (Ravensburg) 20€. Đồng Nam (Bamberg) 100€. Đồng Nam & Đồng Liên (Friedrichshafen) 50€. Tâm Thúy (Ulm) 50€. Minh Hải & Tâm Tịnh Phổ (") 200€. Quảng Thanh (Ravensburg) 100€. Đồng Tâm (") 100€. Thiện Đạt Trần Mạnh Thắng (Hildesheim) 50€. Ni Sư TN Hạnh Thông (Schönberg) 500€. HHHL Tiêu Chí Hùng & Quách Thị Lý Anh (Krefeld) 50€. Gđ. và bạn bè ẩn danh (Krefeld) 3.350€ HHHL Quách Thị Mùi Pd Diệu Nhân.

*** Báo Viên Giác**

Bành Ngọc Anh 20€. Bùi Mạnh Hùng 50€. Chung Thái An 20€. Fam. Nguyễn & Trần (Trần Văn Khoa) 120€ Cáo Phó & Cảm Tạ cho HL Nguyễn Thị Bạch Khuê. Hà Lương 30€. Huỳnh Ngọc Tát & Huỳnh Sang 200€. Hy Dan Dai 40€. Lâm Tấn Khôi & Trần Kim Sương 20€. Lisa Nguyen 50€. Lý Hồng Tiên 30€. Lý Thu Thủy & Nguyễn Tấn Sĩ 50€. Ngô Quang Diễm Phi 30€. Ngô Văn Ba 20€. Ngô Văn Thuận & Nguyễn Thị Thanh Hồng 50€. Nguyễn Bạch Thúy Anh 20€. Nguyễn Danh Thắng 30€. Nguyễn Phương Danh & Phạm Ngọc Sơn 20€. Nguyễn Thị Bạch Huệ 50€. Nguyễn Trâm 20€. Nguyễn Văn Trụ 20€. Phạm Chí Huy 20€. Phạm Thị Thuận 25€. Phan Văn 50€. Phan Văn Thanh 50€. Quách Thị Anh Hoa & Quách Văn Thiên 20€. Trần Thị Hải 20€. Trần Thị Sáu (Trần & Bùi) 30€. Trần Thị Thanh Thúy 50€. Trương Mỹ Anh 20€. Thái Văn Anh (Aurich) 50€. Phạm Muội (Bad Iburg) 20€. Nguyễn Thị Tình (Bad Pyrmont) 20€. Trịnh Minh Tân 20€. Lu Kha Vinh (Belgium) 40€. Lê Duyên (Bergkamen) 30€. Huỳnh Kim Thủy & Phạm Minh Tân (Berlin) 10€. Lâm Thanh Minh 20€. Dương Văn Hảo (Bielefeld) 30€. Lương Thị Hường 30€. Trịnh Văn Côn (Bissendorf) 30€. Đặng Thị Kim Oanh (Bremen) 30€. Đặng Thị Nguyệt Nga (Bremerhaven) 20€. Lê Bình (Dorsten) 25€. Nguyễn Hoàng Nha (Dortmund) 45€. Đỗ Thị Phương (Duisburg) 20€. Đỗ Văn Đài 20€. Đỗ Văn Nghiêm 20€. Lê Minh Hoàng 20€. Helene Antony-Do (Düsseldorf) 50€. Đào Thị Hồng Nguyên (Edewecht) 50€. Huỳnh Văn Dân (Emmendingen) 20€. Đỗ Thị Liên (Essen) 20€. Dương Phan (Filderstadt) 20€. Đặng Thị Liên (France) 30€. Dương Thị Tâm Pd Nhân Phượng 30€. Lê Chăng 30€. Nhựt Hòa Võ Văn Thắng 60€. Ngô Thị Thắng (Frankfurt) 50€. Hồ Văn Minh (Gau-Algesheim) 25€. Lê Thị Vân (Trần Bá Kiệt) (Geretsried) 30€. Nguyễn Thị Hinh (Gerolstein) 20€. Trương Hoàng (Göttingen) 20€. Lâm Thuận Hi (Hagen) 20€. Đỗ Túy Thanh (Hamburg) 50€. Hồ Vinh 20€. Nguyễn Thị Sáu 20€. Staron, Jennifer Ngọc Phượng 30€. TN. Thông Chân (Võ Victoria) 50€. Hoàng Thu Hiền Pd Tường Hiếu (Hanau) 50€. Hồ Chuyên (Hannover) 20€. Au Thị Mỹ Phương (Helmstedt) 50€. Trần Thị Thiện (Hofkirchen) 25€. Hà Phước Mai (Isselburg) 30€. Bao Chi (Italia) 30€. Vũ Cao (Karlsruhe) 30€. Trần Thị Mỹ Dung (Kleve) 20€. Gđ. Lê Văn Tiết & Lê Thị Nga (Köln) 30€. Trần-Diệp Thị Phước (Konstanz) 30€. Diệu Khai Phạm Thị Quyển (Krefeld) 30€. Phạm Xuân Thiếp 40€. Phan Thị Kim Lan (Laatzen) 50€. Vũ Thị Đức 20€. Nguyễn Thị Bạch Mai (Landshut) 40€. Michael Trần (Lehrte) 20€. Trần Ngọc Sơn (Lemgo) 20€. Trần Thị Nguyên (Limburgerhof) 20€. Phạm Doãn Dương (Mannhheim) 100€. Lý Hoa Pd Diệu Liên (Meppen) 20€. Trần Thị Thu (Minden) 20€. Nguyễn Quyền (Münster) 50€. Thông Giác Trần Tú Anh (Neuss) 50€. Nguyễn Ngọc Thạch (Norway) 52,20€. Vũ Thị Tường Nhân (Nürnberg) 20€. Trần Quới Ninh (Oberhausen) 20€. Nguyễn Văn Tư (Oldenburg) 25€. Huỳnh Hoài Phú (Osnabrück) 30€. Nguyễn Thị Tuyết Nga (Paderborn) 20€. Nguyễn Nhiên (Pfuhl) 20€. Nguyễn Văn Toàn & Trần Thị Mỹ Hạnh (Rattelsdorf) 50€. Bà Nguyễn Thị Liên (Recklinghausen) 50€. Trương Thị Hồng Phúc (Nguyễn Vũ Bang) (Rheine) 30€. Bích Ngọc Rüttiger (Sandberg-Langenleiten) 20€. Tô Khải Đức (Schweinfurt) 20€. Vũ Thị Tâm (Schorndorf) 30€. Herm, Thị Lan Chi (St. Leon-Rot) 20€. Nguyễn Thị Thái Lan (Staßfurt) 20€. Dương Thị Thu Thảo (Stuttgart) 50€. Vũ Thị Phương Dung 20€. Huỳnh Cuôi Liếu & Huỳnh Anh Kiệt (Tettnang) 10€. Trương Đắc (Trier) 20€. Đặng Thị Hải Vân (Ulm) 20€. Lê Kim Oanh (USA) 50€. Tâm Đồng Trần Hải Hòa (Vögisheim) 30€. Nguyễn Khánh Anh (Waiblingen) 30€. Hoàng Thị Tài (Wilhelmshaven) 20€. Nguyễn Lê Dân & Nguyễn Thu Thủy (Wittlich) 20€.

*** ẤN TỐNG**

Hoàng Quốc Hữu 25€. Gđ. Trần Văn Khoa (Köln) 20€. Trần Văn Danh & Trần Thị Phúc (Nürnberg) 40€. Diệu Hạnh Neang Kim Liêu & Diệu Từ Nguyễn Thị Hồng Thủy (Sweden) 10€.

*** TƯỢNG PHẬT**

-*Tượng Quan Âm*: Đào Thị Hiền 40€. Lâm Kim Khánh (Mönchengladbach) 120€. Lư Vương Tuyết (Oberhausen) 10€.

-*Thiên Thủ Thiên Nhãn*: Thiện Hà Đặng Thị Hằng Teickner (Langenhagen) 30€.

*** Phật Đản:** Nguyễn Văn Thạch (Plochingen) 50€. Angelika Ly (Vechta) 120€.

*** Vu Lan:** Nguyễn Văn Toàn & Trần Thị Mỹ Hạnh (Rattelsdorf) 50€.

*** Tu bổ chùa:** Ẩn danh 50€. Diệu Hạnh Neang Kim Liêu & Diệu Từ Nguyễn Thị Hồng Thủy (Sweden) 10€.

*** TẾT & Rằm tháng Giêng**

Ẩn danh 10€. Ẩn danh (người Hoa) 10€. Đào Thị Hiền 50€. Diệu Ngọc & Quảng Tâm 50€. Đồng Bạch Nguyễn Thị Liên 50€. Francisco-Gotama Struzynski 10€. Gđ. Thiện Quý, Thiện Vinh, Thiện Kim & Thiện Hợp 50€. Huỳnh Ngọc Hà 50€. Huỳnh Thị Mỹ Hạnh 70€. Nguyễn Danh Thắng 20€. Nguyễn Gia Vinh 10€. Nguyễn Phước Hải 20€. Nguyễn Phương Danh & Phạm Ngọc Sơn 20€. Nguyễn Thị Vân 10€. Nguyễn Văn Bình 30€. Nguyễn Văn Nguyên & Nguyễn Thị Khay 50€. Phạm Chí Huy 60€. Thiện Chi, Thiện Hảo & Mochi 50€. Trần Văn Nam 20€. Trình Hương Lan 50€. Vũ Ngọc Sơn & Vũ Thị Hiền 100€. Hồ Mỹ Linh (Achim) 20€. Lê Thị Hồng (Bad Bentheim) 20€. Phạm Muội (Bad Iburg) 30€. Nguyễn Văn Tường (Bergheim) 20€. Lâm Thanh Minh (Berlin) 30€. Lương Thị Kim Khánh (Bielefeld) 30€. Chu Hải Thanh (Bochum) 50€. Trần Thị Hoa 20€. Cáp Trọng Dũng (Bremervörde) 20€. Hồng Lợi (Celle) 80€. Say Hung Cu (Coesfeld) 20€. Trần Cư & Ngọc Huệ 50€. Trần Thanh Huê 50€. Trần Vĩnh Cam 50€. Trịnh Hòa An (Donaueschingen) 30€. Bùi Mạnh Hùng (Dorsten) 20€. Đỗ Thị Tuyết Lan (Dresden) 20€. Bùi Ngọc Phước (Düsseldorf) 50€. Nguyễn Văn Hiệp (Eilstehen) 30€. Lisa Nguyễn (Einbeck) 10€. Adamy Hoàng (Ensdorf) 10€. Nguyễn Thị Hương (Eschwege) 10€. Lê Thị Hoa (Filderstadt) 20€. Nhựt Hòa Võ Văn Thắng (France) 100€. Đỗ Tuyết Mai (Freiberg) 20€. Nguyễn Thị Đức Thái (Freising) 20€. Trần Vĩnh Phúc 50€. Hứa Thị Phúc (Gerolstein) 20€. Nguyễn Thị Phượng (Gutach-Bleibach) 10€. Hà Phước Minh Thảo (Hannover) 50€. Triệu Cẩm Nguyên (Haßloch) 40€. Nguyễn Kiều Long (Heilbronn) 20€. Huỳnh Tú Dung (Helmstedt) 50€. Lê Đình Thuần 50€. Đinh Huy Minh (Hildesheim) 30€. Kim Phượng Schwertfirm Pd Thiện Học (Hilgertshausen Tandern) 50€. Phạm Đình Hải (Hohenstein-Ernstthal) 20€. Dương Thị Mộng Mai (Horb am Neckar) 20€. Fam. Trần Quốc Chiến (Jaderberg) 30€. Gđ. Bà Thiện Mỹ Lưu Hạnh Dung (Karlsruhe) 100€. Diệu Khai Phạm Thị Quyển (Krefeld) 20€. Nguyễn Thị Thu Hương 50€. Phạm Xuân Thiếp 60€. Cao Thị Thanh Liên (Kulmbach) 40€. Phan Thị Kim Lan (Laatzen) 50€. Thiện Châu Lý Cẩm Trúc 30€. Thiện Pháp Nguyễn Văn Luận 30€. Nguyễn Thị Kim Chi (Landshut) 20€. Lâm Ý Xuân (Leer) 100€. Nguyễn Thị Kim Chi (Lindenberg) 20€. Lý Mỹ Linh (Lingen/Ems) 30€. Bành Vinh Hoa & Bành Tuyết Lệ (Ludwigshafen) 30€. Vũ Thị Kiên (Lüneburg) 20€. Nguyễn Thu Thủy (Meppen) 40€. Ô Thị Hai 120€. Lê Hoàng Oanh (Minden) 20€. Quách Huệ Linh 50€. Đồng Diệu Mai Lübke (Mönchengladbach) 50€. Thái Nguyệt Cầu (Moschheim) 50€. Đỗ Thị Anh Huệ (München) 20€. Công Ngọc Trương Mỹ Anh (Münster) 30€. Lâm San Staab (Neunkirchen) 25€. Hồ Thị Phải (Neuss) 40€. Quảng Đạo Thái Thị Thúy Lan 30€. Hoàng Dung Ngô (Nienburg) 60€. Đào Minh Thắng (Norden) 30€. Huỳnh Văn Châu 30€. Vũ Thị Tường Nhân (Nürnberg) 20€. Lư Vương Tuyết (Oberhausen) 10€. Nguyễn Ngọc Trung (Obersulm) 20€. Đồng Lạc Nguyễn Hùng Anh (Osnabrück) 30€ HH cầu an cho cha Nguyễn Ngọc Châu và mẹ La Thị Ngọc Dung Pd Đồng Nhan. Lý Trung Hà 40€. Nguyễn Thị Thuận 100€. Koummarasy, Kein (Pforzheim) 100€. Li Trần Thúy Phượng 50€. Nguyễn Văn Toàn & Trần Thị Mỹ Hạnh (Rattelsdorf) 50€. Duyên Ngọc Hàng Ngọc Hoa (Rheine) 50€. Nguyễn-Trần Thị Lương (Rodgau) 20€. Vũ Quang Tú (Seelze) 50€. Đỗ Thị Dung (Staßfurt) 15€. Nguyễn Thị Thái Lan 20€. Đồng Tuy Nguyễn Văn Cúc (Steinbach) 50€. Phan Kim Oanh (Sugenheim) 20€. Nguyễn Khắc Hiếu (Timmendorfer Strand) 200€. Đặng Thị Hải Vân (Ulm) 10€. Trịnh Nguyên (Wiesbaden Nordenstadt) 50€. Lê Thị Hiền (Wittmund) 20€. Trịnh Thị Hoa (Wilhelmshaven) 50€. Bích Liên Kadagies (Wolfsburg) 20€. Gđ. Đồng Tịnh Nguyễn Thị Thanh 20€. Nguyễn Tích Bích Hằng (Worms) 50€. Vũ Đức Khánh (Zingst) 50€.

*** Đèn Dược Sư**

Ẩn Đức Hứa Hiền & Minh Hiền Hứa Phú Kiều 100€. Chung Thái An 100€. Chương Quốc Bảo 10€. Diệu Hạnh 10€. Diệu Hảo 25€. Diệu Linh 10€. Diệu Thanh Nguyễn Thị Minh (Bác năm Cà Mau) 100€. Gđ. Thiện Huệ Lý Thanh Tâm 10€. Gđ. Võ Văn Tùng 20€. Ngọc Tâm Tạ Thị Hương 10€. Phạm Chí Huy 5€. Phạm Duy Thái Phi 20€. Phạm Minh Hoàng 10€. Quách Thị Anh Hoa & Quách Văn Thiên 50€. Thiện Xuân 10€. Fam. Lý (Bad Iburg) 25€. Trịnh Minh Tân (Bad Pyrmont) 20€. Huỳnh Kim Thủy & Phạm Minh Tân (Berlin) 10€. Vũ Trọng Huy 20€. Lương Thị Kim Khánh (Bielefeld) 20€. Kim Trương (Bremen) 30€. Nguyễn Thị Liễu (Duisburg) 10€. Trịnh Khắc Huy (Essen) 20€. Trịnh Minh Hoàng 20€. Trịnh Văn Hậu 20€. Trịnh Văn Thịnh & Nguyễn Thị Tám 20€. Nhựt Hòa Võ Văn Thắng (France) 10€. Mã Xuân Hồng (Hamburg) 15€. Lê Văn Thùy (Hannover) 25€. Pt. Quảng Ngộ & Diệu Hiền 50€. Thiện Phú Lê Bích Lan 20€. Trần Hoàng Việt 50€. Trần Tuấn Đạt 25€. Nguyễn Thị Kim Nhung (Hildesheim) 10€. Trần Thị Thiện (Hofkirchen) 10€. Vũ Cao (Karlsruhe) 20€. Trần Thị Mỹ Dung (Kleve) 10€. Phạm Lạc & Thúy Hằng (Koblenz) 30€. Lý Jaydon Thanh Phi (Laatzen) 8€. Lý Jolina Phụng Vi 12€. Nguyễn Laurentius 20€. Phan Thị Kim Lan 50€. Lý Hoa Pd Diệu Liên (Meppen) 20€. Công Ngọc Trương Mỹ Anh (Münster) 30€. Nguyễn Anh Sơn (Norderstedt) 20€. Đồng Lạc Nguyễn Hùng Anh (Osnabrück) 20€ HH cầu an cho cha Nguyễn Ngọc Châu và mẹ La Thị Ngọc Dung Pd Đồng Nhan. Trần Minh Hiền 20€.

PHIẾU ỦNG HỘ BÁO VIÊN GIÁC

Ngày....... tháng .... năm 20 ....

Số hiệu độc giả (SH) ....

Họ và tên ....

Địa chỉ ....

....

Tel./Email...

Số tiền: ....

Giấy chứng nhận khai thuế: Có ☐ Không ☐

Độc giả mới ☐ Độc giả cũ ☐

Nếu thay đổi địa chỉ nhận báo, xin ghi rõ địa chỉ cũ dưới đây:

....

....

Số Konto của Tổ Đình Viên Giác:
Tên (Kontoinhaber): Pagode Vien Giac
Bank: Sparkasse Hannover
IBAN: DE40 2505 0180 0910 4030 66
BIC: SPKHDE2HXXX

Li Trần Thúy Phượng (Pforzheim) 30€. Trần Thị Xuân Thủy (Schwäbisch-Hall) 20€. Nguyễn Thị Thái Lan (Staßfurt) 20€. Vũ Thị Phương Dung (Stuttgart) 10€. Trương Đắc (Trier) 20€. Tâm Đồng Trần Hải Hòa & Hứa Thị Dục Tú (Vögisheim) 30€.

*** Trai Tăng**

Đỗ Trí Khang (Duisburg) 20€. Helene Antony-Do (Düsseldorf) 100€. Thiện Phú Lê Bích Lan (Hannover) 30€. Phan Thị Kim Lan (Laatzen) 50€. Thiện Hà Đặng Thị Hằng Teickner (Langenhagen) 20€. Đặng Thị Hải Vân (Ulm) 10€.

*** Học viện Phật Giáo Viên Giác**

Bành Tâm Sơn (Wiesbaden) 20€. Bernhard Uphoff 100€ HHHL Thái Văn Mùi. Diệp Chi Lan 120€. Đỗ Đình Thác & Fr. Phạm Thị Phương 100€ HHHL Thái Văn Mùi. Đồng Tâm 1.000€. Đồng Vân Đinh Thu Hương 30€. Gđ. Vũ Cao Pd Thiện Hưng 50€. Kunde Maria Pd Huệ Thông 1.500€. Mr ou Mme Desault Tran (BHD Pháp Quốc) 200€. Nguyễn Thị Diệu Hạnh 100€ HHHL Bác Thái Văn Mùi. Nguyễn Thị Lan Anh 20€. Nguyễn Thị Thu Hương 100€. Nguyễn Văn Tân 50€. Nguyễn Văn Vũ & Nguyễn Thị Thu Trinh 1.500€. Nha Xanh GmbH 600€. Tạ Văn Hợp & Lê-Tạ Thị Bạch Huệ 100€. Trần Thị A Pd Đồng An 600€. HL Thái Văn Mùi (Aurich) 3.500€. Alice Kou (Hamburg) 100€. Giang Thị Ngọc (Hameln) 20€. Lê Văn Thùy (Hannover) 25€. Ông Bà Xuân Mỹ 500€. Đồng Giới Nguyễn Thị Thu (Ihlow) 500€. Diệu Phúc Lữ Thị Mỹ Hạnh (Laatzen) 500€. Phan Thị Kim Lan 100€. Thiện Xuân Vũ Đức Quỳnh Như Vivan (München) 100€. Lư Vương Tuyết (Oberhausen) 20€. Vũ Cẩm Thủy (Osnabrück) 50€. Sư Cô Thích Nữ Hạnh Trì (USA) 42.062€. Ni Sư Thích Nữ Hạnh Thông (Schönfeld) 500€. Gđ. họ Ung (Bremerhaven) Một cây vàng 999,9 trị giá 4.800€ cúng dường xây dựng học Viện Phật Giáo Viên Giác. HHHL Tiêu Chí Hùng và Quách Thị Lý Anh (Krefeld) 50€.

*** TỪ THIỆN & XÃ HỘI**

-*Cô nhi, Cùi, Mù & Dưỡng lão*: Đào Thị Hồng Nguyên (Edewecht) 100€. Dr. Nguyễn Hoàng Cường & Dr. Nguyễn Thị Minh Ngọc (Hamburg) 50€. TN. Thông Chân (Võ Victoria) 50€. Thiện Hà Đặng Thị Hằng Teickner (Langenhagen) 10€. Trần Thị Nguyên (Limburgerhof) 30€. Trần Văn Danh & Trần Thị Phúc (Nürnberg) 50€. Lư Vương Tuyết (Oberhausen) 30€. Bùi Thúy Hằng (Salzgitter) 10€.

-*Giúp người nghèo*: Trần Văn Danh & Trần Thị Phúc (Nürnberg) 30€. Nguyễn Thị Thái Lan (Staßfurt) 20€.

-*Cứu trợ nạn nhân bão lụt*: Pt. Diệu Hòa (Phụng) 200€. Tâm Đồng Trần Hải Hòa & Hứa Thị Dục Tú (Vögisheim) 50€.

-*Nồi cháo tình thương*: Thiện Hà Đặng Thị Hằng Teickner (Langenhagen) 10€. Trần Văn Danh & Trần Thị Phúc (Nürnberg) 30€. Diệu Hạnh Neang Kim Liêu & Diệu Từ Nguyễn Thị Hồng Thủy (Sweden) 10€. Trương Đắc (Trier) 10€.

-*Xe lăn*: Trần Văn Danh & Trần Thị Phúc (Nürnberg) 50€. Nguyễn Nhiên (Pfuhl) 30€.

-*Mổ mắt tìm lại ánh sáng*: Nguyễn Văn Vũ & Nguyễn Thị Thu Trinh 500€. Nguyễn Nhiên (Pfuh) 30€. Thiện Hà Đặng Thị Hằng Teickner (Langenhagen) 10€. Trần Văn Danh & Trần Thị Phúc (Nürnberg) 50€. Li Stephan (Pforzheim) 50€.

-*Phóng sanh*: Đào Thị Hồng Nguyên (Edewecht) 50€. Li Mike (Pforzheim) 20€.

*** Học bổng Tăng Ni Việt Nam**: Bành Tâm Sơn (Wiesbaden) 20€.

*** Hương linh ký tự:** Trần Quang Đại 75€. HL Thái Văn Mùi (Aurich) 500€.

* ĐỊNH KỲ (Tháng 01 & 02/2026)

An Duyên Nguyễn Thị Nhứt 20€. Chöling 700€. Christian Leupold 30€. Đặng Quốc Minh 20€. Đào Thị Hiền 40€. Diệu Khai, Diệu Ngọc & Quảng Tâm 100€. Đinh Anh Tuấn & Dương Thị Hồng Đoàn 20€. Đỗ Thái Bằng 60€. Đỗ Thị Hồng Hạnh 10€. Đoàn Thanh Vũ Phước 20€ HHHL Bà Võ Thị Hai Pd Đồng Phước. Đồng Giới Nguyễn Thị Thu 20€. Gđ. Nguyên Huệ & Diệu Mẫn 100€. Gđ. Thị Thiện Phạm Công Hoàng 50€. Hà Ngọc Kim 50€ HHHL Đinh Thị Hợi Pd Đồng Phước. Hồ Thị Nguyệt 50€. Hoàng Thị Nhung 20€ HHHL Bố Hoàng Văn Lịch. Hoàng Thị Phúc 20€. Hoàng Thị Tân 120€. Hồng Nghiệp Phan Quỳnh Trâm 10€. Hứa Thiện Cao 10€. Hue Wollenberg 20€. Lâm Thị San 20€. Lê Minh Sang 60€. Lê Thị Ngọc Hân 100€. Lê Thị Tiến 50€. Lê Thùy Dương 20€. Lê Văn Đức 20€. Lê Văn Tâm 60€ HHHL Thiện Thọ. Lý Kiến Cường 30€. Manuela Horn 20€. Ngô Thị Thắng 20,46€. Ngọc Trương 100€. Nguyễn Hoàng Vũ & Nguyễn Thị Thanh Phương 20€. Nguyễn Liên Hương 40€. Nguyễn Ngọc Đương 10€. Nguyễn Phương Danh & Phạm Ngọc Sơn 120€. Nguyễn Quang Hùng 30€. Nguyễn Quốc Định 30€. Nguyễn Thị Hiền 10€. Nguyễn Thị Hồng Quyên 20€. Nguyễn Thị Kim Lệ 20€. Nguyễn Thị Minh Sáu 40€. Nguyễn Thị Ngọc Thảo 25€. Nguyễn Thị Thắm 20€. Nguyễn Thiện Đức 100€. Phạm Thị Mai & Minh Trương 40€. Phạm Văn Dũng & Đỗ Thị Cúc 12€. Phan Đình Dự 100€. Phan Thị Lan 20€. Phùng Văn Thanh 20€. Quách-Lê Thị Kim Thu 50€. Quảng Thiện Nguyễn Trọng Bình 40€. Sabine & Phan Trương Trần Vũ 100€. Tạ Thị Ngọc Dung 60€. Thái Kim Sơn 80€. Thái Quang Minh 200€. Thị Bích Lan Nguyễn-Erhart 30€. Thiện Chơn Ngô Quang Vinh 40€. Thiện Độ Ngô Quang Đức 80€. Tôn Thúy 40€. Trần Mạnh Thắng 100€. Trần Tân Tiếng 22€. Trần Thị Kiều Nga 20€. Trần Thị Ngọc Anh (Trần Lăng Hía) 20€. Trần Thị Thanh 30€. Trần Thị Thu Thủy 10,22€. Trần Văn Dân 15€. Trịnh Thị Tươi (Nguyễn Văn Thanh) 1,98€. Uông Minh Trung 20€. Võ Thị My 20,46€. Võ Thị Mỹ 20€. Võ Văn Hùng 30€. Vũ Đình Đức 30€. Vũ Quang Tú 100€. Vũ Thị Tường Nhân 20,46€. Young Thị Thanh 30€.

+ Hội VAF Chi nhánh Đức Quốc nhờ đăng: Liên Hội Trùng Tu Nghĩa Trang Quân Đội Biên Hòa chân thành cám ơn Quí vị Mạnh Thường Quân sau đây đã ủng hộ tài chánh gồm: GĐ Huỳnh văn Ninh 50€; Nguyễn Thị Kim Liên 50€; Trần Thị Hương Cau 50€; Oan Nga Vuong 10€ (danh sách từ ngày 07.01. đến ngày 09.03.26). Đại diện Hội VAF ở Đức Quốc: Nguyễn Tích Phùng. Tel (049) 0157 8726 3989. Email: phungnguyen34@gmail.com

*
* *

Khi chuyển tịnh tài cúng Chùa, xin quý vị vui lòng ghi vào nơi (Verwendungszweck = mục đích cho việc gì) để văn phòng dễ làm việc. Quý vị ở xa ngoài nước Đức cũng có thể gửi tiền mặt hoặc Check trong thư, có thể gửi thường hoặc bảo đảm về chùa. Xin thành thật cám ơn quý vị.

Tất cả mọi sự Cúng Dường định kỳ hoặc những lễ lạc khác cho Chùa, quý vị đều có thể lấy Giấy Khai Thuế lại (bằng tiếng Đức) để cuối năm quý vị có thể khai khấu trừ thuế với Chính Phủ. Quý vị nào cần, xin liên lạc về Chùa qua Email: pagodevg2020@gmail.com bằng thư hoặc điện thoại, cho đến cuối tháng 4 mỗi năm; chúng tôi sẽ gửi giấy đến quý vị.

Quý vị chuyển tịnh tài về Chùa Viên Giác, xin chuyển vào Konto mới như sau:

1. Tổ Đình Viên Giác
Congr.d.Verein Vietn.Buddh.Kirche Abteilung i.d
Tên (Kontoinhaber): Pagode Vien Giac
Bank: Sparkasse Hannover
IBAN: DE40 2505 0180 0910 4030 66
BIC: SPKHDE2HXXX

2. Học Viện Phật Giáo Viên Giác
Tên (Kontoinhaber): Pagode Vien Giac
Bank: Sparkasse Hannover
IBAN: DE902505 0180 0910 5706 55
BIC: SPKHDE2HXXX

3. Tu Viện Viên Đức ở Ravensburg
Tên (Kontoinhaber): Kloster Vien Duc
Bank: Kreissparkasse Ravensburg
IBAN: DE53 6505 0110 0111 3020 68
BIC: SOLADES1RVB

Kính mời tham dự

LỄ GIỖ LẦN THỨ 10 CỦA TIẾN SĨ RUPERT NEUDECK tại TROISDORF (Đức)

do Ủy Ban Cap Anamur tổ chức. Buổi lễ sẽ có sự tham dự của Bà quả phụ, Christel Neudeck và nhiều chính khách của Liên Bang, Tiểu Bang.

Thời gian: Thứ bảy. 30.05.2026

Chương trình tổng quát (xin xem địa chỉ ở áp-phích tiếng Đức):

11:30: Thánh lễ tại nhà thờ St Mariä Himmelsfahrt Spich.

12:30: Viếng mộ TS. Rupert Neudeck.

15:00: Lễ trước Bia Tưởng Niệm.

17:00: Văn Nghệ và Triển Lãm Hình Ảnh Cap Anamur và Thuyền Nhân Việt Nam.

22:00: Chấm dứt.

Liên lạc: Nguyễn Hữu Huấn, Tel. 0163 7339 348 |Nguyễn Minh Hùng, Tel. 0157 5099 5887

VIÊN GIÁC

Tạp chí Viên Giác
Tri thức Phật học truyền thống & hiện đại.

- Gìn giữ đạo lý, chuyển tải ánh sáng Phật pháp giữa lòng phương Tây
- Duy trì tiếng Việt và văn hóa Việt trong cộng đồng hải ngoại
- Phổ biến tri kiến Phật học – từ nghi lễ truyền thống đến tư tưởng hiện đại
- Diễn đàn chia sẻ về nếp sống tỉnh thức, hòa hợp và bảo vệ môi trường sống thiên nhiên.

Bước sang năm 2026, Tạp chí Viên Giác ghi dấu đoạn đường suốt 48 năm phát hành, liên tục từ số đầu tiên 01.01.1979 đến nay. Đứng trước nhiều thách thức của báo điện tử, chúng tôi vẫn cố gắng duy trì ấn bản in với tâm nguyện bảo tồn tiếng Việt ở hải ngoại, phát huy truyền thống Văn Hóa Phật Giáo và Dân Tộc Việt Nam.

Từ tháng cuối năm 2023, Tạp chí Viên Giác đã có những đổi mới về hình thức và nội dung với phong cách trẻ trung, sinh động. Đặc biệt, chúng tôi bổ sung thêm chuyên mục tiếng Đức "Tuổi Trẻ & Đạo Phật", "Thế Hệ 2+"... cho phù hợp mọi lứa tuổi và mọi gia đình.

Kính mong quý độc giả tiếp tục ủng hộ bằng cách:

- Đọc báo, đặt báo dài hạn và giới thiệu đến thân hữu.

- Tặng báo Viên Giác cho người thân (1 năm = 6 số):

Phí tượng trưng tại Đức: 20,- €/năm (cho cả ấn & bưu phí); ngoài Đức: 30,- €/năm (gửi bằng đường thủy)

Để đặt báo hoặc tặng báo:

Xin vui lòng gửi thư hoặc email về Chùa Viên Giác, hoặc chuyển khoản theo thông tin ở trang đầu tờ báo. Khi gửi, vui lòng ghi rõ: Họ tên, địa chỉ, email/số điện thoại người nhận + số tiền ủng hộ.

Kính tri ân sự hỗ trợ quý báu của quý độc giả gần xa trong suốt thời gian qua. Ban Biên Tập – Báo Viên Giác.

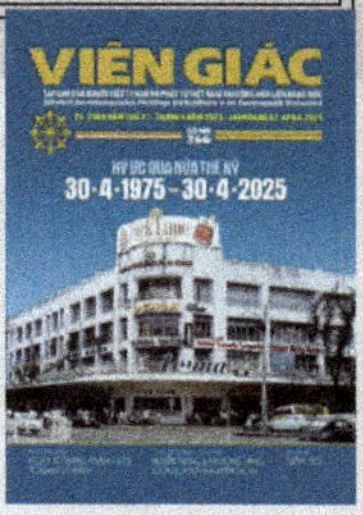

www.ingramcontent.com/pod-product-compliance
Lightning Source LLC
LaVergne TN
LVHW082356200926
848481LV00012B/3577
* 9 7 9 8 2 9 5 7 8 0 3 4 9 *